நாட்டுப்புற இயல்

டாக்டர் த.ரெஜித்குமார்
உதவிப் பேராசிரியர்
பாரதிதாசன் பல்கலைக்கழக மாதிரிக் கல்லூரி
வேதாரண்யம்.

நியூ செஞ்சுரி புக் ஹவுஸ் (பி) லிட்.,
41-பி, சிட்கோ இண்டஸ்டிரியல் எஸ்டேட்,
அம்பத்தூர், சென்னை - 600 050.
☎: 044 - 26251968, 26258410, 48601884

Language: Tamil
Nattupura Yeyal
Author : **Dr.D.Rejithkumar**
First Edition: October, 2017
Second Edition: June, 2018
Third Edition: December, 2020
No. of pages: viii+ 244= 252
Copyright: Publisher
Publisher:
New Century Book House Pvt. Ltd.,
41-B, SIDCO Industrial Estate,
Ambattur, Chennai - 600 050.
Tamilnadu State, India.
email: info@ncbh.in
Online: www.ncbhpublisher.in

ISBN: 978 -81-2343- 514 - 5
Code No. A 3765

₹ **195/-**

Branches
Ambattur (H.O.) 044 - 26359906 **Spenzer Plaza (Chennai)** 044-28490027
Trichy 0431-2700885 **Pudukkottai** 04322- 227773 **Tanjore** 04362-231371
Tirunelveli 0462-4210990, 2323990 **Madurai** 0452 2344106, 4374106
Dindigul 0451-2432172 **Coimbatore** 0422-2380554 **Erode** 0424-2256667
Salem 0427-2450817 **Hosur** 04344-245726 **Krishnagiri** 0434-3234387
Ooty 0423 - 2441743 **Vellore** 0416-2234495 **Villupuram** 04146-227800
Pondicherry 0413-2280101 **Nagercoil** 04652 - 234990

நாட்டுப்புற இயல்
ஆசிரியர் : டாக்டர் த.ரெஜித்குமார்
முதல் பதிப்பு: அக்டோபர், 2017
இரண்டாம் பதிப்பு: ஜூன், 2018
மூன்றாம் பதிப்பு: டிசம்பர், 2020

அச்சிட்டோர்: **பாவை பிரிண்டர்ஸ் (பி) லிட்.,**
16 (142), ஜானி ஜான் கான் சாலை, இராயப்பேட்டை, சென்னை - 14
☎: 044-28482441

All rights reserved. No part of this book may be reprinted or reproduced or utilised in any form or by any electronic, mechanical, or other means, now known or hereafter invented, including photocopying and recording, or in any information storage or retrieval system, without permission in writing from the publishers.

முகவுரை

உலகின் தொன்மையான தலைசிறந்த செம்மையான மொழிகளுள் தலைமையானது தமிழ். இந்த உலகமே செம்மொழியாக அங்கீகரித்த மொழி. பல்லாண்டுகளுக்கு முற்பட்ட இலக்கண இலக்கிய வளங்களைக் கொண்டுள்ள மொழி. தமிழர்களுடைய வாழ்வினையும் வரலாற்றினையும் பதிவு செய்துள்ள மொழி. இத்தகைய வரலாற்றுப் பதிவுகளை முழுமையாகப் புரிந்துகொள்ள உதவுகின்ற ஆற்றல் வாய்ந்தவையே வாய்மொழி இலக்கியங்கள் ஆகும்.

வாய்மொழி இலக்கியங்கள் மிகவும் தொன்மையானவை. அவை நாட்டுப்புற மக்களின் எண்ணவோட்டங்களையும், அறிவுத்திறமை யினையும், கற்பனை ஆற்றலையும், கலையுணர்வினையும் பண்பாட்டி னையும் தன்னுள் கொண்டுள்ளவை. இவைகளை அடுத்த இளம் தலைமுறையினருக்கு வழங்குபவையாகவும், மக்களை மகிழ்ச்சிப் படுத்தி வாழ வழிகாட்டுபவையாகவும் விளங்குகின்றன. இவை பல்வேறு கூறுகளைத் தன்னுள் கொண்டுள்ளது. இவை ஒரு சமுதாயத்தின் உள்ளார்ந்த அமைப்புகளை வெளியிடுவதாக உள்ளன. இதனுள் இலக்கியம், கலை, பண்பாடு, பழக்கவழக்கங்கள் போன்றன அடங்கும். மனித இனம் என்று தோன்றியதோ அன்றே வாய்மொழி இலக்கியங்களும் தோன்றிவிட்டன எனலாம். மரபு வழியாக வாழ்ந்து வருகின்ற மக்களின் வாழ்வையும், வாழ்வியல் கூறுகளையும் படம்பிடித்துக் காட்டுவது நாட்டுப்புறவியலாகும்.

மக்களிடம் காணப்படும் வாய்மொழி இலக்கியங்களையும் மரபுகளையும் முதன்மையான ஆதாரங்களாகக் கொண்டு ஆராயும் துறை நாட்டுப்புறவியல் துறையாகும். இத்துறை மக்களிடம் மிக நெருக்கமாகப் பழகி, அவர்களின் நாடித்துடிப்புகளையும், வழக்காறு களையும் பதிவுசெய்து வெளியிடுகின்ற சிறப்பான பணியினைச் செய்கிறது.

இன்று தனியொரு துறையாக வளர்ந்துள்ள நாட்டுப்புறவியலின் பல்வேறு கூறுகளை மாணவர்களும் அறிந்து கொள்ளும் விதமாக பல பல்கலைக்கழகங்கள் பாடத்திட்டங்களை வைத்துள்ளன. சில கல்லூரிகளில் நாட்டுப்புறவியல் தனித்துறையாகவும் செயல்பட்டு

வருகின்றமை குறிப்பிடத்தக்கதாகும். இளங்கலை, முதுகலைத் தமிழ் படிப்பவர்களுக்கும் மற்றும் தமிழ்இலக்கியம் (B.lit) படிப்பவர்களுக்கும் ஏனைய பட்டப்படிப்புகளுக்கும் வைத்துள்ளது.

நாட்டுப்புறவியலின் பல்வேறு கூறுகள் காணப்படுகின்றன. இந்நூலில் அவற்றை பதினைந்து கூறுகளாக வகைப்படுத்தி கூறப்பட்டுள்ளது. அவை, நாட்டுப்புறவியல் அறிமுகம், உலகளாவிய நாட்டுப்புறவியல் வரலாறு, இந்திய நாட்டுப்புறவியல் வரலாறு, தமிழக நாட்டுப்புறவியல், இலக்கியங்களில் நாட்டுப்புற வழக்காறுகளின் செல்வாக்கு, நாட்டுப்புற இலக்கியங்களான, பாடல்கள், கதைகள், கதைப்பாடல்கள், பழமொழிகள், விடுகதைகள் போன்றவையும், நாட்டுப்புற நம்பிக்கைகள், நாட்டுப்புற விளையாட்டுக்கள், வாழ்க்கை வட்டச் சடங்குகளான, பிறப்புச் சடங்கு, பூப்புச் சடங்கு, திருமணச் சடங்கு, இறப்புச் சடங்கு முதலியன குறித்தும், நாட்டுப்புற மருத்துவம், நாட்டுப்புற வழிபாடுகளும் விழாக்களும், நாட்டுப்புறக் கலைகள், நாட்டுப்புறப் புழங்கு பொருட்கள், மக்கட் பெயராய்வு, பழங்குடி மக்களும் நாட்டுப்புறவியலும் என்பனவாகும் இக்கூறுகள் ஒவ்வொன்றையும் விரிவாக ஆய்வு செய்யப்பட்டுள்ளது. இந்நூல் மாணவர்களுக்கும், ஆய்வாளர்களுக்கும் பயன்படும் என்று நம்புகிறேன்.

என்னை இவ்வுலகிற்கு அறிமுகம் செய்து, வறுமையிலும் என்னைப் பாரமாகக் கருதாமல், என்மீது அக்கறை காட்டி என்னை வளர்த்து, படிக்கவைத்து, ஆளாக்கி, இந்த ஆய்வுக்கு அடிப்படைக் காரணமாக இருந்து உதவிய மறைந்த என் பாசத்திற்குரிய பெற்றோர் திரு. பெ. தர்மலிங்கம், திருமதி. புஷ்பம் ஆகியோருக்கு இந்நூலினைச் சமர்ப்பிக்கிறேன்.

என்னைத் தன் மாணவனாக ஏற்றுக்கொண்ட காலத்திலிருந்து இன்றுவரை நூல்களை கட்டுரைகளை எழுதுமாறு தூண்டுகின்ற முனைவர் யோ. தர்மராஜ் முதல்வர், மனோன்மணியம் சுந்தரனார் பல்கலைக்கழக உறுப்புக் கல்லூரி, கன்னியாகுமரி அவர்களுக்கு என் நெஞ்சார்ந்த நன்றியைத் தெரிவித்துக் கொள்கிறேன்.

என்னுடைய ஆய்விற்கு பல்வேறு நாட்டுப்புறவியல் கருத்துரைகளை வழங்கி உதவியதோடு, என்னை மகனாகவே பாவித்து அன்பு செலுத்தியவருமான மறைந்த என் பேராசிரியர் முனைவர் ஜே. ரோஸ்லெட் டானிபாய் (ஸ்காட் கிறிஸ்தவ கல்லூரி, நாகர்கோவில்) அவர்களுக்கு இந்நூலினைக் காணிக்கையாக்குகிறேன்.

என்னோடு எப்போதும் நட்புறவாகவும் உறுதுணையாகவும் இருக்கின்ற பாரதிதாசன் பல்கலைக்கழக மாதிரிக் கல்லூரி அனைத்து

துறை பேராசிரியப் பெருமக்களுக்கும் என் உளங்கனிந்த நன்றியைத் தெரிவித்துக் கொள்கிறேன்.

எனது ஆய்வுப் பணிக்கு எப்போதும் உறுதுணையாக இருக்கின்ற என் அன்பு மனைவி இரா. ராதிகா மற்றும் பாசமான மகள்கள் ரெ.ரெஜிஷா, ரெ.ரக்ஷா அவர்களுக்கும் நன்றிகள்.

இந்நூல் வெளிவருவதற்குக் காரணமாக இருந்த நியூ செஞ்சுரி புக் ஹவுஸ் மேலாண்மை இயக்குநர் மரியாதைக்குரிய சண்முகம் சரவணன் அவர்கள் மற்றும் பொது மேலாளர் திரு T. இரத்தின சபாபதி அவர்கள், திருச்சி மண்டல மேலாளர் S.குமார் அவர்கள், தஞ்சாவூர் மாவட்ட மேலாளரான முருகேசன் அவர்களுக்கும் என்னுடைய அன்பு நிறைந்த நன்றிகள்.

இந்நூலை சிறப்பாக பதிப்பித்து வெளியிட்டுள்ள நியூ செஞ்சுரி புக் ஹவுஸ் நிறுவனத்தார்க்கும் என் நன்றிகள்

பொருளடக்கம்

1. நாட்டுப்புறவியல் அறிமுகம் — 1
2. உலகளாவிய நாட்டுப்புறவியல் வரலாறு — 6
3. இந்திய நாட்டுப்புறவியல் வரலாறு — 12
4. தமிழக நாட்டுப்புறவியல் — 18
5. இலக்கியங்களில் நாட்டுப்புற வழக்காறுகளின் செல்வாக்கு — 30
6. நாட்டுப்புற இலக்கியங்கள் — 46
7. நாட்டுப்புற நம்பிக்கைகள் — 108
8. நாட்டுப்புற விளையாட்டுகள் — 117
9. வாழ்க்கை வட்ட சடங்குகள் — 125
10. நாட்டுப்புற மருத்துவம் — 144
11. நாட்டுப்புற வழிபாடுகளும் விழாக்களும் — 156
12. நாட்டுப்புறக் கலைகள் — 167
13. நாட்டுப்புற புழங்குபொருட்கள் — 209
14. மக்கட் பெயராய்வு — 218
15. பழங்குடி மக்களும் நாட்டுப்புறவியலும் — 225
    பயன்பட்ட நூற்கள் — 237

1

நாட்டுப்புறவியல் அறிமுகம்

வளர்ந்து வரும் ஆய்வுத்துறைகளில் நாட்டுப்புறவியலும் ஒன்றாகும். நாட்டுப்புறவியல் பல்வேறு கூறுகளைக் கொண்டுள்ளது. இவை ஒரு சமுதாயத்தின் உள்ளார்ந்த அமைப்புகளை வெளியிடுவதாக உள்ளன. இதனுள் "இலக்கியம், கலை, பண்பாடு, பழக்கவழக்கங்கள் போன்றன இவ்வியலுக்குள் அடங்கும்" என்று சண்முகசுந்தரம் *(1980:3)* குறிப்பிடுகிறார். "மனித இனம் என்று தோன்றியதோ அன்றே நாட்டுப்புற இலக்கியங்களும் தோன்றிவிட்டன" என்கிறார் சக்திவேல் *(1992:1)*. மரபு வழியாக வாழ்ந்து வருகின்ற மக்களின் வாழ்வையும், வாழ்வியல் கூறுகளையும் படம்பிடித்துக் காட்டுவது நாட்டுப்புற வியலாகும்.

கி.பி. *1846*-ஆம் ஆண்டு வில்லியம் ஜாண் தாமஸ்(William John Thomas) 'Folklore' என்ற சொல்லை உருவாக்கினார். இதற்கு முன்பு Antiquites, Popular Literature என்ற சொற்கள் வழக்கிலிருந்தன. Folklore என்ற சொல் மனிதர்களின் சடங்குமுறைகள் (observances), மூட நம்பிக்கைகள், கதைப்பாடல்கள், பழமொழிகள், பழங்கால வழக்காறுகள் முதலியவற்றை உள்ளடக்கியது என்று ஹூர்து குறிப்பிடுகிறார் *(1986:1)*.

'Folklore' என்ற சொல் நாட்டுப்புற மக்களின் வழக்கங்கள், நம்பிக்கைகள், மரபுகள், பாடல், கதை, பழமொழி, விடுகதை, மந்திர தந்திரங்கள் ஆகியவற்றைக் குறிப்பதோடு, தனிமனிதர்களின் கூட்டு முயற்சியாகப் பரிணமிப்பதோடு மாற்று வடிவங்களும் மீண்டும் மீண்டும் வருதலுமாகிய பண்புகளையும் கொண்டது என்று மரியா லீச் குறிப்பிடுகிறார்.

ஸ்டித் தாம்ஸன் அவர்கள் 'Folklore' என்ற சொல் ஒரு நூற்றாண்டிற்கு பழமைவாய்ந்தது என்னும் அதன் பொருள் குறித்துக் கருத்தொற்றுமை ஏற்படவில்லை என்றும் மரபுகள் தலைமுறை தலைமுறையாக நினைவுகூர்தல் மூலம் பாதுகாக்கப்படுவதோடு வழக்கங்கள், நம்பிக்கைகள், சடங்குகள் நாட்டுப்புறவியல் என்று கூறலாம் என்கிறார்.

ஆலன் டாண்டீஸ் அவர்கள் நாட்டுப்புறவியலின் கூறுகளை அல்லது வடிவங்களை முழுமையாக ஆராயும் வரை நாட்டுப்புறவியல் ஒரு துறை என்பதை முழுமையாக விளக்க இயலாது என்கிறார்.

நாட்டுப்புறவியல் என்பது நாட்டுப்புறமக்களின் மரபு வழிப்பட்ட படைப்புகள் என்று கூறலாம்.

மக்களது நம்பிக்கைகள், கதைகள், விளையாட்டு, ஆடல் பாடல் ஆகியவற்றை விளக்குவதே நாட்டுப்புறவியல் என்றும், அது அனைத்து மக்களின் கூட்டு முயற்சியால் உருவாக்கப்பட்டு, தலைமுறை தலைமுறையாக வழங்கப்பெற்று, பயிற்சி பெற்ற ஆய்வாளர்களின் முயற்சியால் எழுத்துருவாக்கம் பெறுகின்றது என்று கெர்ட்ரூட் கூரத் கூறுகிறார்.

நாட்டுப்புற இலக்கியம் என்பது உயிரோடுள்ள புதைவடிவ மாகும். அது அழிந்து போக மறுப்பதுடன் மனித சமுதாயத்தின் இலட்சக்கணக்கான ஆண்டு வாழ்வின் அனுபவங்களின் பண்பாட்டின் அறிவியலின் படிவங்களாகும் என்கிறார் சார்லஸ் பிரான்சிஸ் போர்ட்டர்.

சொல் விளக்கம்

'Folklore' என்ற சொல் இரண்டு சொற்களின் சேர்க்கையாகும். 'Folk' என்பது இனம், நாடு, மக்கள் பற்றிக் குறிப்பிடுவதாகும். அதாவது ஏதேனும் ஒரு காரணத்தால், ஒருங்கிணைக்கப்பட்ட ஒரு குழு அல்லது மக்களைக் குறிக்கும் குறியீட்டுச் சொல்லாகும். 'Lore' என்பது மரபுவழி செய்தித் தொகுதி என்ற பொருளைத் தந்து நிற்கிறது. அதாவது, மேற்கூறிய குழுவினரால் படைக்கப்படும் படைப்புகள் மொழி சார்ந்தோ, சாராமலோ இருக்கலாம். வாய்மொழியாக நூற்றுக்கு மேற்பட்ட வழக்காறுகளைப் பெற்று வருவதையே நாட்டுப்புற வழக்காறுகள் எனலாம்.

இதனை வாய்மொழி சார்ந்தவை (Verbal), சிறிதளவு வாய்மொழி சார்ந்தவை (Partly verbal) அல்லது வாய்மொழி சாராதவை (Non-verbal) என அறிஞர்கள் பகுத்துள்ளனர். வாய்மொழி சார்ந்தவையாக நாட்டார் பேச்சு மொழி, வார்த்தைகள், பெயர்கள், மரபுச்சொற்கள், பழமொழிகள், விடுகதைகள், மரபுக்கவிதைகள், பாட்டுக்கள் முதலிய வற்றைக் குறிப்பிடுவர். சிறிதளவு வாய்மொழி சார்ந்தவைகளாக நம்பிக்கைகள், மூடநம்பிக்கைகள், விளையாட்டுகள், நாடகம், நாட்டியம், பழக்கவழக்கம், விழாக்கள், கலைகள், கைத்தொழில், உணவு வகைகள், இசை (Jan Harold Brunnvand, 1968:3) என்பனவற்றைக் குறிப்பிடுவர்.

தமிழில் 'Folklore' என்ற ஆங்கிலச் சொல்லுக்கு இணையாக நாடோடிக் கலை, நாடோடி இலக்கியம், நாடோடிப் பாடல்கள், நாட்டுப் புறப் பாடல்கள், வாய்மொழி இலக்கியம், நாட்டுப்பண்பாட்டியல்,

நாட்டார் வழக்காறு எனப் பல்வேறு சொற்றொடர்களை வழங்கி வருகின்றனர். முதன்முதலில் 'நாட்டார் வழக்காறு' என்றத் தொடரைப் பயன்படுத்தியவர் வானமாமலை ஆவார். நாட்டுப்புறவியல் என்ற தொடரில் உள்ள நாட்டுப்புறம் என்பது Folk என்பதற்குரிய பொருளைத் தரவில்லை என்றும் lore என்பதற்கு ஈடான சொல் எதுவும் அத்தொடரில் இல்லை என்றும், நாட்டுப்புற மக்களை மட்டுமே இச்சொல் குறிப்பிடுவதாகவும் நகர்ப்புற மக்களை குறிப்பிடவில்லை. எனவே தான் லூர்து *(1986:5)*. அவர்கள் எல்லாரையும் ஒட்டு மொத்தமாகக் குறிக்க 'Folklore' என்பதற்கு இணையாகக் கொண்டு 'Folk loristic என்ற தொடருக்கு ஈடாக நாட்டார் வழக்காற்றியல் என்ற தொடரை உருவாக்கினார். அவர் நாட்டார் என்ற சொல்லுக்கு பின்வருமாறு விளக்கம் அளிக்கிறார்.

Folk என்பதற்கு நாட்டார் என்ற சொல் மிகப்பொருத்தமான ஒன்றாகும். நாட்டார் கூட்டம் என்று கிழக்கு இராமநாதபுரம் மாவட்டப் பகுதியில் குறிப்பிடுவர். ஒரு குழுவினர் என்ற பொருளிலேயே இச்சொல் வழங்கப்படுகிறது.

நாட்டார் என்ற சொல் ஒரு பகுதியினர் என்ற பொருளில் இங்கு கையாளப்படுகிறது. இது சிறு குழுவுக்கும் பொருந்தும், பெருங்குழு விற்கும் பொருந்தும். இதனை இத்துறை சார்ந்த கலைச்சொல்லாகவே உருவாக்குகிறோம் என்கிறார்.

இந்த கலைச் சொல்லாக்கம் சரிதானா என்பதைக் காண்போம். முதன்முதலில் நாட்டார் வழக்காறு என்ற தொடரைப் பயன்படுத்தியவர் நா. வானமாமலை ஆவார். அவர் நாட்டார் என்ற சொல்லை நாட்டுப்புறத்தவர் என்ற பொருளில்தான் கையாண்டார். ஒரு பகுதியினர், ஒரு குழுவினர் என்னும் பொருளில் கையாளவில்லை. மேலும் அவர் 'Folk என்பதற்கு ஆலன்டண்டிஸ் தரும் விளக்கம் நம் நாட்டிற்குப் பொருந்தும் என்று கருதவுமில்லை *(1981:1-5)* என்கிறார்.

தமிழ்ப்பேரகராதி *(1982)* நாட்டார் என்ற சொல்லுக்கு பின்வரு மாறு பொருள்களைத் தருகிறது. அவை, 1. தேசத்தார், நாட்டார் நகை செய்ய (திருவாசகம். 8:6), 2. நாட்டு மகாசனம், 3. நாட்டாண்மைக் காரர், 4.கள்ளர், செம்படவர் முதலிய சில சாதியாரின் பட்டப் பெயர்கள், 5. தென்னார்க்காடு மாவட்டத்திலிருந்த ஒரு விவசாய வகுப்பினர் என்பனவாகும். இதில் நாட்டார் என்பதற்கு ஒரு பகுதியினர் என்ற பொருள் கூறப்படவில்லை.

நாட்டார் என்ற சொல் நாட்டைச் சார்ந்தவர், நாட்டாண்மைக்காரன் என்ற பொருளிலேயே வழங்கப்படுகின்றது. நாட்டாண்மை

செய்பவர்களின் குடும்பப் பட்டப் பெயராகவும் சாதியின் உட்பிரிவாகவும் வழங்கப்படுகிறது. சான்றாக சேலம் பகுதியில் செங்குந்த முதலியார் வகுப்பில் தலைமை வகிப்பவர் அல்லது தலைமையானவர் நாட்டார் என்றும், தென்னார்க்காடு மாவட்டத்தில் வன்னியர்களின் ஒரு பகுதியினரை நாட்டார் என்றும், சென்னை, குமரி மாவட்டத்தில் உள்ள நாடார்களை நாட்டார் என்றும், தஞ்சை மாவட்டத்தில் கள்ளர் சாதியைச் சேர்ந்த ஒரு பிரிவினரையும் குறிப்பிட நாட்டார் என்ற சொல் பயன்படுத்தப்படுகிறது. இவ்வாறு தமிழகத்தில் பல்வேறு மாவட்டங்களில் குறிப்பிட்ட சாதியைச் சார்ந்த மக்களைக் குறிப்பதற்கு நாட்டார் என்ற சொல் பயன்படுத்தப்பட்டுள்ளமை அறியமுடிகிறது.

நாட்டுப்புறம் என்ற சொல் 'Folk என்பதற்குரிய பொருளைத் தரவில்லை. எனவே அது குறையுடையது என்பது உண்மையே. ஆனால் ஒரு குறையுடைய சொல்லுக்கு (நாட்டுப்புறம்) மற்றொரு குறையுடைய சொல்லைப் (நாட்டார்) பயன்படுத்துவது சரியல்ல. அனைவரும் ஏற்றுக் கொள்ளத்தக்க பொருத்தமான வேறு சொல் கிடைக்கும் வரை பலராலும் ஏற்றுக் கொள்ளப்பட்டுள்ள நாட்டுப்புறம் என்ற சொல்லையே பயன்படுத்துவதில் தவறாகாது என்று ஆறு. இராமநாதன் (2007:31) சுட்டிக்காட்டுகிறார்.

நாட்டுப்புறவியலின் வகைபாடு

நாட்டுப்புறவியலை அறிஞர்கள் ஆய்வு அடிப்படையில் பலவாறு வகைப்படுத்தியுள்ளனர். எந்த ஒரு ஆய்வாக இருந்தாலும் சேகரித்தலும், வகைப்படுத்தலும், ஆய்வு செய்தலும் இன்றியமை யாதவை ஆகும். நாட்டுப்புறவியல் கூறுகளை மூன்று பெரும் பிரிவுகளாகப் பிரிப்பர். அவை,

1. வாய்மொழி வழக்குகள் (Oral folklore)
2. நாட்டுப்புறப் பழக்கவழக்கங்கள் (Customary folklore)
3. பொருள் வழக்குகள் (Material folk tradition)

என்பனவாகும். வாய்மொழி வழக்குகளை முறையே,

1. நாட்டுப்புறப் பேச்சு (Folk speech)
2. நாட்டுப்புறப் பாடல்கள் (Folk songs)
3. நாட்டுப்புறக் கதைப்பாடல்கள் (Ballads)
4. நாட்டுப்புறக் கதைகள் (Folk tales)
5. நாட்டுப்புறக் கவிதைகள் (Folk poetry)
6. புராணக் கதைகள் (Myths)

7. மரபுக்கதைகள் (Legends)
8. பழமொழிகள் (Proverb)
9. விடுகதைகள் (Riddles)
10. நாட்டுப்புற இசை (Folk music)

எனப் பத்து வகையாகக் கூறலாம். நாட்டுப்புறப் பழக்க வழக்கங்களை முறையே,

1. நாட்டுப்புற நம்பிக்கைகள் (Folk beliefs)
2. நாட்டுப்புறச் சடங்குகளும் விளக்கங்களும் (Folk rituals and festivals)
3. நாட்டுப்புற நடனம் (Folk dance)
4. நாட்டுப்புற நாடகம் (Folk drama)
5. நாட்டுப்புற விளையாட்டுகள் (Folk games)

என ஐந்து வகைகளாகக் கூறுவார் ச. அகத்தியலிங்கம் (1985: 67-76). நாட்டுப்புறவியலை சு. சக்திவேல் நாட்டுப்புற இலக்கியம், நாட்டுப்புறக் கலை மற்றும் நம்பிக்கைகள் என இரண்டாகப் பகுத்துக் கூறுவார் (1992:13). இலக்கியத்தை,

1. நாட்டுப்புறப் பாடல்கள்
2. நாட்டுப்புறக் கதைகள்
3. நாட்டுப்புறக் கதைப்பாடல்கள்
4. பழமொழிகள்
5. விடுகதைகள்
6. புராணங்கள்

முதலியன என்றும் கலை, நம்பிக்கைகளை,

1. நாட்டுப்புறக் கலைகள்
2. நாட்டுப்புறக் கைவினைப்பொருட்கள்
3. நாட்டுப்புற நம்பிக்கைகள்
4. நாட்டுப்புறப் பழக்கவழக்கங்கள்
5. நாட்டுப்புறத் தெய்வங்கள்
6. நாட்டுப்புற விளையாட்டுக்கள்
7. நாட்டுப்புற மருத்துவம்

முதலியன என்றும் பகுத்துக் கூறுவார்.

2
உலகளாவிய நாட்டுப்புறவியல் வரலாறு

நாட்டுப்புறவியலின் வரலாற்றினை அறிய, நாட்டுப்புற அறிஞர்களின் பணியினைத் தொகுத்து நோக்குவது இன்றியமையாத ஒன்றாகும். இதன் மூலம் நாட்டுப்புறவியலின் வரலாற்றினை அறிய ஓரளவு ஏதுவாக இருக்கும்.

ஜேக்கப் கிரீம் (Jacob Grimm)

நாட்டுப்புறவியலின் தந்தை என்று இவரை அழைப்பர். ஜெர்மன் நாட்டைச் சார்ந்த இவரும் இவரது சகோதரரும் ஜெர்மானிய மொழியை ஆராய்ந்த போது நாட்டுப்புறவியல் மீது ஈடுபாடு ஏற்பட்டது. எனவே கிரீம் சகோதரர்கள் கி.பி. 1812 ஆம் ஆண்டு நாட்டுப்புறக் கதைகளை சேகரித்து முதல் தொகுதியாக வெளியிட்டனர். பின்னர் கி.பி. 1815-ஆம் ஆண்டு இரண்டாவது தொகுதி நாட்டுப்புறக் கதைகளாக வெளிவந்தன. கி.பி. 1884-ஆம் ஆண்டு கிரீமின் ஆய்வு ஆங்கிலத்தில் மொழிபெயர்ப்பு செய்யப்பட்டது. இதனைத் தொடர்ந்து கிரீமின் ஆய்வு 50 மொழிகளில் மொழிபெயர்க்கப்பட்டது. இவர் கி.பி. 1822 ஆம் ஆண்டு நாட்டுப்புறக் கதைகளை ஒப்பாய்வு செய்தார். இது மூன்று தொகுதிகளாக வெளிவந்தது.

மொழியியல் துறையில் ஜெர்மன் மொழியைக் குறித்து ஆய்வு செய்த கிரீம் தனது பெயரை அடிப்படையாகக் கொண்டு கிரீம்ஸ் விதி என்ற ஒலியியல் கோட்பாடு ஒன்றினை உருவாக்கினார். இவர் ஒப்பியல் ஆய்வு முறையை நாட்டுப்புறவியலில் பயன்படுத்தத் தொடங்கினார். வாய்மொழி இலக்கியத்தின் தோற்றம் வளர்ச்சி பற்றிய ஜெர்மன் புராணவியல் என்ற நூலில் விளக்கியுள்ளார். நாட்டுப்புறவியல் அறிஞர்களான பலர் கிரீமின் கோட்பாடுகளை பின்பற்றத் தொடங்கினர்.

கிரீமின் கோட்பாடுகளை நாட்டுப்புறவியல் அறிஞரான மாக்ஸ் முல்லர் ஒரு பள்ளியாகவே உருவாக்கி விட்டார். இவர் ஜெர்மானியப் புராணங்களில் காணப்பட்ட தொல்வடிவங்களையும், புராணவியல் படைப்புகளைக் குறித்தும் அலசி ஆராய்ந்தார். இப்பள்ளியை ஒப்பியல் பள்ளி என்றும் கூறுவர்.

தாமஸ் கிராவ்டன் குரோக்கர் (Thomas Crofton Croker)

இவர் அயர்லாந்து நாட்டில் வழங்குகின்ற நாட்டுப்புறக் கதை களைச் சேகரித்து Fairy Legends and traditions of the South of Ireland என்ற

நூலை வெளியிட்டார். இந்நூல் பல பதிப்புகளைக் கண்டதோடு பிரெஞ்சு, ஜெர்மன் மொழிகளிலும் மொழிபெயர்ப்புச் செய்யப்பட்டது. இந்நூலில் அயர்லாந்து கதைகளை பிற நாட்டுக் கதைகளுடன் ஒப்பிட்டும் ஆராய்ந்துள்ளார். நாட்டுப்புறக் கதைகளை ஒப்பாய்வு செய்வதன் மூலம் கதையின் தோற்றம், பரவுதல், வளர்ச்சி முதலியவற்றை அறியலாம்.

இவர் நாட்டுப்புற விவசாய மக்களிடையே வழங்கி வருகின்ற நம்பிக்கைகள், பழக்கவழக்கங்கள் முதலியவற்றைத் தொகுத்து பல நூல்களை வெளியிட்டுள்ளார்.

தியோடர் பென்பே (Theodor Benfey)

கி.பி. 1859 ஆம் ஆண்டு பஞ்சதந்திரக் கதைகளை இவர் ஜெர்மன் மொழியில் மொழிபெயர்த்ததோடு அதற்கு அழகிய முன்னுரை ஒன்றும் எழுதினார். பென்பே அவர்களுக்கு சமஸ்கிருத வாய்மொழி இலக்கியங்களில் அதீத ஈடுபாடு உண்டு. இந்திய நாட்டுப்புறக் கதைகள் கடல் வழியாக மேலை நாட்டிற்கு பரவியிருக்க வேண்டும் என்றும், அவ்வாறு பரவுவதற்கு கலாச்சாரத் தொடர்பே காரணம் என்றும் கூறுகிறார்.

நாட்டுப்புறக் கதைகளில் காணப்படும் ஒற்றுமைக்கு ஒரு நாட்டிலிருந்து மற்றொரு நாட்டிற்கு கதைபரவுவதே காரணமென இவர் கருதியதால் இவரது கோட்பாட்டைப் புலம் பெயர்வுக் கோட்பாடு என்பர். சிலர் இதனை கடன் வாங்கல் என்றும் குறிப்பிடுவர். இவரது கோட்பாட்டினை பிற நாட்டுப்புற அறிஞர்கள் பலரும் ஏற்றுக் கொண்டு பின்பற்றியுள்ளமை குறிப்பிடத்தக்கதாகும்.

அடல்பெர்ட் குகன் (Adalbert Kuhn)

நாட்டுப்புறவியலை இவர் ஜேக்கப் கிரீமைப் போலவே ஒப்பு மொழியியல் அடிப்படையில் ஆய்வு செய்தார். இவர் The Descent of fire and the Drinks of the Gods என்ற நூலில் கிரேக்க புராணத்தில் வரும் பிராமோதிசை (Prometheus) வட மொழியில் காணப்படும் பிராமோதிஸ்யுடன் ஒப்பிட்டு ஆராய்ந்தார். இவர் The stages in the development of myth என்ற மற்றொரு நூலையும் எழுதியுள்ளார். இயற்கை நிகழ்வுகளான புயல், இடி, மின்னல், காற்று, மேகம் முதலியவைகள் புராணங்களுக்கு அடிப்படையாக உள்ளன என இவர் கண்டறிந்தார். இருட்டு, வெளிச்சம் முதலியவற்றின் முரண்பாட்டுக் கோட்பாடுகளை உடையனவாகப் பெரும்பாலான புராணங்கள் அமைந்துள்ளன என குகனைப் பின்பற்றும் சுவார்ட்ஸ் குறிப்பிடுகிறார்.

மாக்ஸ் முல்லர் (Max Muller)

இவரது ஆய்வுகள் ஜேக்கப் கிரீமின் கோட்பாட்டினை பின்பற்றி அமைந்துள்ளன என்று கூறலாம். சமஸ்கிருதப் பேரறிஞரும் மொழியியல் வல்லுநருமான மாக்ஸ் முல்லர் புராணவியல் ஒப்பாய்வில் மிகுந்த ஈடுபாடு உடையவர். இவர் இந்தோ ஐரோப்பியப் புராணங்களின் தோற்றத்தை ஆராய்ந்தவர். இந்தோ ஐரோப்பிய மொழிகளில் காணப்படும் பொருள் வேற்றுமையும் ஒரு சொல் பல பொருட்களைத் தருவதும் புராணங்கள் தோன்றுவதற்குக் காரணம் எனக் கருதினார்.

ஒரு காலகட்டத்தில் வேதக் கடவுள்களின் பெயர்கள் மறக்கப்பட்டு அப்பெயர்களைப் புராணங்களில் தான் காணமுடிந்தது என்கிறார். பெரும்பாலான புராணங்களுக்கு இயற்கையின் படைப்பான சூரியனுடன் தொடர்பு இருப்பதாக இவர் கருதுவதால் இவரது கோட்பாட்டை சோலார் கோட்பாடு (Solar Theory) என்று கூறுவர். இவருடைய கோட்பாட்டினை ஆன்ட்ரூ லாங்கு, மான் ஹார்ட் போன்ற அறிஞர்கள் மறுக்கின்றனர்.

மாக்ஸ் முல்லர் ஜேக்கப் கிரீமின் கோட்பாட்டினை ஒரு பள்ளியாகவே உருவாக்கினார் என்பது இங்கு குறிப்பிடத்தக்கது.

19 ஆம் நூற்றாண்டின் மத்தியில் நாட்டுப்புறவியல் தொடர்பான தொகுப்புகள் குவிந்தன. இதனால் பல்வேறு துறை சார்ந்த அறிஞர்கள் நாட்டுப்புற மக்களின் படைப்புகள், பழக்கவழக்கங்கள், மொழி முதலியவற்றை ஆராயத் தொடங்கினர்.

டெய்லர் (E.B. Taylor)

இவர் மானிடவியல் துறை சார்ந்த பேரறிஞர் ஆவார். இவர் மனித இனத்தின் தொல் வரலாறு பற்றிய ஆய்வுகள் என்ற நூலையும், தொல் பண்பாடு என்ற மற்றொரு நூலையும் வெளியிட்டுள்ளார். இவ்விரு நூல்களுக்கும் மானிடவியல் துறையில் தனி இடம் உண்டு. இவர் மனிதர்களுடைய பழக்கவழக்கங்கள், வாழ்க்கை முறை, மதச்சடங்குகள் போன்றவற்றில் ஓர் ஒருமைப்பாடு இருப்பதைக் கண்டார். மனிதப் பண்பாட்டு வளர்ச்சியில் இத்தகைய ஒருமைப்பாடு காணப்படுவது இயற்கையே என்று ஆராய்ந்துள்ளார்.

லாங்க் (Lang)

இவர் மாக்ஸ் முல்லரின் கோட்பாட்டினை எதிர்த்தே வந்துள்ளார். இவர் Myth, ritual and religion *(1887)*என்ற நூலை எழுதியுள்ளார். மனித

இன வரலாற்றில் காட்டுமிராண்டி நிலையிலிருந்து நாகரிக நிலைக்கு மாற்றம் பெற்று வளர்கின்ற வளர்ச்சியைக் காண்கிறோம். பழங்கால பழக்கவழக்கங்கள், நம்பிக்கைகள் முதலியவை நாட்டுப்புற மக்களிடையே நிலவுவதைக் காணலாம். இவைகள் பழங்கால மக்களுடைய பண்பாட்டு எச்சங்களாகும். இவ்வெச்சங்கள் மனித இன வரலாற்றையும் பண்பாட்டையும் மீட்டுருவாக்கம் செய்யத் துணைபுரிகின்றன. பழங்கால மனிதன் ஆவியை மரங்களுக்கும் விலங்குகளுக்கும் இயற்கைக்கும் மாற்றினான். புராணங்களும் கதைகளும் ஆவியுலகக் கோட்பாட்டினையும், குலமரபுச் சின்ன வாழ்க்கை முறையையும் விளக்குவனவாக உள்ளன. ஏனென்றால் பழங்கால மனிதனால் இயற்கைக்கும் மனித இயல்புக்கும் உள்ள வேறுபாட்டைக் காணமுடியவில்லை. கிரேக்க தெய்வங்களைப்பற்றிச் செவ்விந்தியர்களின் குலமரபு மூலம் அறிகிறோம்.

வில்லியம் ஜாண் தாமஸ் (William John Thomas)

நாட்டுப்புறவியல் வரலாற்றில் மறக்கமுடியாத இடத்தைப் பெற்றிருப்பவர் இவரே. இவர் தாம் கி.பி. 1846 ஆம் ஆண்டு Folk lore என்ற சொல்லை உருவாக்கினார். இச்சொல்லை உருவாக்கிய பின்பு தான் நாட்டுப்புறவியல் ஆய்வு அறிவியல் ஆய்வாக மாறத் தொடங்கியது.

இச்சொல்லை உருவாக்கியதோடு கி.பி. 1878 ஆம் ஆண்டு நாட்டுப்புறவியல் கழகம் (Folk lore Society) ஒன்றும் இவரால் ஏற்படுத்தப்பட்டது. இவரே இயக்குநராகவும், கொம்மே கௌரவச் செயலாளராகவும் இருந்து பணியாற்றினார். Folk lore Record என்ற இதழையும் நடத்தினார். பின்னர் இது Folk lore என்ற பெயரில் வெளிவந்தது. உலகிலே முதன்முதலில் துவங்கப்பட்ட நாட்டுப் புறவியல் கழகம் இது தான். Folk lore என்ற சொல்லை உருவாக்கிய தோடு, நாட்டுப்புறவியலுக்கு வித்திட்டவர்களுள் முதன்மையானவராக வரலாற்றில் முதலிடம் இவருக்குண்டு.

ஜேம்ஸ் ஜார்ஜ் பிரேஜர் (James George Frazer)

ஸ்காட்லாந்து நாட்டைச் சார்ந்த இவர் லிவர்ப்பூர் பல்கலைக் கழகத்தில் மானிடவியல் துறை பேராசிரியராகப் பணியாற்றினார். நாட்டுப்புறவியல் துறையில் மானிடவியல் கோட்பாடுகளைப் (Anthropological theory) புகுத்தினார். எதையும் அறிவியல் அடிப்படையில் ஆராயவேண்டும் என்று எண்ணினார். இவர் பல தொகுதிகளை உள்ளடக்கிய The Golden Bough என்ற உலக புகழ்பெற்ற

நூலை எழுதியுள்ளார். இந்நூலில் பழங்குடி மக்களின் வழக்காறுகள், சடங்குகள், கதைகள் சேகரித்து அளித்துள்ளார். இந்நூல் உள்ளவரை இவரது புகழ் அழியாது நிலைத்து நிற்கும். இந்நூல் நாட்டுப்புறவியலின் குறிப்பிடத்தக்க நூலாகும்.

கார்லே குரோகன் (Kaarle Krohn)

இவர் ஹேல்சிங்கி பல்கலைக்கழகத்தில் பணியாற்றினார். இந்த பல்கலைக்கழகத்தில் தான் நாட்டுப்புறவியலுக்கு ஓர் இருக்கையை (Chair for folklore) முதன்முதலில் ஏற்படுத்தப்பட்டது. இவர் டென்மார்க், பின்லாந்து, நார்வே நாட்டுப்புறக் கதைகளைச் சேகரித்து வகைப்படுத்தி ஒப்பியல் அடிப்படையில் ஆராய்ந்தார். நாட்டுப் புறக்கதைகள் எந்த நாட்டில் தோன்றி, எந்தெந்த நாட்டிற்கு பரவின என்பதனைக் குறித்து ஆராய்ந்தார். ஒரு கதையின் வரலாறும் அது சென்ற இடங்களைப்பற்றி ஆராயும் ஆய்வை வரலாற்று நிலவியல் முறை என்பர். கி.பி. 1962 ஆம் ஆண்டு இவர் வெளியிட்ட A working method of Folklorists என்ற நூலில் தமது கோட்பாடுகளை விரிவாக ஆராய்ந்து விளக்கியுள்ளார்.

புகழ் வாய்ந்த நாட்டுப்புறவியல் அறிஞர்களுடன் இணைந்து International federation of folklorists என்ற அமைப்பை ஏற்படுத்தி பல நூல்களை வெளியிட்டனர். பென்பேயின் கோட்பாட்டின் அடிப்படையில் இவ்வமைப்பு செயல்பட்டாலும், இவ்வமைப்பினர் சில கோட்பாடுகளை உருவாக்கி அறிவியல் அடிப்படையில் ஆராய்ந்துள்ளமை குறிப்பிடத்தக்கதாகும். இக்கோட்பாட்டினை பின்பற்றி ஆண்டர்சன், ஆன்ட்ரே, ஸ்டித் தாம்சன் போன்றோர் நாட்டுப்புறவியலை ஆராய்ந்துள்ளமை குறிப்பிடத்தக்கதாகும்.

ஆலன் டாண்டிஸ்(Alan Dundes)

இவர் இன்றைய நாட்டுப்புறவியல் பேரறிஞர்களில் குறிப்பிடத் தக்கவராவர். நாட்டுப்புறவியல் வரலாற்றினை அமைப்பியல் ஆய்வுக்கு முற்பட்ட நிலை, அமைப்பியல் ஆய்வுக்குப் பிற்பட்ட நிலை என இரண்டாகப் பகுத்து நோக்கின், இரண்டாவது காலகட்ட ஆய்வின் முன்னோடியாக ஆலன் டாண்டிஸ் திகழ்கிறார். இவர் அமைப்பியல் முறையினை நாட்டுப்புறவியலில் பயன்படுத்தத் தொடங்கினார். ஆலன் டாண்டிஸின் நூல்களும், ஆய்வுக் கட்டுரை களும் நாட்டுப்புறவியல் துறையில் மிகச்சிறந்தனவாகக் கருதப்படுகிறது.

விளாடிமிர் பிராப்(Vladimir Proop)

ருஷ்ய நாட்டு நாட்டுப்புறவியல் அறிஞர் விளாடிமிர் பிராப் ஆவார். இவருடைய நாட்டுப்புறக் கதையின் உள்ளமைப்பு(Alan Dundes) என்ற நூல் கி.பி. 1928 ஆம் ஆண்டு வெளியானதைத் தொடர்ந்து நாட்டுப்புறவியல் ஆய்வுத் துறையில் ஒரு திருப்பம் ஏற்பட்டது எனலாம். இந்நூலானது கி.பி. 1958 ஆம் ஆண்டு ஆங்கிலத்தில் வெளிவந்தது. ருஷ்ய நாட்டுப்புறக் கதைகளில் 31 செயற்பாடுகள்(Functions) இருப்பதாகக் கூறுகின்றார். அமைப்பியல் முறை ஆய்வில் விளாடிமிர், ஆலன் டாண்டிஸ், லெவிஸ்ட்ராஸ் முதலியவர்கள் மிக்க செல்வாக்குடன் விளங்குகின்றனர்.

ரிச்சார்டு டார்சன்(Richard M. Dorson)

இவர் அமெரிக்காவிலுள்ள இந்தியானா பல்கலைக்கழகத்தில் வரலாற்றுத் துறைப் பேராசிரியராகப் பணிபுரிந்துள்ளார். இவர் இன்றைய நாட்டுப்புறவியல் அறிஞர்களுள் குறிப்பிடத்தக்கவராவர். இவர் fakelore க்கும் folkloreக்கும் இடையே உள்ள வேறுபாட்டைச் சுட்டிக் காட்டினார். அமெரிக்க நாட்டுப்புறவியலை அமெரிக்க வரலாற்றோடு இணைத்துப் பார்க்க வேண்டும் என்கிறார். அமெரிக்க நாட்டுப்புறவியலை 1. காலனி நாட்டுப்புறவியல், 2. நகைச்சுவை, 3. வட்டார நாட்டுப்புற பண்பாடு, 4. குடியேறியவர்களின் நாட்டுப் புறவியல், 5. நீக்ரோக்களின் நாட்டுப்புறவியல், 6. நாட்டுப்புற வீரர்கள், 7. இக்கால நாட்டுப்புறவியல் என்று வகைப்படுத்தி ஆராயவேண்டும் என்கிறார். மொத்தத்தில் அமெரிக்க நாட்டுப்புறவியல் பழைய உலக நம்பிக்கைளைப் புதிய உலக சூழ்நிலையில் அளிப்பதாகும்.

புதிதாகக் கண்டுபிடிக்கப்பட்ட அமெரிக்காவில் பல்வேறு நாட்டினரும் தத்தம் நம்பிக்கைகளுடனும் பழக்கவழக்கங்களுடனும் மரபுடனும் பண்பாடுடனும் குடியேறியமையினால் கலப்புப் பண்பாடு உருவாயிற்று. இதனைக் குறித்து இவர் Blood stoppers and Bear Walkers என்ற நூலில் விரிவாக ஆராய்ந்துள்ளார். Folklore and folklife – An Introduction என்ற இவரது ஆய்வுக் கட்டுரை தொகுப்பு நூலும் மிகச் சிறந்ததாகும். இதில் நாட்டுப்புறவியல் ஆய்வுக் கோட்பாடுகளை விளக்கமாகவும் தெளிவாகவும் விளக்கியுள்ளது. இவருடைய நூல்களும் ஆய்வுக் கட்டுரைகளும் அதிகளவில் வெளிவந்து கொண்டிருக்கின்றன. இவரிடம் இந்தியா, வங்காளதேசத்தைச் சார்ந்த பலர் டாக்டர் (முனைவர்) பட்டம் பெற்றுள்ளமை குறிப்பிடத்தக்க தாகும். (2015:419-30). என்கிறார் சக்திவேல்.

3
இந்திய நாட்டுப்புறவியல் வரலாறு

இந்திய நாட்டுப்புறவியல் வரலாற்றினை அறிந்து கொள்ளு வதற்கு பல்வேறு மாநிலங்களில் நடைபெற்ற நாட்டுப்புற ஆய்வுகளை எடுத்துக் கூறினால் போதுமானதாகும். ஏனெனில், இந்தியாவில் நாட்டுப்புறவியல் தனியொரு துறையாக இன்றும் முழுமையாக வளர வில்லை என்று கூறலாம். சில முன்னேற்றங்கள் காணப்பட்டாலும் இன்னும் குழந்தை நிலையிலேயே உள்ளது. உலகில் உள்ள அனைத்து நீதிக்கதைகளுக்கும், புனைகதைகளுக்கும் தாயகம் இந்தியாதான். மனித இனத்தின் வரலாறு பழமையானதோ அத்தனை பழமை வாய்ந்தது நாட்டுப்புறவியல். ஆனால் 19 ஆம் நூற்றாண்டில் தான் அறிவியல் அடிப்படையில் ஆய்வுகள் மேற்கொள்ளப்பட்டன. கி.பி. 1846 ஆம் ஆண்டு வில்லியம் ஜாண் தாமஸ் என்பவர் Folklore என்ற சொல்லை உருவாக்கிய பின்னரே இத்துறையில் மறுமலர்ச்சி ஏற்பட்டது.

ஆரம்ப காலம்

உலகின் பழம்பெரும் நூல்களுள் ஒன்றான ரிக்வேதத்தில் பழமையான நாட்டுப்புறப் பாடல்களையும் கதைப்பாடல்களையும் காணலாம். தலைசிறந்த நூல்களுள் பஞ்சதந்திரம் ஒன்று ஆகும். கீழை நாடுகளின் நாட்டுப்புறக் கதைகள் மட்டுமின்றி மேலை நாடுகளின் நாட்டுப்புறக் கதைகளிலும் இதன் தாக்கத்தைக் காணலாம். பஞ்சதந்திரம் இந்திய நாட்டுப்புறவியல் இலக்கியத்தின் தலையாய மூலமாகும். புத்தபகவான் வீடுபேற்றை அடைவதற்குமுன் எடுத்த பல்வேறு பழம் பிறப்புக் கதைகளைக் கொண்ட ஜாதகங்கள் நீதிநெறிக் கதைகளாகும். இந்தியாவின் சமூக-பொருளாதார-அரசியல்-மத நிலைகளைப் பற்றி இந்நூல் தெளிவாகக் காட்டுகின்றது. சமஸ்கிருத நீதிக் கதைகள் கொண்ட இதோபதேசம் மிகப் புகழ் வாய்ந்த நூலாகும். வேத இலக்கியங்களில் சுட்டப்படும் கதாக்கள் எனப்படுபவைகளே கதைப்பாடல்களின் தொன்மைப் பிரதிநிதி எனலாம் என்கிறார் சக்திவேல்(2015:434).

இடைக் காலம்

நாட்டுப்புறவியல் சம்பந்தப்பட்ட செய்திகளை முதலில் தொகுத்தவர்கள் அயல்நாட்டுப் பயணிகள், பிரிட்டிஷ் ஆட்சியாளர்கள் மற்றும் ஐரோப்பிய கிறிஸ்தவ மிஷனரியைச் சார்ந்தவர்களாவர். மக்களது மொழி, பண்பாடு, பழக்கவழக்கங்கள், நம்பிக்கைகள்

ஆகியவற்றை அறிந்து கொள்ள வேண்டி இத்தகைய ஆய்வுகளை மேற்கொண்டனர். அவர்கள் சேகரித்த செய்திகளை வங்காள ராயல் ஆசிய சங்க இதழ்*(1784)*, பம்பாய் ராயல் ஆசிய சங்க இதழ்*(1804)*, பிரிட்டன் மற்றும் அயர்லாந்து ராயல் ஆசிய சபை இதழ்*(1829)* முதலியவற்றில் வெளியிட்டனர். இந்தியன் ஆண்டிகுவரி*(1872)* போன்ற இதழ்கள் நாட்டுப்புறவியல் செய்திகளையும் ஆய்வுகளையும் வெளியிட்டன.

ரெவரண்ட் எஸ்.ஹிஸ்லாப்(1886,Rev.S. Hislop) என்பவர் நாட்டுப்புறக் கதைகள் தொகுப்பில் ஒரு முன்னோடியாகத் திகழ்ந்தார். ரிச்சார்டு டெம்பிள்(Richard Temple) அவர்கள் பழங்குடி மக்களது பழக்க வழக்கங்கள், நம்பிக்கைகள் குறித்துப் பல ஆய்வுக் கட்டுரைகள் எழுதினார். மேரிஃபிரெரெ(Mary Frere) அவர்கள் தென்னிந்தியாவில் சேகரித்த நாட்டுப்புறக் கதைகளைப் பழைய தக்காண நாள்கள்(Old Deccan Days) என்ற பெயரில் நூலாக வெளியிட்டார். சார்லஸ் கோவரின் (Charles E.Gover,1871) தென்னிந்திய நாட்டுப்புறப் பாடல்கள் என்ற நூல் இந்திய நாட்டுப்புறப்பாடல் வரிசையில் வெளிவந்த முதல் நூலாகும். எப்.டி.கோல்(F.T.Cole), ராஜ்மகால் மலைவாசிகள் பாடல்கள் குறித்து ஆராய்ந்துள்ளார். தாருதத்தாவின் (TaruDutta,1882) இந்துஸ்தானின் பண்டைக் கதைப்பாடல்கள் மற்றும் புராணக்கதைகள் என்ற நூல் இத்துறையில் முக்கிய நூலாகக் கருதப்படுகின்றது. லால் பிகாரி டேயின்(Lal Behari Dey,1883) வங்காள நாட்டுப்புறக் கதைகள் நாட்டுப் புறவியல் துறையில் குறிப்பிடத்தக்க நூலாகும். ஆர்.சி.டெம்பிள்(R.C. Temple) தொகுப்பு கி.பி.*1884-1901*-ல் பஞ்சாப்புராணக்கதைகள் என்னும் பெயரில் மூன்று தொகுதிகளாக வெளிவந்தது. நடேச சாஸ்திரி*(1885)* தென்னிந்தியா பற்றிய நாட்டுப்புறவியல் தொகுதியொன்றை வெளியிட்டார். இ.ஜெ.இராபின்சனின்(E.J. Robinson) தென்னிந்திய கதைகள் மற்றும் பாடல்கள்(Tales and Poems of South India) மற்றுமொரு பயனுள்ள தொகுதியாகும். கிரியர்ஸனுடைய(Grierson) பீகாரி நாட்டுப் புறப்பாடல்கள் சில போஜ்பூரி நாட்டுப்புறப் பாடல்கள், பீகார் நாட்டுப் புறவியல்துறையில் குறிப்பிடத்தக்க நூல்களாகும். பி.ஆர்.டிஃகுர்டனால் (P.R.T. Gurdon,1896) ஆக்கப்பட்ட சில அசாமிய பழமொழிகள், ஜேம்ஸ் லாங்க்(James long,1886) என்பவரின் கீழைப் பழமொழிகள் மற்றும் அடையாளச் சின்னங்கள் தற்கால ஆரம்ப காலத்தின் இன்றியமையாத தொகுப்புகளாகக் கருதப்படுகின்றன. வில்லியம் குரூக்கின்(W.Crooke) பொது மக்கள் சமயம் மற்றும் வட இந்திய நாட்டுப்புறவியல் என்னும் நூல் இந்திய நாட்டுப்புறவியலில் குறிப்பிடத்தக்க நூலாகும். இக்கால கட்டத்தில் ஆங்கிலேய ஆட்சியாளர்கள், கிறிஸ்தவ மிஷனரியைச் சார்ந்தவர்கள், சில நாட்டுப்புறவியல் அறிஞர்கள் நாட்டுப்புற

வியலுக்குப் பல நூல்களை வெளியிட்டு ஆய்வுத்துறைக்கு ஆரம்ப வேலைகளைச் செய்துள்ளனர் எனக் கூறலாம் *(2015 : 435)*.

தற்காலம்

தேசப்பற்று, மொழிப்பற்றின் காரணமாகப் பல்வேறு மாநிலங்களைச் சார்ந்தவர்கள் தங்களது பண்பாட்டு மரபைப் பாதுகாக்க விழிப்புற்று எழுந்தனர். அவ்வெழுச்சியின் விளைவாக நாட்டுப்புற இலக்கியங்களைச் சேகரிக்கவும் ஆராயவும் தலைப்பட்டனர். எல்லா மாநிலங்களிலும் நாட்டுப்புறவியல் குறித்த ஆய்வு வளரத் தொடங்கியது. மொழிவாரியாக மாநிலங்கள் தோன்றிய பின்னர் வட்டார நாட்டுப் புறப் பண்பாடு குறித்த விழிப்புணர்வு வளர்ச்சி யுற்றது.

காஷ்மீர் மாநிலம் இயற்கையழகு மிகுந்ததாகும். நாட்டுப்புறப் பாடல்களும் கதைப்பாடல்களும் இங்கு அதிகம் காணப்படுகின்றன. குறிப்பாகக் காஷ்மீர் கதைப்பாடல்கள் அந்நாட்டின் பண்பாட்டை விளக்குவனவாக அமைந்துள்ளன. ஜி.எச். லெய்ட்டினர்(G.H. Leitner) என்ற அறிஞர் முதன்முதலில் இந்தியன் ஆண்டிகுவரில்(Indian Antiquary) தர்து புராணக் கதைகள், பழமொழிகள், நீதிக் கதைகள் மற்றும் விடுகதைகள் குறித்து எழுதினார். திருமதி.எஃப். ஏ.ஸ்டீல்(F.A. Steel) ஒன்பது நாட்டுப்புறக் கதைகளை ஆய்வுக் குறிப்புகளுடன் வெளியிட்டார். ஜே.எச்.நோல்ஸ்(J.H. Knowles) என்பார் இந்தியன் ஆண்டிகுவரியில் காஷ்மீர் கதைகளை வெளியிட்டார். மேலும் இவர் காஷ்மீரி நாட்டுப்புறக் கதைகள் என்ற நூலையும் வெளியிட்டார். சோமநாத் தார்(Somnath Dhar) என்பார் காஷ்மீர் மக்கள் இலக்கியம் எனும் நூலை வெளியிட்டார். காஷ்மீர் நாட்டுப்புறக் கதைகள் தொடர்பான சேகரிப்புகளை நந்தலால் சத்தா(Nandalal Chatta) என்பவர் வெளியிட்டார். சரர் ஆரல் ஸ்டெயின்(Sir Aural Stein) தம் தகவலாளியின் பெயரில் ஹதீம் கதைகள் என்ற நூலை வெளியிட்டார். இந்நூலில் காஷ்மீர் மக்களின் பழக்க வழக்கங்கள், பண்டைய மற்றும் தற்கால விவசாயப் பெருங்குடி மக்களது வாழ்க்கை முதலியவற்றை அழகுபட எடுத்தியம்பி உள்ளார்.

இமாசலப்பிரதேசம் மலைப்பிரதேசமாகும். இங்கு வாழுகின்ற மக்களிடம் காதலும் இசையும் ஒன்றோடு ஒன்று இரண்டறக் கலந்து விட்டதென்று கூறலாம். ஏ.இ. டிரகொட்டா(A.E. Dracotta) என்பவர் வடமேற்கு இமாசலப் பகுதியில் வழக்கில் இருந்த நாட்டுப்புறப் பாடல்களை ஆய்வு செய்து வெளியிட்டார்.

பஞ்சாப் மாநிலம் வீரத்தின் விளைநிலமாகக் கருதப்படுகிறது. இது இந்தியாவின் காக்கும் கரமாகத் திகழ்கின்றது எனில் மிகையாகாது. மேல்பஞ்சாப்பிலிருந்து சி. ஸ்வினெர்ட்டன்(Rev. C. Swinerton) என்பவர் பல்வேறுபட்ட முப்பது கதைகளைத் தொகுத்து வெளியிட்டார். இவரே பஞ்சாபி நாட்டுப்புறக் கதைகளை கிரேக்க நாட்டுப்புறக் கதை களுடன் ஒப்பிட்டு ஆய்வு செய்துள்ளார். பஞ்சாப் நாட்டுப்புறவியலில் இவருடைய பெயரை மறக்க முடியாது. நாட்டுப்புறவியல் பேரறிஞர் தேவேந்திர சத்தியார்த்தி(Devendhra Satyarthi) என்பவர் பஞ்சாப் நாட்டுப்புறப் பண்பாடு தொடர்பான அரிய நூலொன்றை எழுதியுள்ளார். இதில் நாட்டுப்புறப் பாடல்களை இருபத்தியேழு துணைத் தலைப்பின் கீழ் வகைப்படுத்தியுள்ளார். மேலும் இவர் என் மக்களைச் சந்தியுங்கள் (Meet my people) என்ற நூலையும் வெளியிட்டுள்ளார். இது நாட்டுப் புறவியலின் சிறந்த நூலாகக் கருதப்படுகிறது. இந்நூலில் இந்தியாவின் பல்வேறு மாநிலங்களில் வழங்கப்படும் நாட்டுப்புறப் பாடல்களை தொகுத்து வழங்கியுள்ளார்.

அரியானா மாநிலத்தில் காணப்படுகின்ற நாட்டுப்புறப் பாடல்களை ரந்தவாலாவும் பிரவகரும்(Randhawala and Pravakar) இணைந்து தொகுத்து வெளியிட்டுள்ளனர். இவர்கள் நாட்டுப்புற மக்களின் வாழ்வியல் நிலையினை இன ஒப்பீட்டியல் நிலையுடன் வைத்து ஆராய்ந்துள்ளனர்.

உத்திரப் பிரதேச மாநிலத்தில் நாட்டுப்புறவியல் துறைசார்ந்து அதிகளவில் ஆய்வுகள் மேற்கொள்ளப்பட்டுள்ளன. எஸ்.எஸ். சதுர்வேதி(S.S.Chaturvedi) என்பவர் பண்டல்கண்ட் நாட்டுப்புறக் கதைகளைக் குறித்து மூன்று நூல்களை வெளியிட்டுள்ளார். கே.பி. பகதூர்(K.P.Bahadur) என்பவர் உத்திரப் பிரதேச நாட்டுப்புறக் கதைகள் என்ற நூலை வெளியிட்டுள்ளார்.

நாட்டுப்புறவியல் பேரறிஞர் கே.டி. உபாத்தியாயா (K.D.Upadhyaya) என்பவர் போஜ்பூரி நாட்டுக்கதைகளை ஆய்வு செய்துள்ளார். மேலும் போஜ்பூரி நாட்டுப்பாடல்களை ஐந்தாக வகைப்படுத்தியுள்ளார். இந்திய நாட்டுப்புறவியலின் கோட்பாட்டைக் குறித்தும் விளக்கிக் கூறியுள்ளார்.

பீகார் மாநிலத்தில் சம்பதி ஆர்யன்(Sampathi Aryan) என்பவர் மஹகி மக்கள் இலக்கியம் குறித்து ஆய்வு செய்துள்ளார். இதில் நாட்டுப்புறக் கதைகள் மற்றும் பாடல்களை வகைப்பாட்டியல் அடிப்படையில் சுட்டிக் காட்டியுள்ளார். பிரசாத் அவர்களும் கீதா சென்குப்தா அவர்களும் இணைந்து பிஹார் நாட்டுப்புறவியல்-ஒரு நூலடைவு என்ற நூலை வெளியிட்டுள்ளனர்.

மானிடவியல் பேரறிஞர் சரத் சந்திர ராய்(Sarat Chandra Ray) என்பவர் பிஹார் பழங்குடி மக்களைக் குறித்து ஆய்வு செய்துள்ளார். அவரிடையே சேகரிக்கப்பட்ட கதைகளையும் பாடல்களையும் பின்னிணைப்பாகக் கொடுத்துள்ளார்.

மேற்கு வங்காளம் நாட்டுப்புறவியல் துறையில் முன்னணியில் நிற்கும் மாநிலங்களில் ஒன்றாகும். நாட்டுப்புறவியலை அறிவியல் துறையாக மாற்றிய பெருமை வங்காளத்திற்கு உண்டு. 19 ஆம் நூற்றாண்டின் பிற்பகுதியில் கிரியர்ஸன்(Grierson) என்பவர் வங்காள நாட்டுப்புறவியலை அறிவியல் அடிப்படையில் ஆய்வு செய்துள்ளார். இவர் மணிச்சந்திர கதைப்பாடலைத் தொகுத்து வெளியிட்டுள்ளார். மேற்கு வங்காள நாட்டுப்புறவியலைப் பொறுத்தவரை லால் பீஹாரி டே(Lal Bihari Dey) அவருடைய பணிச் சிறப்புக்குரியதாகும். இவரது வங்காள நாட்டுப்புறக் கதைகள் மிகச்சிறந்த நூலாகக் கருதப்படு கின்றது. வங்காள விவசாயப் பெருங்குடிகளது வாழ்க்கை என்ற இவரது மற்றொரு நூலும் சிறந்த படைப்பாகும்.

அசாம் மாநிலம் மலைகளும் குன்றுகளும் பழங்குடி மக்களும் நிறைந்த மாநிலமாகும். பி.டி. கோசுவாமி(Goswami) என்பவர் அசாமிய கதைப்பாடல்களும், கதைகளும் குறித்து ஆய்வு செய்துள்ளார். பி.கே. பருவா(B.K.Baruva)என்பவர் எழுதிய அசாமிய நாட்டுப்புற இலக்கியம் என்ற நூலுக்கு அகாடமி பரிசு கிடைத்துள்ளது. பேராசிரியர் பி.டி. கோசுவாமி எழுதிய அசாமின் நாட்டுப்புற இலக்கியம்(Folk Literature of Assam) என்ற நூல் இத்துறையில் புகழ்வாய்ந்ததாகும்.

மேகாலயா, மிஜோரம், மணிப்பூர், அருணாசல பிரதேசம், நாகாலாந்து முதலிய மாநிலங்களில் அதிகளவில் பழங்குடிமக்கள் வாழ்கின்றனர். பல நூற்றாண்டுகளாக இப்பகுதியைப் பற்றி நினைப்பார் யாருமின்றி இருந்தது. முதலில் மேலை நாட்டைச் சார்ந்த மிஷனரியர்கள் தான் இப்பகுதிக்கு சென்று அப்பழங்குடி மக்களின் மொழி, பண்பாடு, பழக்கவழக்கங்கள், நம்பிக்கைகள் குறித்து ஆய்வு செய்ய முற்பட்டனர். மானிடவியல் பேரறிஞர் வெரியர் எல்வின் (Verrier Elwin) அவர்கள் Myths of NEFA, A Philosophy for NEFA; என்ற நூலை எழுதியுள்ளார்.

மத்தியப் பிரதேசம் இந்தியாவிலுள்ள மாநிலங்களில் மிகப் பெரிய மாநிலமாகும். இங்கு பல்வேறு இனத்தவர்கள், பல்வேறு பண்பாட்டினை உடையவர்கள் வாழுமிடமாகும். திராவிட மொழி பேசும் பழங்குடி மக்களும், முண்டா மொழி பேசும் பழங்குடி மக்களும் வாழ்கின்றனர். டி.எச். டிவண்டி(T.H.Twente) என்பவர்

சத்திஸ்கடி நாட்டுப்புறக் கதைகளைத் தொகுத்து வெளியிட்டார். சியாம் பர்மர்(Shyaam Parmar) என்பவர் மத்தியப் பிரதேச நாட்டுப்புறவியல் என்ற நூலை இயற்றியுள்ளார். இந்நூல் ஒன்பது இயல்களாகப் பகுக்கப் பட்டுள்ளது. அவை, 1. வட்டாரமும் மக்களும், 2. புராணங்கள், 3. மதமும் மந்திரமும், 4. வழக்கங்களும் மரபுகளும், 5. திருவிழாக் களும் சந்தைகளும், 6. மொழியும் கிளை மொழியும், 7. வாய்மொழி இலக்கியம், 8. நாட்டுப்புற இசையும் ஆடலும், 9. நாட்டுப்புறக் கலைகள் என்பனவாகும்.

குஜராத் மாநிலத்தில் குறிப்பாகச் சௌராஷ்டிரா பகுதி நாட்டுப்புற இலக்கியங்கள் மிகுந்த பகுதியாகும். கின்கைடு(Kincaid) என்பவர் சிந்து, குஜராத் நாட்டுப்புறக் கதைகள்(Folktales of sind and Gujarat) என்ற நூலை வெளியிட்டுள்ளார். ஏ.கே. போர்பஸ்(A.K.Forbes) என்பவர் குஜராத் நாட்டுப்புற இலக்கியங்களில் ஆய்வு செய்த பேரறிஞராவார். ஜாவர் சந்த் மொஹானி(Jhaver Chand Mehani) என்பவர் குஜராத் நாட்டுப்புறப் பாடல்களை Rathiyali Rat என்ற பெயரில் நான்கு தொகுதிகளாக வெளியிட்டுள்ளார்.

கர்நாடக மாநிலமும் நாட்டுப்புறவியல் துறையில் முன்னணியில் நிற்கும் மாநிலங்களில் ஒன்றாகும். அனந்த கிருஷ்ண அய்யரின் The Mysore Tribes and Castes என்ற நூலிலும், தெர்ஸ்டனின் (Thurston) Castes and Tribes of Southern India என்ற நூலிலும் பல்வேறு பழங்குடி மக்களின் பாடல்களும் பழக்கவழக்கங்களும், பல்வேறு சாதியினரின் பாடல்களும் பழக்கவழக்கங்களும் தொகுத்துத் தரப்பட்டுள்ளது குறிப்பிடத்தக்கதாகும். இந்தியாவில் முதன்முதலாக மைசூர் பல்கலைக்கழகத்தில்தான் எம்.ஏ நாட்டுப்புறவியல் துவங்கப்பட்டது என்பது குறிப்பிடத்தக்கதாகும். அதனைத் தொடர்ந்து தார்வார் கர்நாடகப் பல்கலைக்கழகத்திலும் நாட்டுப்புறவியல் பாடப்பிரிவு தொடங்கப்பட்டுள்ளது.

கேரளா மாநிலம் நாட்டுப்புற இலக்கியங்கள் இயற்கையாக மிகுந்திருக்கும் மாநிலமாகும். எல்.ஏ அனந்தகிருஷ்ண அய்யரின் Castes and Tribes of Cochin என்ற நூலில் மலபார் மாவட்டத் தொகுதி, திருவாங்கூர் மாநிலத் தொகுதி முதலியவற்றிலிருந்து மக்களது பழக்கவழக்கங்கள், நம்பிக்கைகள் முதலியவற்றை அறியலாம். கே.பி. பத்மநாப மேனன் கேரள வரலாற்று நூலில் நாட்டுப்புற மக்களின் வாழ்க்கை முறைகளை விளக்குகிறார். பரமேஸ்வர அய்யர் என்பவர் மலையாள இலக்கிய வரலாறு என்ற நூலில் கதைப்பாடல்களைக் குறித்து விரிவாக ஆராய்ந்துள்ளார் என்று சக்திவேல் *(2015: 435)* குறிப்பிடுகிறார்.

4
தமிழக நாட்டுப்புறவியல்

தமிழகத்தில் நாட்டுப்புறவியல் வளர்ந்துவருகின்ற துறைகளில் ஒன்றாகும். பிற துறைகளைப் போன்று நாட்டுப்புறவியலும் தனியொரு துறையாகத் தமிழ்ப்பல்கலைக்கழகத்தில் தொடங்கப் பட்டுள்ளது. இத்துறை மானிடவியல், சமூகவியல், உளவியல், தத்துவம், வரலாறு, மொழியியல் ஆகிய துறைகளுடன் பின்னிப் பிணைந்துள்ளது. ஒரு நாட்டு மக்களின் நாகரிகத்தையும், பண்பாட்டையும், பழக்கவழக்கங்களையும், வரலாற்றையும், நாட்டுநடப்பினையும் உண்மையான முறையில் படம் பிடித்துக் காட்டுவது நாட்டுப்புறவியலாகும். இலக்கியங்கள் காலத்தைக் காட்டும் கண்ணாடி என்றால் நாட்டுப்புறவியல் சமுதாய வளர்ச்சியைக் காட்டும் கண்ணாடியாகத் திகழ்கின்றது எனலாம்.

தமிழகத்தில் நாட்டுப்புற இலக்கியங்களின் வித்தும் வேரும் தொல்காப்பியத்தில் காணமுடிகிறது. இத்துறை நீண்டகாலமாக நம் நாட்டில் புறக்கணிக்கப்பட்டு வந்துள்ளது. முதலில் சேகரிப்பு முயற்சிகள் தொடங்கின. பின்னர் ஆய்வுக் கட்டுரைகள் எழுந்தன. கடந்த இருபது ஆண்டுகளாகத்தான் நாட்டுப்புறவியல் ஆய்வுகள் வீறுகொண்டுள்ளன. ஆய்வுகளில் மதிப்பு ஏற்பட்டதுடன் பல்கலைக் கழகங்களிலும் பாடப்பொருளாகவும் ஆய்வுப் பொருளாகவும் ஏற்றுக்கொள்ளப்பட்டன.

தமிழக நாட்டுப்புறவியல் ஆய்வின் வளர்ச்சியையும் வரலாற்றையும் சக்திவேல்(2015:458-499) அவர்கள் ஐந்தாக வகைப்படுத்திக் கூறியுள்ளார். அவை 1. வெளியீடுகள், 2. இதழ்கள், 3. கருத்தரங்குகள், 4. ஆய்வுகள், 5. மக்கட் தொடர்புச் சாதனங்கள் என்பனவாகும்.

வெளியீடுகள்

தமிழக நாட்டுப்புறவியலைப் பற்றி ஆராய்ந்த முன்னோடிகளில் நடேச சாஸ்திரியாரும் (1893) ஒருவராவர். இவர் தென்னிந்திய நாட்டுப்புறவியலை ஆராய்ந்து நான்கு பாகங்களாக வெளியிட்டுள்ளார். பா.ரா. சுப்பிரமணியன் (1972) என்பவர் இந்திய நாட்டுப்புறவியல் ஆய்வு முன்னுரை என்ற நூலில் நாட்டுப்புறவியல் குறித்தும் நாட்டுப்புறவியல் கற்றல், நாட்டுப்புறவியல் அளவாய்வு குறித்தும் சுருக்கமாகவும் தெளிவாகவும் விளக்கியுள்ளார்.

சோமலெ *(1974)* என்பவர் தமிழ்நாட்டு மக்களின் மரபும் பண்பாடும் என்ற நூலை எழுதியுள்ளார். ஆங்கிலத்திலும் இந்நூல் வெளிவந்துள்ளது. இந்நூல் புராணங்கள், சமயம், மந்திரம், வழக்கங்களும் மரபுகளும், சந்தைகளும் திருவிழாவும், நாட்டுப்புற இசை, வாய்மொழி இலக்கியம் முதலிய பல்வேறு கூறுகளை விரிவாக விளக்குகிறது.

நாட்டுப்புறவியலின் பல்வேறு கூறுகளைக் குறித்த ஆய்வுக் கட்டுரைகளைத் தொகுத்து ஞானப்பிரகாசம், க.ப. அறவாணன்*(1974)* இருவரும் நாட்டுப்புற இலக்கியப் பார்வை என்ற பெயரில் பதிப்பித்தனர். இதுவே தமிழக நாட்டுப்புறவியலின் முதல் முயற்சியாகும். சு. சண்முகசுந்தரம் அவர்கள் நாட்டுப்புறவியல் - ஓர் அறிமுகம் என்ற நூலினை ஆய்வு நோக்கில் எழுதியுள்ளார்.

டாக்டர் லூர்து*(1975)* அவர்கள் நாட்டார் வழக்காற்றியல் ஓர் அறிமுகம் என்ற நூலில் ரிச்சார்டு டார்சனின் ஆய்வுக் கோட்பாடுகளை முதன்முதலில் தமிழில் மொழிபெயர்த்துள்ளார். இவரே நாட்டுப்புற அறிஞர்களின் கட்டுரைகளைத் தொகுத்து நாட்டார் வழக்காற்றியல் ஆய்வு *(1976)* என்ற பெயரில் பதிப்பித்துள்ளார். இவரே நாட்டார் வழக்காறுகள் *(1988)* என்ற நூலில் கதைப்பாடல், பழமொழி, புராணங்கள் குறித்து விரிவாக ஆராய்ந்துள்ளார்.

ஆறு. இராமநாதன் *(1979)* அவர்கள் நாட்டுப்புறஇயல் ஆய்வுகள் என்ற நூலில் கதைப்பாடல், தெருக்கூத்து, உடன்கட்டையேறுதல் குறித்து விரிவாக ஆராய்ந்துள்ளார். இரா. சுரேந்திரன் அவர்கள் நாட்டுப்புற இலக்கியம் நலம்தரு விளக்கம் என்ற நூலில் நாட்டுப்புறக் கூறுகளை விளக்கியுள்ளார்.

ச. அகத்தியலிங்கம், ஆறு. இராமநாதன் *(1987)* இருவரும் இணைந்து நாட்டுப்புறவியல் ஆய்வுக்கோவை *(தொகுதி.1,2)* என்ற நூலைப் பதிப்பித்துள்ளனர். இந்நூலில் இடம்பெற்றுள்ள ஆய்வுக்கட்டுரைகள் அனைத்தும் தமிழக நாட்டுப்புறவியலின் வளர்ச்சிப் போக்கினைக் காட்டுகின்றன.

சு. சக்திவேல்*(1992)* அவர்களின் நாட்டுப்புறவியல் ஆய்வு என்ற நூல் நாட்டுப்புறவியலின் அனைத்துக் கூறுகளையும் உள்ளடங்கிய நூலாகும். இந்நூல் இருபத்தாறு இயல்களைக் கொண்டதாகும்.

நாட்டுப்புறப் பாடல்கள்

நாட்டுப்புறப் பாடல்கள் பழமைக்கு பழமையாகவும் புதுமைக்கு பதுமையாகவும் எவரால் பிறந்தது என்று எடுத்துச்சொல்ல இயலாத

பண்பும் பாங்கும் பெற்றவையாகும். இந்தியாவிலேயே முதன்முதலாக சார்லஸ் கோவர்(1871) தென்னிந்திய நாட்டுப்புறப் பாடல்கள் என்ற நூலின் பாடல்களை மொழிபெயர்ப்பு செய்துள்ளார். பெரிஸிமாக்யூன் (1958) தொகுத்த பாடல்களை கி.வா. ஜெகந்நாதன் ஆய்வு முன்னுரையுடன் தஞ்சை சரஸ்வதிமகால் வெளியிட்டுள்ளது. முதல் நாட்டுப்புறப் பாடல் தொகுதி காற்றிலே மிதந்த கவிதை என்ற பெயரில் மு. அருணாசலம் (1958) வெளியிட்டார். கி.வா. ஜெகந்நாதன்(1967) அவர்கள் நாடோடி இலக்கியம் என்ற நூலில் நாட்டுப்புறப் பாடல்களை ஆய்வுக்கு உட்படுத்தியுள்ளார்.

மு. அருணாசலம் (1958) அவர்கள் தாலாட்டு இலக்கியம் என்ற நூலில் தாலாட்டின் தோற்றம் வளர்ச்சியினை சங்ககாலம் முதற்கொண்டு இன்றுவரை அலசி ஆராய்ந்துள்ளார். த.ந. சுப்பிரமணியன் (1952) அவர்கள் காட்டு மல்லிகை என்ற பெயரில் நாட்டுப்புறப்பாடலை தொகுத்து வெளியிட்டுள்ளார். பெ. தூரன் (1958) அவர்கள் காற்றிலே வந்த கவிதை என்ற பெயரில் நாட்டுப்புறப் பாடல்களை சேகரித்து பதிப்பித்துள்ளார். ஆர். அய்யாசாமி அவர்கள் சிறுவர் பாடல்களைச் சேகரித்து குழந்தைகளுக்கு நாடோடிப் பாடல்கள் என்ற பெயரில் வெளியிட்டுள்ளார். தமிழண்ணல் (1966) அவர்கள் தாலாட்டு என்ற நூலில் தாலாட்டு குறித்த ஆய்வு முன்னுரை யுடன் பாண்டிய நாடு, சோழ நாடு, நாஞ்சில்நாடு, கொங்குநாடு, ஈழநாடு மற்றும் மலையாளம், கன்னடம், தெலுங்கு போன்ற பிற மொழி தாலாட்டுப் பாடல்களையும் தொகுத்தளித்துள்ளார்.

குப்புசாமி முதலியார்(1960) அவர்கள் நவரத்தின ஒப்பாரி என்ற நூலையும், செ.ப. கணபதி (1973) அவர்கள் கண்ணீர்ப் பூக்கள் என்ற நூலையும், நா.வானமாமலை(1965) அவர்கள் தமிழர் நாட்டுப் பாடல்கள் என்ற நூலையும், மு.வை. அரவிந்தன் (1965) அவர்கள் தமிழக நாட்டுப்பாடல் என்ற நூலையும், செ. அன்னகாமு (1966) அவர்கள் ஏட்டில் எழுதாக் கவிதைகள் என்ற நூலையும், ஆறு. அழகப்பன் (1973) அவர்கள் நாட்டுப்புறப் பாடல்கள் திறனாய்வு, தாலாட்டுக்கள் ஐநூறு(1972) என்ற நூல்களையும், சு. சண்முகசுந்தரம் (1979) அவர்கள் தமிழக நாட்டுப்புறப் பாடல்கள், தமிழில் நாட்டுப்புறப் பாடல்கள்(1980) என்ற நூல்களையும், மெ. சுந்தரம்(1981) அவர்கள் நாட்டுப்புறப் பாடல்கள் என்ற நூலையும், அந்தோணி ஜான் அழகரசன் (1977) அவர்கள் நாட்டுப்புறப் பாடலும் பண்பாடும் என்ற நூலையும் வெளியிட்டுள்ளனர்.

கிருஷ்ணசாமி (1978) அவர்கள் கொங்கு நாட்டுப்புறப் பாடல்கள் என்ற நூலையும், ச.வே. சுப்பிரமணியம் (1979) அவர்கள் கருத்தரங்க

கட்டுரைகளைத் தொகுத்து தமிழக நாட்டுப்புறவியல் ஆய்வு என்ற நூலையும், சரஸ்வதி வேணுகோபால் (1982) அவர்கள் நாட்டுப்புறப் பாடல்கள் - சமூக ஒப்பாய்வு என்ற நூலையும், ஆறு. இராமநாதன் (1982) அவர்கள் நாட்டுப்புறப் பாடல்கள் காட்டும் தமிழர் வாழ்வியல் என்ற நூலையும், பெரியண்ணா (1982) அவர்கள் கிராமியப்பாடல்கள் என்ற நூலையும், மு. அண்ணாமலை (1983) அவர்கள் நமது பண்பாட்டில் நாட்டுப்புற இலக்கியம் என்ற நூலையும், மா. வரதராஜன் (1978) அவர்கள் தமிழக நாட்டுப்பாடல்கள் என்ற நூலையும், பா.ரா. சுப்பிரமணியன் (1975) அவர்கள் தமிழக நாட்டுப்பாடல்கள் என்ற நூலையும், சா வளவன் (1985) அவர்கள் தாலாட்டுப் பாடல் கட்டுரைகளை நாட்டுப்புறவியல் கட்டுரைகள் என்ற நூலினையும், சி. ருக்மணி (1988) அவர்கள் பேயோட்டும் உடுக்கடிப் பாடல்கள் - ஓர் ஆய்வு என்ற நூலையும் வெளியிட்டுள்ளனர்.

சு. சண்முகசுந்தரம் (1983) அவர்கள் திருநெல்வேலி மாவட்ட நாட்டுப்புறப் பாடலில் சமுதாய அமைப்பு என்ற நூலையும், திருநாகலிங்கம்(1989) அவர்கள் மண்ணில் காணும் மக்கள் நிலை என்ற நூலையும் வெளியிட்டுள்ளனர்.

நாட்டுப்புறக் கதைகள்

பல்லாயிரம் ஆண்டுகளாக மக்களிடையே நாட்டுப்புறக் கதைகள் வாய்மொழியாக வழங்கிவரினும் அது மேலை நாடுகளிலே அச்சு வடிவம் பெற்றது 16ஆம் நூற்றாண்டில் தான். கி.பி. 1867 ஆம் ஆண்டு தமிழில் வீராச்சாமி நாயக்கர் அவர்கள் மயில்ராவணன் கதையைப் பதிப்பித்தார். சி. மாணிக்க முதலியார்(1873) அவர்கள் கதாமஞ்சரியைப் பதிப்பித்தார். நடேச சாஸ்திரியார் (1886) அவருடைய நூல் திராவிட மத்தியகாலக் கதைகள் என்று மொழிபெயர்க்கப் பெற்றது. புஷ்பரதச் செட்டியார் (1891) அவர்கள் நாட்டுப்புறக் கதைகளை வினோதரச மஞ்சரி என்ற பெயரில் வெளியிட்டார். இராஜேந்திரம் பிள்ளை (1891) அவர்கள் பூலோக விநோதக் கதைகள் என்ற பெயரிலும், வாணன் (1952) அவர்கள் உலக நாடோடிக் கதைகள் என்ற பெயரிலும், க.அப்பாதுரை (1954) அவர்கள் நாட்டுப்புறக் கதைகள் என்ற பெயரிலும், இராமச்சந்திரன் (1954) அவர்கள் டெக்கமரான் கதைகள் என்ற பெயரிலும், கே.ஏ. இராமசாமிப் புலவர் (1957) அவர்கள் தென்னாட்டுப் பழங்கதைகள் என்ற பெயரிலும் வெளியிட்டனர்.

அ.லெ. நடராசன் (1957) அவர்கள் தமிழில் அரபுக் கதைகளை மொழிபெயர்த்து அரபுக்கதைகள் என்ற பெயரில் வெளியிட்டார். சிரஞ்சீவி அவர்கள் நடேச சாஸ்திரியாரின் கதைகளைத் தமிழில்

திராவிட நாட்டுக் கதைகள் என்ற பெயரில் மொழிபெயர்த்துள்ளார். வி. கோவிந்தன் அவர்கள் பழங்காலக் கதைகள் *(1964)* என்ற நூலும், தமிழ்நாட்டுப் பழங்கதைகள் *(1965)* என்ற நூலும் வெளியிட்டுள்ளனர்.

கி. ராஜ்நாராயணன் அவர்கள் தமிழ்நாட்டு நாடோடிக் கதைகள் *(1966)* என்ற நூலும், தமிழ்நாட்டுக் கிராமியக் கதைகள் *(1977)* என்ற நூலும் வெளியிட்டுள்ளார். இவர் நாட்டுப்புறக் கதைகளை சேகரித்தது மட்டுமின்றி அவற்றை ஆய்வும் செய்துள்ளார். நாட்டுப்புறக் கதை ஆய்வில் இவர் முன்னோடியாகத் திகழ்கிறார்.

வை. கோவிந்தன் *(1970)* அவர்கள் பாரதநாட்டுப் பாட்டிக் கதைகள் என்ற நூலினையும், இரா. இளங்குமரன் *(1979)* அவர்கள் தமிழ்நாட்டுப் பழங்கதைகள் என்ற நூலினையும் வெளியிட்டுள்ளனர். க. கிருட்டிணசாமி *(1980)* அவர்கள் கொங்கு நாட்டுப்புறக் கதைகள் என்ற நூலில் இருபத்தெட்டுக் கதைகளை நன்கு ஆராய்ந்து கொங்கு நாட்டு மக்களின் வாழ்வையும் வரலாற்றையும் விளக்கிக் கூறியுள்ளார். ஆறு. இராமநாதன் *(1986)* அவர்களின் நாட்டுப்புறக் கதைகள் என்ற தொகுப்பில் பதினெட்டுக் கதைகள் இடம் பெற்றுள்ளன. அதில் சமூக-உளவியல் அடிப்படையில் ஆய்வுரையும் இடம்பெற்றுள்ளது.

கதைப்பாடல்கள்

தமிழகத்தில் அறுநூறுக்கு மேற்பட்ட கதைப்பாடல்கள் உள்ளதாக அறிஞர்கள் கூறுகின்றனர். எண்ணிக்கையினை அடிப்படையாகக் கொண்டு பார்க்கும் போது முழுமையான சேகரிப்புப் பணி நடைபெறவில்லை என்றே கூறலாம்.

தமிழகத்தில் கதைப்பாடலில் நிகழ்ந்த பதிப்பு நிலையினை சு. சக்திவேல் *(2015:467)* அவர்கள் எட்டாக வகைப்படுத்திக் கூறியுள்ளார். அவை, 1. குஜிலி கடைப்பதிப்புகள், 2. பவானந்தம் பிள்ளை பதிப்புகள், 3. வையாபுரிப் பிள்ளை பதிப்புகள், 4. தஞ்சை சரஸ்வதி மஹால் பதிப்புகள், 5. சென்னை கீழ்திசை நூலக ஓலைச்சுவடிப் பதிப்புகள், 6. மதுரை காமராசர் பல்கலைக்கழகப் பதிப்புகள், 7. இந்திய ஆசியக் கல்வி நிறுவனம், 8. தனிப்பட்டோர் பதிப்புகள் என்பனவாகும்.

தனிப்பட்டோர் பதிப்புகள்

ஆறுமுகப் பெருமாள் நாடார் அவர்கள் கதைப்பாடல் பதிப்பில் முதன்மையாக விளங்குகிறார். இவர் கல்விசாராப் பணியாளராக இருந்து செய்த பணி பாராட்டத்தக்கதாகும். இவர் பல கதைப்பாடல் களைச் சேகரித்து பதிப்பித்துள்ளார். இவர் பதிப்பித்த கதைப்பாடல்கள்

முறையே தோட்டுக்காரி அம்மன் கதை (1967), மாகாளி அம்மன் கதை (1968), சுடலைமாட சுவாமி கதை (1973), மார்க்கண்டன் தவசு (1971), கிருஷ்ணசுவாமி கதை, மாரியம்மன் கதை, பிச்சைக்காலன் கதை, வள்ளியம்மன் கதை, பார்வதியம்மன் கதை, வெங்கலராசன் கதை, சங்கிலிபூதத்தார் கதை, சின்னத்தம்பி கதை, வல்லரக்கன் கதை என்பனவாகும்.

தி. நடராசன் அவர்கள் பல கதைப்பாடல்களைச் சேகரித்தும், வகைப்படுத்தி ஆய்வும் செய்துள்ளார். இவர் பதிப்பித்த கதைப் பாடல்களாவன, வன்னியடி மறவன் கதை (1977), தம்பிமார் கதை (1978), கட்ட பொம்மு கும்மிப்பாடல் (1978), கோவலன் கண்ணகி கதை (1979), உடையார் கதை (1980), பத்திரகாளியம்மன் கதை (1980), அயோத்திகதை என்பனவாகும்.

சு. சண்முகசுந்தரம் அவர்கள் கதைப்பாடல்களைச் சேகரித்து ஆய்வு முன்னுரையுடன் பதிப்பித்துள்ளார். இவர் பதிப்பித்த நூல்களாவன, ஈனமுத்துப் பாண்டியன் கதை (1974), மெச்சும் பெருமாள் பாண்டியன் கதை (1976), பழையனூர் நீலிக் கதை (1984), மதுரை வீரன் கதை (1984), தேசிங்குராஜன் கதை (1984) என்பனவாகும்.

இராமச்சந்திரன் செட்டியார் அவர்கள் இராமப்பய்யன் அம்மானை என்ற கதைப்பாடலைச் சேகரித்து வரலாற்றோடு இணைத்து ஆய்வுசெய்துள்ளார். தி. இராசாராம் (1970) அவர்கள் தமிழில் அம்மானைப் பாடல்கள் என்ற நூலில் தமிழ்க் கதைப்பாடலின் தோற்றம் வளர்ச்சியைக் குறித்து ஆய்ந்துரைத்துள்ளார். சக்திக்கனல் (1970) அவர்கள் அண்ணன்மார்சுவாமி கதையை ஆய்வு நோக்கில் பதிப்பித்துள்ளார். ஏ.என். பெருமாள் (1983) அவர்கள் வெள்ளைக் காரன் கதையினைப் பதிப்பித்துள்ளார். வினாயகமூர்த்தி (1981) அவர்கள் ஐவர் அம்மானையினைப் பதிப்பித்துள்ளார்.

நா. வானமாமலை அவர்கள் வீரபாண்டியன் கட்டபொம்மன் கதை (1971), கட்டபொம்மு கூத்து (1971), கான்சாகிபு சண்டை (1972), காத்தவராயன் கதைப்பாடல் (1972), முத்துப்பட்டன் கதை (1972) என்ற ஐந்து கதைப்பாடல்களையும் ஆராய்ச்சி முன்னுரையுடன் பதிப்பித்துள்ளார். ஏ.என். பெருமாள் அவர்கள் தமிழில் கதைப்பாடல்கள் என்ற ஆய்வு நூலை எழுதியுள்ளார். கேசவன் அவர்கள் கதைப்பாடல்களும் சமூகமும் என்ற நூலில் கதைப்பாடலை சமூகவியல் நோக்கில் ஆராய்ந்துள்ளார்.

தங்கத்துரை அவர்கள் சிதம்பர நாடார் கதை (1982), பலவேசஞ் சேர்வைக்காரன் கதை (1983) என்ற இரு கதைப்பாடல்களையும் பதிப்பித்துள்ளார். விவேகானந்தன் (1987) அவர்கள் பிரமசக்தி அம்மன்

கதை என்ற கதைப்பாடலைப் பதிப்பித்துள்ளார். சு. சக்திவேல் அவர்கள் ஆந்திரமுடையார் கதைப்பாடல் (1992), புலமாடன் கதைப்பாடல் (1992), பொன்னிறத்தாள் கதைப்பாடல் (1992) என்ற மூன்று கதைப்பாடல்களை ஆராய்ச்சி முன்னுரையுடன் பதிப்பித்துள்ளார். சிவசுப்பிரமணியம் (1989) அவர்கள் பூச்சியம்மன் வில்லுப்பாட்டை ஆராய்ச்சி முன்னுரையுடன் பதிப்பித்துள்ளார்.

நாட்டுப்புறப் பழமொழிகள்

பழமொழிகள் இன்று மக்களின் வாழ்வியலோடு இரண்டறக் கலந்தே காணப்படுகின்றன. பழமொழிகளைக் குறித்த குறிப்புகள் தொல்காப்பியத்திலே காணப்பட்டாலும் இவை குறித்த ஆய்வுகள் கடந்த நூற்றாண்டில் தான் தொடங்கப்பட்டது எனலாம்.

கி.பி. 1842 ஆம் ஆண்டு பேர்சிவல் அவர்கள் முதன்முதலில் பழமொழிகளைத் தொகுத்து வெளியிட்டார். கி.பி.1870 ஆம் ஆண்டு லாரி அவர்கள் பழமொழி பற்றிய நூலொன்றை வெளியிட்டார். இராமசாமி அய்யங்கார் (1874) அவர்கள் மாணவர்களுக்கான தமிழ்ப் பழமொழிக்கேற்ற ஆங்கிலப் பழமொழிகள் என்ற நூலில் தமிழ்ப் பழமொழிக்கு இணையான ஆங்கிலப் பழமொழிகளை சேகரித்து வெளியிட்டுள்ளார். வேணுகோபால் நாயுடு (1877) அவர்கள் பழமொழி புத்தகம் என்ற நூலை வெளியிட்டுள்ளார். குப்புசாமி நாயுடு, கருப்பண்ண பிள்ளை (1888) இருவரும் சேர்ந்து பழமொழித் திரட்டு என்ற நூலை வெளியிட்டுள்ளனர்.

தி. செல்வக்கேசவராய முதலியார் (1899) அவர்கள் இணைப்பழ மொழிகள் என்ற நூலையும், பார்த்தசாரதி பிள்ளை (1902) அவர்கள் பழமொழித் திரட்டு என்ற நூலையும், அனவரத விநாயகம் பிள்ளை (1912) அவர்கள் பழமொழி அகராதி என்ற நூலையும், சிதம்பரம் பிள்ளை (1916) அவர்கள் பழமொழித் தீபிகை என்ற நூலையும், கஸ்தூரி திலகம் (1946) அவர்கள் 1001 அபூர்வப் பழமொழிகள் என்ற நூலையும், இனியன் (1950) அவர்கள் பழமொழி விளக்கக் கதைகள் என்ற நூலையும், நீலாம்பிகை அம்மையார் (1952) அவர்கள் ஆராய்ந்தெடுத்த அறுநூறு பழமொழிகளும் அவற்றிற்கேற்ற ஆங்கிலப் பழமொழிகளும் என்ற நூலையும், சுப்பிரமணிய நாவலர் (1955) அவர்கள் பழமொழித் திரட்டு என்ற நூலையும், வி. நந்தகோபால் (1957) அவர்கள் பழமொழிக் கொத்து என்ற நூலையும், எஸ். கே. சாமி (1960) அவர்கள் தமிழ்நாட்டுப் பழமொழிகள் என்ற நூலையும் வெளியிட்டுள்ளனர்.

செந்துறைமுத்து (1965) அவர்கள் பழமொழியும் பண்பாடும் என்ற நூலையும், எஸ்.ஏ. கலைமான் (1968) அவர்கள் பழமொழி ஆயிரம் என்ற நூலையும், தமிழ்வாணன் (1976) அவர்கள் பழமொழிகள் என்ற

நூலையும், ந.வி. செயராமன் *(1981)* அவர்கள் பழமொழிகளில் வேளாண்மை அறிவியல் என்ற நூலையும், சாலை இளந்திரையன் *(1975)* அவர்கள் சமுதாய நோக்கில் பழமொழிகள் என்ற நூலையும், வி. பெருமாள் *(1986)* அவர்கள் பலநோக்கில் பழமொழிகள் என்ற நூலையும், எஸ். சௌந்தரராஜன் *(1990)* அவர்கள் தமிழில் பழமொழி இலக்கியம் என்ற நூலையும், கி.வா. ஜெகந்நாதன் *(1988)* தமிழ்ப் பழமொழிகள் என்ற நூலையும் வெளியிட்டுள்ளனர்.

நாட்டுப்புற விடுகதைகள்

விடுகதைகள் மக்களின் சிந்தனையைத் தூண்டுவதும் அறிவை விரிவு செய்வதையும் குறிக்கோளாகக் கொண்டுள்ளது. விடுகதைகள் தொல்காப்பியர் காலம் தொடங்கி இன்றுவரை மக்களிடம் செல்வாக்கு பெற்றுத் திகழ்கிறது. 19 ஆம் நூற்றாண்டிலே விடுகதைகளை தொகுக்க ஆரம்பித்தனர்.

அருணாசல முதலியார் அவர்கள் இருசொல் அலங்காரம் என்ற நூலை கி.பி. 1877 ஆம் ஆண்டு வெளியிட்டார். பெருமாள் நாடார் *(1888)* அவர்கள் இருசொல் அலங்காரமும் முச்சொல் அலங்காரமும் என்ற நூலைத் தொகுத்தளித்தார். இதே பெயரில் 1899 ஆம் ஆண்டு கங்கை முத்துப்பிள்ளை நூல் வெளியிட்டுள்ளார். முனுசாமி முதலியார் *(1899)* வினோத விடுகதைகள் என்ற நூலை வெளியிட்டுள்ளார். வே. சுந்தரம் பிள்ளை *(1903)* அவர்கள் இருசொல் அலங்காரமும் முச்சொல் அலங்காரமும் என்ற நூலை வெளியிட்டுள்ளார். இராமசாமி ரெட்டியார் *(1916)* அவர்கள் விடுகவி மஞ்சரியும், விநோத விடுகதைகளும் என்ற நூல்களை வெளியிட்டுள்ளார்.

ரோஜா முத்தையா *(1961)* அவர்கள் விடுகதைக் களஞ்சியம் என்ற நூலினையும், வேதமுத்து பண்டிதர் *(1963)* விடுகதைகள் என்ற நூலினையும், பூர்ணிமா சகோதரிகள் *(1963)* தமிழ்நாட்டு விடுகதைகள் என்ற நூலினையும், ச.வே. சுப்பிரமணியன் *(1975)* தமிழில் விடுகதைகள் என்ற நூலினையும், ஆறு. இராமநாதன் அவர்கள் தமிழில் புதிர்கள் - ஓர் ஆய்வு *(1978)*, காதலர் விடுகதைகள் *(1982)* என்ற இரு நூல்களையும் எழுதியுள்ளனர். சௌந்தரி நடராசன் *(1992)* அவர்கள் ஆயிரம் விடுகதைகள் என்ற நூலினை எழுதியுள்ளார்.

நாட்டுப்புற நம்பிக்கைகள்

நம்பிக்கைகள் மக்களால் உருவாக்கப்பட்டு அம்மக்கள் சமுதாயத்தால் பாதுகாக்கப்படுகின்றன. அச்சம் காரணமாக இயற்கையின்

தோற்றத்தினையும் செயல்பாடுகளையும் வாழ்வோடு இணைத்து நோக்கிய நிலையில் நம்பிக்கைகள் தோற்றம் பெற்றன.

முதன்முறையாக நாட்டுப்புற நம்பிக்கைகளைத் தொகுத்து நூலாக்கியவர் தமிழவன் (1976) ஆவார். இவர் நாட்டுப்புற நம்பிக்கைகள் என்ற பெயரில் நூலொன்றினை வெளியிட்டுள்ளார். தமிழவன் தொகுத்த நம்பிக்கைகளை மு. சண்முகம் பிள்ளை அவர்களும், ஏ.இ. கிளாஸ் அவர்களும் ஆங்கிலத்தில் மொழிபெயர்த்து வகைப்படுத்தியுள்ளனர். காந்தி (1973) அவர்கள் தமிழர் பழக்க வழக்கங்களும் நம்பிக்கைகளும் என்ற நூலில் சங்கஇலக்கியத்தில் காணப்படும் நம்பிக்கைகளையும் பழக்கவழக்கங்களையும் தொகுத்தும் வகுத்தும் ஆய்வு செய்துள்ளார். சுசிலா கோபாலகிருஷ்ணன் (1984) சங்க இலக்கியத்தில் நிமித்தங்கள் என்ற நூலினை எழுதியுள்ளார். பி. நாராயணன் (1986) அவர்கள் நாட்டுப்புற நம்பிக்கைகள் என்ற நூலினை எழுதியுள்ளார்.

தெர்ஸ்டன் படைத்த தென்னிந்திய குலங்களும் குடிகளும் என்ற நூலில் பழங்குடிகள் மற்றும் பல்வேறு சாதியினர் பின்பற்றும் பழக்கவழக்கங்கள் குறித்து விரிவாக எழுதியுள்ளார். க. சாந்தி (1984) அவர்கள் முதுநிலை டாக்டர் பட்ட ஆய்வுக்கு நாட்டுப்புறவழக்கங்கள் குறித்து விரிவாக ஆராய்ந்துள்ளார்.

நாட்டுப்புற நம்பிக்கைகள் குறித்து அதிகளவில் நூல்கள் வராத நிலையில் தமிழகத்தில் இன்னும் சேகரிப்புப் பணிகள் தொடங்க வில்லை என்றே கூறலாம். நாட்டுப்புறவியலின் முக்கிய கூறான நம்பிக்கைகளைத் தொகுத்து வகைப்படுத்தி ஆய்வு செய்யவேண்டியது அவசியமான ஒன்றாகும்.

நாட்டுப்புற விளையாட்டுகள்

நாட்டுப்புற விளையாட்டுக்கள் நாட்டுப்புற மக்களின் வாழ்வியலின் ஒரு கூறாகும். மனிதன் ஆரம்பகாலத்தில் வேட்டைக்காகவும், தொழிலுக்காகவும் பல பயிற்சிகளை மேற்கொண்டான். சமுதாய மாற்றத்தின் விளைவாக அப்பயிற்சிகளே காலப்போக்கில் விளையாட்டுகளாகப் பரிணமித்தன. விளையாட்டுக்கள் எல்லா மனித இனங்களிலும், பண்பாட்டிலும் காணப்படுவதாகும்.

ஆர். பாலசுப்பிரமணியன் (1980) அவர்கள் நாட்டுப்புற விளையாட்டுக்களைச் சேகரித்து, வகைப்படுத்தி ஆய்வு செய்து தமிழர் நாட்டு விளையாட்டுக்கள் என்ற நூலை வெளியிட்டுள்ளார். இந்நூல் முறையாக ஆய்வு செய்யப்பட்டு வெளிவந்த முதல் நூல் என்று கூறலாம்.

தேவநேயப்பாவாணர் *(1954)* அவர்கள் தமிழ்நாட்டு விளையாட்டுக்கள் என்ற நூலொன்றை எழுதியுள்ளார். பிச்சை *(1983)* அவர்கள் தமிழர் பண்பாட்டில் விளையாட்டுக்கள் என்றொரு நூல் எழுதியுள்ளார். தாயம்மாள் அறவாணன் *(1982)* அவர்கள் பல்லாங்குழி - திராவிட ஆப்ரிக்கா ஒப்பீடு என்ற நூலில் பல்லாங்குழி விளையாட்டை ஆப்ரிக்காவில் விளையாடும் பல்லாங்குழியுடன் ஒப்பிட்டு ஆராய்ந்துள்ளார்.

நாட்டுப்புற விளையாட்டுக்கள் குறித்த ஆய்வுகள் இன்றும் குழந்தை நிலையிலேயே உள்ளது என்று கூறலாம். நாட்டுப்புற விளையாட்டுக்கள் மறைந்து வருகின்ற சூழலில் அவற்றைப் பாதுகாப்ப தோடு அவற்றைப் பற்றி விரிவான ஆய்வுகள் செய்யப்பட வேண்டியது அவசியமானதாகும்.

நாட்டுப்புற மருத்துவம்

நாட்டுப்புற மக்கள் கையாளுகின்ற எல்லா விதமான மருத்துவ முறைகளையும் நாட்டுப்புற மருத்துவம் என்பர். இது நாட்டு வைத்தியம், வீட்டு வைத்தியம், கை மருத்துவம், பாட்டி வைத்தியம், மூலிகை மருத்துவம் என்று பலவாறு அழைக்கப்படுகிறது.

கே. வெங்கடேசன் *(1976)* அவர்கள் ஆய்வு நோக்கில் நாட்டுப்புற மருத்துவம் என்ற நூலினை எழுதியுள்ளார். இ. முத்தையா *(1980)* அவர்கள் நாட்டுப்புற மருத்துவ மந்திரச் சடங்குகள் என்ற நூலில் மருத்துவம் குறித்து ஆராய்ந்துள்ளார். நந்தா *(1977)* அவர்கள் மூலிகைகளின் அருங்குணங்கள் என்ற நூலில் ஆயிரம் மூலிகைகள் பற்றியும் அதன் மருத்துவ பயன்பாட்டினைக் குறித்தும் விளக்கி யுள்ளார். மூலிகைமணி என்ற இதழில் மூலிகை பற்றிய ஆய்வுக் கட்டுரைகள் வெளியிடப்படுகின்றன.

நாட்டுப்புற மருத்துவம் குறித்து பொதுவான பல நூல்கள் வந்திருப்பினும் அவையனைத்தும் முறையாக அறிவியல் அடிப்படையில் தொகுக்கப்படவில்லை, ஆராயப்படவும் இல்லை. நாட்டுப்புற மருத்துவர்கள் மருத்துவ முறைகளை இரகசியமாகப் பாதுகாப்பதினால் அவர்களுடைய காலத்திற்குப் பிறகு அவைகள் அழிந்து விடுகின்றன.

நாட்டுப்புறவியலும் இதழ்களும்

நாட்டுப்புறவியல் ஆய்வாளர்களும் அறிஞர்களும் தாங்கள் செய்த ஆய்வினை வெளியிடுவதற்கு இதழ்கள் தேவையான ஒன்றாகும். இதழ்கள் நாட்டுப்புறவியல் துறையின் வளர்ச்சியையும் துறையில் நடைபெறும் ஆய்வுகளையும் அறிஞர்களின் கண்டுபிடிப்புகளையும் கோட்பாடுகளையும் அறியவும் முக்கியப் பங்காற்றுகின்றன.

ஆரம்பகாலத்தில் நாட்டுப்புறவியல் கட்டுரைகளை வெளியிட இந்தியாவில் நாட்டுப்புறவியலுக்கென்று இதழ்கள் இல்லை. பிற்காலத்தில் கல்கத்தாவிலிருந்து Folklore என்ற இதழ் வெளிவந்து கொண்டிருக்கின்றது. இதன் ஆசிரியர் சங்கர் சென்குப்தா இருந்தார். இவரது மறைவுக்குப் பின்னும் இன்றும் தொடர்ந்து வெளிவந்து கொண்டிருக்கிறது. இவ்விதழைத் தொடர்ந்து கல்கத்தாவிலிருந்து Folk India என்ற இதழ் வெளிவந்தது. பின்னர் நின்றுவிட்டது. மைசூரி லிருந்து Indian Journal of Folkloristics என்ற இதழ் வெளிவந்தது. அதுவும் இடையில் நின்றுவிட்டது.

இந்த மூன்று இதழ்களைத் தவிர Man in India,Journal of Anthropological Society, Social Scientist, Journal of Tamil Studies, Journal of Asian Institute போன்ற இதழ்கள் நாட்டுப்புறவியல் கட்டுரைகளை வெளியிட்டு இத்துறைக்கு ஊக்கமளித்து வருகின்றன. தமிழில் ஆராய்ச்சி, கலைமகள், மஞ்சரி, தென்றல், தாமரை, செம்மலர், படிகள், புலமை, காவியாதமிழ் போன்ற ஆய்விதழ்களும் தொடர்ந்து நாட்டுப்புறவியலுக்கு ஆதரவளித்து கட்டுரைகளை வெளியிட்டு வருகிறது.

தமிழில் நாட்டுப்புறவியலுக்கென இரண்டு இதழ்கள் வெளிவந்து கொண்டிருக்கின்றன. ஒன்று இந்திய தமிழ் நாட்டுப்புறவியல் கழகத்தின் சார்பாக நாட்டுப்புறவியல் என்ற இதழ் வெளிவந்து கொண்டிருக்கிறது. இதன் பதிப்பாசிரியர்களாக டாக்டர் ச. அகத்திய லிங்கம், டாக்டர் சி. பாலசுப்பிரமணியம், டாக்டர் சு. சக்திவேல் ஆகியோர் உள்ளனர். இரண்டாவது டாக்டர் லூர்து அவர்களை சிறப்பாசிரியராகக் கொண்டு நாட்டார் வழக்காற்றியல் என்ற இதழ் பாளையங்கோட்டையிலிருந்து வெளிவந்து கொண்டி ருக்கிறது. இவ்விதழ் நாட்டுப்புறவியல் கோட்பாடுகளை தமிழாக்கம் செய்து வெளியிட்டு வருகிறது.

நாட்டுப்புறவியலும் கருத்தரங்குகளும்

கருத்தரங்குகள் மூலமாக ஆய்வுக்கட்டுரைகளை படிக்கவும், விவாதிக்கவும், கருத்துக்களைப் பரிமாறிக்கொள்ளவும் முடியும். பல அறிஞர்கள் ஒன்றாக இருந்து கலந்துரையாடும் போது பலவற்றிற்கான விளக்கங்கள் புதிய சிந்தனைகளும் உருவாக வாய்ப்பாக அமையும்.

தமிழகத்தில் நாட்டுப்புறவியல் தொடர்பாக திருவனந்தபுரம், கொச்சி, நாகர்கோவில், பாளையங்கோட்டை, மதுரை, காந்திகிராமம், தஞ்சாவூர், கோவை, பொள்ளாச்சி, அண்ணாமலை நகர், பாண்டிச்சேரி, சென்னை, மைசூர் போன்ற இடங்களில் பல கருத்தரங்குகள் நடை பெற்றுள்ளன. கருத்தரங்குகளில் நாட்டுப்புறவியலின் பல்வேறு

கூறுகள் கட்டுரைகளாக படிக்கப்பட்டும் விவாதிக்கப்பட்டும் உள்ளன. கருத்தரங்கக் கட்டுரைகள் நூல் வடிவில் வெளியிடப்பட்டுள்ளன.

உலகத்தமிழ் மாநாடுகளிலும் நாட்டுப்புறவியல் ஆய்வுக் கட்டுரைகள் படிக்கப்பட்டு விவாதிக்கப்பட்டுள்ளன. இந்திய பல்கலைக்கழகத் தமிழாசிரியர் மன்ற கருத்தரங்கு மாநாடுகளிலும் நாட்டுப்புறவியலுக்கு தனி அமர்வு நடத்தப்பட்டது. அதுமட்டுமின்றி நாட்டுப்புறவியல் ஆய்வுக்கட்டுரைகளை ஆய்வுக்கோவையில் வெளியிட்டுள்ளனர்.

நாட்டுப்புறவியலும் ஆய்வுகளும்

நாட்டுப்புறவியல் வளர்ந்து வருகின்ற துறைகளுள் ஒன்றாக உள்ளது. ஆரம்பத்தில் மானிடவியல், மொழித்துறைகளின் ஒரு பகுதியாக செயல்பட்ட நாட்டுப்புறவியல் இன்று தனியொரு துறையாக தமிழ்ப் பல்கலைக்கழகத்திலும் பாளையங்கோட்டை தூய சவேரியார் கல்லூரியிலும் தொடங்கப்பட்டுள்ளது. ஆரம்பகாலத்தில் தொகுப்பு முயற்சியும் பின்னர் ஆய்வுக்கட்டுரைகளும் வெளிவந்தன. கடந்த 20 ஆண்டுகளாக நாட்டுப்புறவியல் ஆய்வு பெரும் வளர்ச்சி யடைந்துள்ளது.

இதனால் இத்துறை சார்ந்து பல்வேறு ஆய்வு நூல்களும் வெளிவந்தன. இத்துறை மூலமாக நூற்றுக்கு மேற்பட்டோர் முனைவர் பட்டம் பெற்றுள்ளனர் என்பது குறிப்பிடத்தக்கதாகும்.

நாட்டுப்புறவியலும் மக்கட் தகவல் தொடர்புச் சாதனங்களும்

மக்கள் தொடர்பு சாதனங்களான வானொலியும், தொலைக் காட்சியும் மக்களிடம் மிகுந்த செல்வாக்கு பெற்றுத் திகழ்கின்றன. அனைத்திந்திய வானொலி நிலையமும் தொலைக்காட்சி நிலையமும் நாட்டுப்புறவியலைப் பரப்புவதில் மிகுந்த அக்கறை கொண்டுள்ளன. ஏனெனில் நாட்டுப்புறவியல் கூறுகள் அனைத்தும் மக்களிடம் உள்ளவை அவற்றை வானொலி தொலைக்காட்சிகள் ஒலிபரப்பும் போது மக்கள் விரும்பி கேட்பார்கள், பார்ப்பார்கள். இதனால் அவர்களுக்கு வாசகர்களின் எண்ணிக்கையும் அதிகமாகும். இதனால் நாட்டுப்புறப் பாடல்களும், சொற்பொழிவுகளும் ஒலிபரப்பப்படு கின்றன. தொலைக்காட்சியில் வாரத்திற்கு ஒருநாள் நாட்டுப்புற நிகழ்த்துக்கலைகளுக்கு முன்னுரிமை அளிக்கப்படுகிறது. நாட்டுப் புறக்கலைகள் மூலம் வயதுவந்தோர் கல்வி பற்றியும் சமூகநலத் திட்டங்கள் பற்றியும் விளக்கப்படுகின்றன.

★

5
இலக்கியங்களில் நாட்டுப்புற வழக்காறுகளின் செல்வாக்கு

மக்களின் ஆரம்பகால இலக்கியம் நாட்டுப்புற இலக்கியம் என்றே கூறலாம். நாட்டுப்புற இலக்கியங்கள் தான் பிற்காலத்தில் ஏட்டிலக்கியமாக மாற்றம் பெற்றுள்ளன. இராமாயண, மகாபாரதக் கதைகள் இன்றும் நாட்டுப்புற மக்களினால் வாய்மொழியாகப் பாடப்படுகின்றமைக் குறிப்பிடத்தக்கதாகும். வானமாமலை ஒவ்வொரு மொழியிலும் எழுத்து தோன்றுவதற்கு முன்பு பாடல்களும், கதைகளும் தோன்றத் தொடங்கின. அவற்றில் சில கதை வடிவத்தில் பாடப்பட்டன என்கிறார்.

சங்ககாலத்தில்...

சங்க காலத்தில் வெளிவந்துள்ள படைப்புகளின் தொகுப்பே சங்க இலக்கியமாகும். இவ்வாறு தொகுக்கப்பட்ட பாடல்களின் தன்மை, அளவு இவைகளை அடிப்படையாகக் கொண்டு எட்டுத் தொகை, பத்துப்பாட்டு என்று வகைப்படுத்தியுள்ளனர். இவ்வாறு தொகுக்கப்பட்ட பாடல்கள் முழுமையாகக் கிடைக்கப் பெறவும் இல்லை. சங்க காலத்தில் பல்வேறு பகுதிகளில் வாழ்ந்த சிறுசிறு புரவலர்கள் எழுதிய பாடல்கள் முழுமையாகத் தொகுக்கப் பட்டுள்ளதா? என்பது கேள்விக்குறிதான். எட்டு நூல்களின் தொகுப்பை எட்டுத்தொகை என்று கூறுகின்றனர். இவற்றிற்கு எண்பெருந்தொகை என்ற பெயரும் உண்டு. இவை மூன்றடி முதல் இருந்த சிறுசிறு பாடல்களைத் தொகுத்து அவற்றை, நற்றிணை, குறுந்தொகை, ஐங்குறுநூறு, பரிபாடல், பதிற்றுப்பத்து, கலித்தொகை, அகநானூறு, புறநானூறு என வகைப்படுத்தியுள்ளனர். இவற்றில் அகம் சார்ந்தவை களாக நற்றிணை, குறுந்தொகை, ஐங்குறுநூறு, கலித்தொகை, அகநானூறு முதலிய நூற்களும், புறம் சார்ந்தவைகளாக பதிற்றுப்பத்து, புறநானூறு என்ற நூற்களும், அகம்புறம் சார்ந்தவைகளாக பரிபாடலும் காணப்படுகின்றன. நீண்ட பாடல் வரிகளைக் கொண்ட பத்துப் பாடல்களின் தொகுப்பினைப் பத்துப்பாட்டு என்று வகைப்படுத்தி யுள்ளனர். இதில் 103 அடிமுதல் (முல்லைப்பாட்டு) 782 அடிகளை ஈறாகக் கொண்ட (மதுரைக்காஞ்சி) நூற்கள் இடம்பெற்றுள்ளன. அவை, திருமுருகாற்றுப்படை (புலவராற்றுப்படை), பொருநர் ஆற்றுப்படை, சிறுபாணாற்றுப்படை, பெரும்பாணாற்றுப்படை, முல்லைப்பாட்டு, மதுரைக்காஞ்சி, நெடுநல்வாடை, குறிஞ்சிப்பாட்டு,

பட்டினப்பாலை, மலைபடுகடாம் (கூத்தராற்றுப்படை) என்பன வாகும். இதில் முல்லைப்பாட்டு, நெடுநல்வாடை, குறிஞ்சிப்பாட்டு, பட்டினப்பாலை இவை நான்கும் அகத்திணைக்கும் மற்றவை எல்லாம் புறத்திணைக்கும் உரியது.

தொல்காப்பியத்தில்...

ஆரம்பகால மனிதர்கள் ஏடும் எழுத்தாணிகளையும் கொண்டு படைப்புகளைப் புனைவதற்கு முன்னரே அவர்கள் கற்றது இன்புற்றதும் நாட்டுப்புறப் பாடலைத் தான். இதனை அறிந்து கொள்ள தொல்காப்பியம் துணை செய்கிறது. யாப்பின் ஏழு வகைகளைக் குறிப்பிடும் போது,

பாட்டு உரை நூலே வாய்மொழி பிசியே
அங்கதம் முதுசொல்லொடு அவ்வேழ் நிலத்தும். (செய். 79)

என்று வழங்கப்படுவது, யாப்பின் வழியது என்று புலவர்கள் கூறுவதாகத் தொல்காப்பியர் கூறுகிறார். அதுமட்டுமின்றி அடிவரை யறை இல்லாத யாப்பின் ஆறு வகைகளைக் கூறும் போது,

அவைதாம்

நூலினான உரையினான
நொடியொடு புணர்ந்த பிசியினான
ஏது நுதலிய முதுமொழியான
மறைமொழி கிளர்ந்த மந்திரத்தான
கூற்றிடை வைத்த குறிப்பினான (செய். 165)

என்று விளக்கம் தருகிறார். இதன் வாயிலாக நாட்டுப்புற இலக்கிய வகைமைகளான விடுகதையினை பிசி என்றும், பழமொழியினை முதுமொழி என்றும், நாட்டுப்புறப் பாடல்களை உரை என்றும், நாட்டுப்புற மக்களிடம் காணப்படும் மந்திரம், குறிப்புமொழி முதலியவை குறித்த செய்திகளை அறிந்து கொள்ளமுடிகிறது. இவை மட்டுமின்றி தொல்காப்பிய புறத்திணையில் கூறப்பட்டுள்ள குரவைக் கூத்து, அமலைக் கூத்து, வள்ளிக் கூத்து, வேலன் வெறியாட்டு, நடுகல் வழிபாடு போன்றவை நாட்டுப்புற வழக்காறுகள் தொடர்பான செய்திகளை அறிந்து கொள்ளமுடிகிறது.

தொல்காப்பியர் கூறும் பண்ணத்தி என்ற சொல் நாட்டுப்புறப் பாடல்களைக் குறிக்கிறது. பண்ணத்தி (பண்+நத்தி) என்ற சொல்லுக்குப் பண்ணை விரும்புவது என்று பொருள். இசைப் பாட்டில் வரை யறையான பொருள் அமைந்திருக்கும். இப்பாட்டிலும் இன்னோசை இருப்பினும் இசைப்பாட்டிற்குரிய வரையறை இல்லை. ஆதலின்

பண்ணமைந்த பாடல் என்னாமல் பண்ணத்தி என்றனர் என்று ஜகந்நாதன் (மலையருவி 9) கூறுவது குறிப்பிடத்தக்கதாகும். தொல்காப்பியர் பண்ணத்தியைக் குறித்துக் கூறும்போது,

பாட்டிடைக் கலந்த பொருளவாகியது	(செய்.180)
பாட்டின் இயலது	(செய்.180)
பிசியொடு மானும்	(செய்.181)
அடியிகந்து வரினும் கடிவரையின்றே	(செய்.183)
அடி நிமிர் கிளவி ஈராறு ஆகும்	(செய்.185)

என்று ஐந்து வகைத் தன்மைகளை குறிப்பிடுகிறார். பண்ணத்தியைக் குறித்து பேராசிரியர் நச்சினார்க்கினியர் கூறும் போது, கற்பனை நிறைந்தது என்றும், வாய்மொழியாக வருவது என்றும் பொருள் கொள்ளலாம் என்கிறார். இளம்பூரணர், பண்ணத்தி என்றால் சிற்றிசையும், பேரிசையும் முதலாக இசைத்தமிழில் ஓதப்படுவன என்பார்.

பண்ணத்தி என்பது நாட்டுப்புறப் பாடல்களைச் சுட்டுகின்றது என்பதனை விடப் புலன் என்பது பொருத்தமாக அமைகின்றது என்று அழகப்பன் (194) குறிப்பிடுகிறார். புலனைக் குறித்து தொல்காப்பியர்,

தெரிந்த மொழியால் செவ்விதிற் கிளந்து
தேர்தல் வேண்டாது குறித்தது தோன்றிற்
புலனென மொழிப புலனுணர்ந் தோரே   (செய்.233)

என்று பேச்சுமொழியில் அமைவதும் எளிதில் விளங்குவதும் புலன் என்று விளக்கம் அளிக்கிறார்.

பழமொழிகள் சுருங்கச் சொல்லி விளங்க வைக்கும் ஆற்றல் வாய்ந்தவை. இதனைத் தொல்காப்பியர்,

நுண்மையும் சுருக்கமும் ஒளியும் உடைமையும்
மென்மை என்றிவை விளக்கத் தோன்றிக்
குறித்தப் பொருளை முடித்தற்கு வருஉம்
ஏது நுதலிய முதுமொழி (தொல். சொல்: 165)

என்று கூறுகிறார். அதாவது நுண்மை, சுருக்கம், ஒளி, உடைமை, மென்மை ஆகிய ஐந்து பண்புகளையும் கொண்டு பழமொழிகள் விளங்குகின்றன என்கிறார். பழமொழியை முதுமொழி, முதுசொல் என்று தொல்காப்பியர் கூறுகிறார்.

விடுகதையை தொல்காப்பியர் பிசி என்று கூறுகிறார். அதை மூன்று வகையாக விளக்குகிறார். அவை,

ஒப்பொடு புணர்ந்த உவமத்தது   (செய்.176)
தோன்றுவது கிளந்த துணிவினது   (செய்.176)
நொடியொடு புணர்ந்தது   (செய்.165)

என்பனவாகும். இதிலிருந்து தொல்காப்பிய காலத்திலேயே நாட்டுப் புற இலக்கியங்களான பழமொழிகள், விடுகதைகள், பாடல்கள் போன்றவை மக்களிடையே அதிகளவில் செல்வாக்குப் பெற்றி ருந்துள்ளமையை அறியமுடிகிறது.

சங்க இலக்கியத்தில்...

சங்க இலக்கியங்களான பத்துப்பாட்டும் எட்டுத்தொகையும் நாட்டுப்புறப் பாடல்கள் குறித்த செய்திகளையும் ஆங்காங்கே வெளிப்பட்டுள்ளமைக் காணமுடிகிறது. தொல்காப்பியம் கூறுவது போன்று பண்ணத்தியும், புலனும் சங்கப்பாடல்களில் இடம்பெற வில்லை. ஆனாலும் அதனுடைய பல கூறுகள் இடம்பெற்றுள்ளன.

சங்கப்பாடல்கள் அனைத்தும் ஐந்திணை பாகுபாட்டினுள் அடிப்படையாகக் கொண்டுள்ளன. சங்ககால மக்கள் சுதந்திரமான வாழ்வினை மேற்கொண்டனர். எனவே அவர்கள் கவலையின்றி ஆடியும் பாடியும் இன்புற்று வாழ்ந்தனர். எனவே அதனை பறைசாற்றும் சங்க இலக்கியங்கள் அவர்கள் வாய்மொழிப் பாடல்களை அப்படியே பதிவுசெய்துள்ளமையைக் காணமுடிகிறது. குறிஞ்சித்திணையில் வாழ்ந்த பெண்கள் கிளிகடி என்ற நாட்டுப்புறப் பாடலைப் பாடியமையினை,

கிளிகடி மகளிர் விளிபடு பூசல் (மலை. 329)

வள்ளுயிர் தெள்விளி இடையிடை பயிற்றிக்
கிள்ளை ஒப்பியும்   (குறி. 100-101)

என்ற பாடல்கள் மூலம் அறியலாம். நாட்டின் அல்லது ஊரின் சிறப்புகளைப் பாடும் வழக்கம் நாட்டுப்புற மக்களிடம் உள்ளது. இதனை,

இன்னும் பாடுக பாட்டே அவர்
நன்னெடுங் குன்றம் பாடிய பாட்டே   (குறு. 23)

என்ற குறுந்தொகைப் பாடல் மூலம் குன்றத்தின் (மலையின்) சிறப்பு பாடப்பட்டுள்ளமையினை அறியலாம்.

மலைப்பகுதியில் வாழக்கூடிய பழங்குடி மக்கள் பாடல்களைப் பாடி ஆடுகின்ற வழக்கம் இன்றும் உள்ளது. இத்தகைய பாடலை

குறிஞ்சித்திணையில் வாழ்ந்த குறவர்கள் தங்களுடைய மகளிரோடு சேர்ந்து குரவைப்பாட்டு பாடியமையினை,

குறவர் தம் பெண்டிரோடு
மான் தோற் சிறுபறை கறங்கக் கல்லென,
வான்தோய் மீமிசை அயரும் குரவை (மலை. 320-322)

என்ற மலைபடுகடாம் பாடல் வழி அறியலாம்.

நாட்டுப்புறக் கோயில்களில் தெய்வ வழிபாட்டின் போது தெய்வம் ஒருவர் மீது வந்திறங்கி அருள்வாக்கு கூறுகின்ற வழக்கம் உள்ளது. இதனை சங்க இலக்கியங்கள் வேலன் வெறியாடல் என்று குறிப்பிட்டுள்ளன. குறிஞ்சித்திணை மக்கள் வேலனுக்கு வெறியாட்டு நிகழ்த்தியமையினை,

அணங்கென உணரக் கூறி வேலன்
இன்னியங் கறங்கப் பாடி (நற். 322, 10-11)

என்ற நற்றிணைப் பாடல் மூலம் தெரியலாம்.

நாட்டுப்புறப் பெண்கள் வேலை செய்யும் போது வேலைப்பளு தெரியாமல் இருப்பதற்கு பாடல்களைப் பாடும் வழக்கம் உள்ளது. சங்ககால மகளிர் நெல்லினை உரலிலிட்டு இடிக்கும் போது வள்ளைப்பாட்டு பாடியமையினை,

தினைக்குறு மகளிர் இசைபடுவள்ளை (மலை. 342)

பாவடி உரல பகுவாய் வள்ளை (குறு. 89,1)

என்ற பாடலடிகள் மூலம் அறியலாம். சடங்கியல் நிகழ்வுகளில் பாடல்கள் பாடுகின்ற மரபு நாட்டுப்புற மக்களிடம் உள்ளது. சங்க காலத்திலும் இந்நிகழ்வு இருந்துள்ளது. பெண் பூப்படையும் போது சடங்கு பாடல்கள் பாடியுள்ளமையினை,

பொய்தல மகளையாய்ப் பிறர்மனைப் பாடிநீ
எய்திய பலர்க்கீத்த பயம் (கலி. 59, 16-17)

என்ற கலித்தொகைப் பாடல் சான்று பகர்கின்றது.

முல்லைத்திணையில் வாழ்ந்த பெண்கள் நாட்டுப்புறப் பெண்கள் போன்று பாடல்களைப் பாடியமையினை,

பாடுகம் வம்மின் பொதுவன் கொலையேற்றுக்
கோடு குறிசெய்த மார்பு (கலி.104, 63-64)

என்ற பாடலடிகள் சான்று பகர்கின்றன. மருதத்திணை மக்கள் உழவுத்தொழில் செய்யும் போது களைப்புத் தெரியாமல் இருப்பதற்கு பாடல்களைப் பாடியுள்ளனர். இதனை,

அள்ளல் தங்கிய பகடுறு விழுமம்
கள்ளார் களமர் பெயர்க்கும் ஆர்ப்பே (மது. 259-260)

என்ற பாடலடிகள் மூலம் அறியலாம். அதுமட்டுமின்றி துணக்கைப் பாடல்களைப் பாடியமையினை,

தமர் பாடும் துணங்கையுள்
அரவம் வந்தெடுப்புமே (மருதக் கலி. 70, 13-14)

அறியலாம். பெண்கள் பிறையினை வழிபடும் வழக்கம் சங்ககாலத்தில் இருந்துள்ளது. இதனை

தொழுதுகாண் பிறையில் தோன்றியாம் நுமக்கு
அரியமாகிய காலை (குறு. 178)

என்ற பாடல் சான்றுரைக்கிறது. பிறைதொழும் வழக்கமானது இன்றைய ராவண்டைப் பாடலைக் குறிக்கும் என்று சண்முகசுந்தரம் *(1980:8)* கூறுகிறார். இதனை தமிழண்ணல் *(பிறை தொழும் பெண்கள் :5)*, இரண்டாயிரம் ஆண்டுகட்கு மேலாக இருந்துவரும் நாகரிகத்தின் சின்னமாக ராவண்டைப் பாட்டு என்ற நாட்டுப்பாடல் இலக்கியம் மகளிரிடையே இன்றும் வழங்கி வருகிறது என்கிறார்.

நெய்தல் திணையில் நாட்டுப்புற ஏற்றப்பாட்டு நீர் இறைப்போர் பாடலாக சுட்டப்பட்டுள்ளமையினை,

நீர்த்தெவ்வும் நிரைத்தொழுவர்
பாடுசிலம்பும் இசை (மது. 89-90)

அறியலாம். ஊஞ்சல் பாடல் நாட்டுப்புறப் பாடல்களில் ஒன்றாகும் இதனை,

சேயுயர் ஊசற்சீர் நீஓன்று பாடித்தை (கலி. 131-24)

என்ற கலித்தொகைப் பாடல் எடுத்துரைத்துள்ளமை அறியமுடிகிறது. சங்க இலக்கியம் குறிப்பிடும் ஐவகைத் திணை மக்களும் அந்தந்த நிலங்களுக்கு ஏற்றவகையில் பாடியும் ஆடியும் இன்புற்று இருந்துள்ளமை காணமுடிகிறது.

சங்க இலக்கியங்களில் நாட்டுப்புறப் பாடல்களின் சாயல்களையும், செல்வாக்குகளையும் காணமுடிகிறது. பாரிமகளிர் பாடும் அற்றைத் திங்கள் என்ற பாடல் நாட்டுப்புற ஒப்பாரிப் பாடலின் சாயலைக் கொண்டுள்ளமை குறிப்பிடத்தக்கதாகும்.

நாட்டுப்புற இலக்கியங்கள் ஏட்டிலக்கியமாக மாறிய போதிலும் அதனுடைய பழைய குணாம்சங்கள் எச்சமாகக் காணப்படுகின்றமை

குறிப்பிடத்தக்கதாகும். நாட்டுப்புற பழமொழிகளும் சங்க இலக்கியங்கள் சுட்டுகின்றன.

> நன்றுசெய் மருங்கில் தீதில் என்னும்
> தொன்றுபடு பழமொழி (அகம். 101: 2–3)

என்று அகநானூறு கூறுகிறது. இது நன்மை செஞ்சா தீமை இல்லை என்ற பழமொழியின் இலக்கிய வடிவம் ஆகும்.

சங்க இலக்கியங்களில் கூறப்பட்டுள்ள நாட்டுப்புறப் பாடல்களுக்கும், இன்றைய நாட்டுப்புறப் பாடல்களுக்கும் அமைப்பில் வேறுபாடுகள் காணப்படுகின்றன. ஆனால் தன்மைகளில் வேறுபாடுகள் இல்லை. சில பாடல்கள் குறித்த செய்திகள் மட்டுமே காணப்படுகின்றன. சங்க காலத்தில் வாழ்ந்த கூத்தர்களும், பாணர்களும், விறலிகளும் வாய்மொழிப் பாடகர்கள் ஆவார். அவர்கள் பாடியவை ஏட்டில் எழுதா இன்கவிதைகள். அவ்வாறு காற்றில் மிதந்த கவிதைகள் நமக்கு ஏனோ கிடைக்காமல் போய்விட்டன.

நீதி இலக்கிய காலத்தில்...

சங்கம் மருவிய காலத்தில் தோன்றிய பதினெண் கீழ்க்கணக்கு நூல்களில் நாட்டுப்புற இலக்கியத்தின் செல்வாக்கு அதிகளவில் இல்லை. அதற்குக் காரணம் அதிகளவில் நீதி இலக்கியங்கள் தோன்றியமையே ஆகும். எனவே நாட்டுப்புற இலக்கிய வகைமைகளுள் ஒன்றான பழமொழிகளின் செல்வாக்கு அதிகளவில் இடம்பெற்றுள்ளது.

பழமொழி நானூறு என்ற நூல் நாட்டுப்புற பழமொழிகளை அடிப்படையாகக் கொண்டே எழுதப்பட்டுள்ளது. திருக்குறள் ஒன்றரை அடியில் பழமொழியின் அமைப்பிலும், சாயலிலும், கருத்துக்களோடும் திகழ்கிறது. சங்கம் மருவிய காலத்தில் வீரயுகப் பாடல்கள் குறைவாக உள்ளமை குறிப்பிடத்தக்கதாகும்.

> அடுத்தது காட்டும் பளிங்குபோல் நெஞ்சம்
> கடுத்தது காட்டும் முகம்

என்று திருக்குறளும்,

> ஒருவர் பொறை இருவர் நட்பு
> கைக்குமாம் தேவரே தின்னினும் கரும்பு

என்று நாலடியாரும்,

நாய் பெற்ற தெங்கம் பழம்
நிறைகுடம் நீர்தழும்பல் இல்

என்று பழமொழி நானூறிலும் பழமொழிகளின் செல்வாக்கினை அறிந்து கொள்ளலாம்.

திருநாவுக்கரசு என்பவர் தமிழ் இலக்கியக் கொள்கை என்ற நூலில், திருக்குறளின் தாக்கத்தை நாம் பழமொழியில் காண்கிறோம். நாலடியாரின் தொடர்கள் பல நாட்டில் வழங்கிய பழமொழிகளாகவே தோன்றுகின்றன. அவை பழமொழி நானூற்றில் பழமொழிகளாகப் பயன்படுத்தப்பட்டுள்ளன. மற்றும் இன்னாநாற்பது, இனியவை நாற்பது, திரிகடுகம் போன்ற நூல்களிலும் பழமொழிகள் சில இடம் பெற்றுள்ளன. இவற்றால், இக்காலத்தில் நாட்டுப்புற இலக்கியத் திலுள்ள பழமொழிகள், பதினெண் கீழ்க்கணக்கு இலக்கியகாலத்தில் இலக்கிய மெருகு கொடுக்கப்பட்டு நீதி இலக்கியத்தின் ஒரு பகுதியாகப் பயன்படுத்தப்பட்டமை புலனாகிறது என்கிறார்.

காப்பிய இலக்கியங்களில்...

தமிழ் இலக்கிய வரலாற்றில் காப்பிய காலம் என்பது நீண்ட நெடிய காலமாகும். கவிதைகளின் செல்வாக்கு குறைந்து கதைகளின் செல்வாக்கு மிகுந்த காலமாகும். தன்னுணர்ச்சியைத் தள்ளிவிட்டு சமுதாய உணர்ச்சிக்குத் தாவியகாலமே காவியகாலம். இக்காலத்தில் எழுந்த காப்பியங்களை ஐஞ்சிறுகாப்பியங்கள், ஐம்பெரும் காப்பியங்கள் என்று பகுத்துள்ளனர். இப்பகுப்புக்குள் அடங்க மறுத்த இராமாயணம், மகாபாரதம், புராணம், வெண்பா என்று இலக்கியங்கள் பல்கிப் பெருகின. இக்காப்பியங்களிலும் நாட்டுப்புற இலக்கியங் களின் செல்வாக்கு மிகுந்து காணப்படுகின்றன.

காப்பியங்கள் அனைத்தும் பெரும்பாலும் மக்களிடம் வாய்மொழியாக பாடப்பட்டு அல்லது கதை சொல்லப்பட்டு வந்தவை பின்னர் ஏட்டிலக்கியமாக மாற்றப்பட்டவையாகும். எனவே அவற்றில் நாட்டுபுற சாயல்கள் மிகுதியாக இருப்பதைக் காணலாம்.

சிலப்பதிகாரம்

சேர மன்னனிடம் மலையின மக்கள் கூறிய செய்தியை அடிப்படையாகக் கொண்டு இளங்கோவடிகள் சிலப்பதிகாரத்தை இயற்றியுள்ளார். இன்றும் கேரளாவில் வாழும் மன்னான் இனப்பழங்குடி மக்கள் சிலப்பதிகாரக் கதையினை கோவிலன் சரித்திரம் என்று கதைப்பாடலாகப் பாடுகின்றமை குறிப்பிடத்தக்க தாகும்.

நாடோடிப் பாடல்களின் உருவத்தை இலக்கியம் படைத்த புலவர்களும் எடுத்தாண்டார்கள் என்பதற்கு இப்போது கிடைப்பவற்றுள் பழைய எடுத்துக்காட்டு, இளங்கோவடிகள் சிலப்பதிகாரத்தில் பாடிய வரிப்பாடல்களே என்கிறார் ஜகந்நாதன்.

சிலம்பில் நாட்டுப்பாடல் இலக்கிய நிலை அடைந்தது. சிலம்பு தரும் வரிப்பாடல்கள் நாட்டுப்பாடலேயாகும். குரவைப் பாடல்களும் இந்நிலையில் அமைந்தவையே என்கிறார் சண்முகசுந்தரம் (1980:16).

வரியும் குரவையும்

வரிப்பாடலும், குரவைப்பாடலும் நாட்டுப்புறப் பாடல்களே. தெ.பொ. மீனாட்சி சுந்தரம் அவர்கள், வரிப்பாடல்கள் நாடோடிப் பாடல் போன்றவை. சமுதாயப் பாடல்களாக அவை அரசர்களையும் நாட்டையும் வாழ்த்துவது என்று கூறுகிறார்.

சிலப்பதிகார வரிப்பாடல்களான, கானல்வரியானது திங்கள் மாலை வெண்குடையான் (7:ஆற்,முக:2) என்று தொடங்குகின்றது.

வேட்டுவ வரியானது கொற்றவை கொண்ட அணி கொண்டு (12:4) என்று தொடங்குகின்றது.

ஊர்சூழ் வரியானது பட்டேன் படாத துயரம் (9:5-8) என்று தொடங்குகிறது.

அம்மானை வரியானது வீங்கு நீர்வேலி உலகாண்டு (29:16) என்றும் தொடங்குகிறது.

கந்துக வரியானது பின்னும் முன்னும் எங்கனும் (29:21) என்றும், ஊசல் வரியானது ஒரை வரைம் பதின்மர் உடன் றெழுந்து (29:24) என்றும் தொடங்குகின்றமை காணமுடிகிறது.

இதில் ஊர்சூழ் வரியானது நாட்டுப்புற ஒப்பாரிப் பாடலையும், அம்மானை வரியானது நாட்டுப்புற கழற்சிப் பாடலையும், கந்துகவரி யானது பந்தாட்டப் பாடலையும், ஊசல் வரியானது நாட்டுப்புற ஊஞ்சல் பாடலையும் நினைவூட்டுவதாக சண்முகசுந்தரம்(1980:17) கூறுகிறார்.

சிலப்பதிகாரம் இரண்டு விதமான குரவைப்பாடல்களைக் குறிப்பிடுகிறது. அவை, ஆய்ச்சியர் குரவை, குன்றக் குரவை என்பனவாகும். ஆய்ச்சியர் குரவையானது கோவா மலையாரம் (17:1) என்று தொடங்குகிறது. குன்றக் குரவையானது எற்றொன்றும் காணேம் புலத்தல் என்று தொடங்குகிறது. இப்பாடலின் அமைப்பில்

எளிமையும், இனிமையும், திரும்பத் திரும்ப வருதல் பண்பும் நாட்டுப்புறப் பாடலாகவே உள்ளமை குறிப்பிடத்தக்கது.

எற்றொன்றும் காணேம் புலத்தல் அவர் மலைக்
கற்றீண்டி வந்தப் புதுப்புனல்
கற்றீண்டி வந்தப் புதுப்புனல் மற்றையார்
உற்றாடின் நோம் தோழி நெஞ்சன்றே (24:3)

என்ற குன்றக் குரவைக் பாடலில் 2வது அடியானது 3வது அடியிலும் திரும்ப வருவதைக் காணமுடிகிறது.

மருதத்திணையில் வாழ்ந்த உழவர்கள் தொழில் செய்யும் போது ஏற்படுகின்ற துன்பம் தெரியாமல் இருப்பதற்காகவும், பொழுது போக்கிற்காகவும் பலவிதமான பாடல்களைப் பாடியுள்ளனர்.

கருங்கை வினைஞரும் களமருங் கூடி
ஒருங்கு நின்றார்க்கு மொலியே (10:125-126)

என்ற பாடல் வழி அறியலாம். நெல்லினை அறுவடை செய்யும் போது முகவைப்பாட்டினை உழவர்கள் பாடியமையினை,

அரிந்து கால் குவித்தோர் அரிகடா வுறுத்த
பெருஞ்செய் நெல்லின் முகவைப் பாட்டும் (10:136-147)

என்ற பாடலடிகள் விளக்குகின்றன.

சிலப்பதிகாரத்தில் கடவுள் வாழ்த்து பாடல்களாக இடம் பெற்றுள்ள திங்களைப் போற்றுதும், ஞாயிறு போற்றுதும், மாமழை போற்றுதும் முதலியவை நாட்டுப்புற மக்களின் இறை வழிபாட்டினை வெளிப்படுத்துவதாக உள்ளது.

இன்றும் நாட்டுப்புற மக்கள் திருமண நிகழ்வின் போது மணவாழ்த்து பாடல் பாடுகின்ற வழக்கம் காணப்படுகிறது. இதே போன்று கோவலனுக்கும் கண்ணகிக்கும் திருமணம் நடக்கும் போது வந்தவர்கள் மணமக்களை வாழ்த்தியமையினை,

காதலர் பிரியாமல் கவவுக்கை ஞெகிழாமல்
தீதறுகென ஏத்தி (1:61-62)

என்ற பாடலடிகள் மூலம் தெரியலாம். கோவலன் கண்ணகியின் மீது காதல் மேலுற புகழ்ந்து பாடும் மலையிடைப் பிறவா மணியே என்கோ என்ற பாடல் நாட்டுப்புற தெம்மாங்கு பாடலின் சுவையுடன் விளங்குகின்றமைக் குறிப்பிடத்தக்கதாகும். இவைமட்டுமின்றி சிலப்பதிகாரத்தில் வள்ளிக்கூத்து, துனங்கைக்கூத்து போன்ற

நாட்டுப்புறக் கலைகளும், சில நம்பிக்கைகளும், பழக்கவழக்கங்களும் நாட்டுப்புற செல்வாக்குடன் இடம்பெற்றுள்ளன.

மணிமேகலை

இரட்டைக் காப்பியங்களுள் ஒன்றான மணிமேகலை பௌத்த சமயக் காப்பியமாகும். சமுதாயக் காப்பியங்களில் தான் நாட்டுப்புற இலக்கியத்தின் செல்வாக்கினை முழுமையாக கண்டுணர முடியும். எனினும் மணிமேகலையில் ஒருசில இடங்களில் இச்செல்வாக்கினை அறியமுடியும்.

மாமணி வண்ணனும் தம்முனும் பிஞ்ஞையும்
ஆடிய குரவை இஃதாமென நோக்கியும் (19:65-66)

என்ற குரவைப்பாடல் நாட்டுப்புற இலக்கியத்தின் செல்வாக்கினை உணர்த்தியுள்ளது. விடுகதைகளும், பழமொழிகளும் ஒரு சில இடங்களில் இடம்பெற்றுள்ளமையினை,

பிசியும் நொடியும் பிறர்வாய் கேட்டு (22 - 62)

புகையுள விடத்து நெருப்புண்டு (29:87)

காணமுடிகிறது. அதுமட்டுமின்றி மணிமேகலை மணிபல்லவத்தீவில் இருக்கும் போது தன்னுடைய தந்தையாகிய கோவலனின் நினைவால் துயருறுகின்றாள். அப்போது அவள்,

"கோல்தோடி மாதரொடு வேற்றுநாடு அடைந்து,
வைவாள் உழந்த மணிப்பூண் அகலத்து
ஐயாவோ! என்று அழுவோள்"
(மணிப் பல்லவத்துத் துயருற்ற காதை, 41-43)

என்று புலம்புவது நாட்டுப்புற ஒப்பாரிப்பாடலின் சுவையினை உணர்த்தியுள்ளமை குறிப்பிடத்தக்கதாகும்.

சீவகசிந்தாமணி

மணநூல் என்ற சிறப்பினைப் பெற்றது சீவகசிந்தாமணியாகும். இதில் சுடுகாட்டில் வியைக்கு குழந்தை பிறக்கிறது. அதே நேரத்தில் கணவனின் இறப்பிற்கு அறிகுறியான ஓசை வானில் எழுகிறது. இச்சூழலில் அவள்,

இவ்வாறாகி பிறப்பதோ இதுவோ மன்னர்க்
கியல் வேந்தே (நாம.இல. பா.309)

என்று புலம்புவது நாட்டுப்புற தாலாட்டுப்பாடலையும், ஒப்பாரிப் பாடலையும் ஒன்றாக்கி உணர்த்துவதாக உள்ளது.

மேலும் நாட்டுப்புறத் தொழில் பாடல் இங்கு வரகறுப்போர் பாடலாக பதிவுசெய்யப்பட்டுள்ளது. இதனை,

குரவ நீடிய கொன்றையங் கானின் வாய்
வரகு வாளிற் றொலைச்சுநர் பாடலில் (1196)

என்ற பாடலடிகளால் வயலில் அறுவடைகாலத்தில் பாடப்பட்ட அறுவடைப்பாடலைத் தெரிந்து கொள்ள முடிகிறது.

நாட்டுப்புற சடங்கியல் பாடல்களான ஊசல் பாடல்களும், கழற்சிப்பாடல்களும் ஆங்காங்கே திருத்தக்கதேவர் எடுத்தாண்டுள்ளமை காணமுடிகிறது.

மகளிராடும் ஊசல் போல (2268)

கைப்பட எடுத்திட்டாடும் பொலங் கழற்
காயு தொத்தான் (2287)

என்ற பாடல்கள் சான்றுரைக்கின்றன. மேலும் பழம்பகை நட்புமாமே *(1741)* என்பன போன்ற நாட்டுப்புற பழமொழிகள் பல இடங்களில் இடம்பெற்றுள்ளமை அறியமுடிகிறது.

சூளாமணி

சங்க இலக்கியங்கள் குறிப்பிடும் ஓலுறுத்தல் என்ற சொல்லானது தாலாட்டுப்பாடலைக் குறிப்பதாகும். இதனைச் சூளாமணி காப்பியம்,

குரவம்பூம் பாவை கொண்டு
குழவியோ லுறுத்துவாரும் (பா. 1634)

என்று தாலாட்டுப்பாடலை கூறுகின்றது. அதே போன்று சோதி மாலை பந்தாடுகின்ற அழகினை,

பந்தாடுமாடே தன் படைநெடுங்கண் ஆட
பணைமென்தோள் நின்றாட பந்தாடுகின்றாள். (பா. 1755)

என்று நாட்டுப்புற விளையாட்டினை படம்பிடித்துக் காட்டியுள்ளமைக் குறிப்பிடத்தக்கது. நாட்டுப்புறப் பாடல் வகைமைகளான வரிப் பாடலையும் *(182)*, ஊசல் பாட்டையும் *(1640)* குறித்த செய்திகள் இக்காப்பியத்தில் காணப்படுகின்றன.

பக்தி இலக்கிய காலத்தில்...

சங்கம் மருவிய காலத்திற்குப் பின்னர் கி.பி. 7 ஆம் நூற்றாண்டில் பக்தி இலக்கிய காலம் தொடங்கியதாக வரலாற்று ஆசிரியர்கள் குறிப்பிடுகின்றனர். இக்காலத்தில் சைவ சமயவாதிகளும், வைணவ

சமயவாதிகளும் போட்டி போட்டுக் கொண்டு தங்களையும், தங்கள் சமய இலக்கியங்களையும் வளர்த்து வந்தனர். இவ்விலக்கியங்களை கற்ற மேதைகள் மட்டுமின்றி கல்லாத பாமர சமயவாதிகளும் தங்கள் சமயத்தை பரப்ப முயன்றனர். எனவே சிலர் தங்கள் பாடல்களில் நாட்டுப்புற இலக்கியங்களை பக்தி இலக்கியமாக பூலாம் பூசத் தொடங்கினர். அவர்களின் இலக்கியங்கள் பக்தியிலக்கியமாக மட்டுமல்லாது பாமரர் இலக்கியமாகவும், பொதுமக்கள் இலக்கிய மாகவும் திகழ்கின்றன.

உணர்ச்சியினால் உந்தப்பட்டுப் பாடிய தாலாட்டும், சபதமும் பிற பாடல்களும் தேவாரம், பிரபந்தம் போன்ற இலக்கியங்களில் இடம் பெற்றுள்ளதைக் காண்கிறோம் என்று சண்முகசுந்தரம் குறிப்பிடுகிறார். நாயன்மார்கள் தங்கள் சமயத்தைப் பரப்புவதற்கு தங்களோடு தொண்டர் கூட்டத்தையும் அழைத்துச் செல்வதால் தேவாரப் பாடல்கள் எல்லாம் கூட்டுப்பாடல்களேயாகும். அவ்வாறு அவர்கள் பாடும் போது நாட்டுப்புறப் பாடல்களின் பண்புகளான எளிமை, இனிமை, திரும்பவரல் பண்பு போன்றவை காணப்படுகின்றன.

சுந்தரர் பாடலில்...

சுந்தரர் பாடலில் ஆங்காங்கே நாட்டுப்புற இலக்கியங்கள் செல்வாக்குப் பெற்றுள்ளமை காணமுடிகிறது.

அங்கை நெல்லியின் பழம் (பா. 54-3)

பஞ்சிலிடப் புட்டில் சீறுமோ (பா. 43-19)

என்பன போன்ற பழமொழிகள் செல்வாக்குப் பெற்றுள்ளமை காண முடிகிறது.

பந்தும் கிளியும் பயிலும் பாவை (91-2)

என்று நாட்டுப்புற விளையாட்டுகளும் செல்வாக்குப் பெற்றுள்ளமை குறிப்பிடத்தக்கது.

அப்பர் பாடலில்...

அப்பரின் பாடலில் பழமொழி என்ற பதிகத்தில் பத்து பாடல் களில் நாட்டுப்புற பழமொழியை இறுதியில் வைத்து பாடியுள்ளமை காணமுடிகிறது. உதாரணமாக,

கனியிருக்கக்
காய்கவர்ந்த கள்வனேனே
முயல் விட்டுக்
காக்கைப் பின் போன வாரே (பா. 251)

போன்றவற்றைக் குறிப்பிடலாம்.

மாணிக்கவாசகர் பாடலில்...

மாணிக்கவாசகரின் பாடல்கள் கவிதையளவில் மக்களைத் தொடுவதற்காகத் தெம்மாங்கு பாடல்களை முன்மாதிரியாகக் கொண்டுள்ளமை காணமுடிகிறது. சிலம்பு குறிப்பிடுகின்ற பெண்கள் விளையாடும் அம்மானை வரியினை மாணிக்கவாசகர் திருவம்மானை என்று பாடியுள்ளார்.

தொங்கு திரள்சோலைத் தென்னன் பெருந்துறையான்
அங்கணன் அந்தணனாய் அறைகூவி வீடருளும்
அங்கருணை வார்கழலே பாடுதுங்காண் அம்மானாய்

என்று திருவம்மானையில் பாடியுள்ளார். இதில் அரசனைப் பாடிய நிலைமாறி இறைவனைப் பாடும் நிலை வந்தபோது, இம்மகளிர் பாடல் மிகச்சிறப்புற்றது எனலாம்.

திருப்பொற்சுண்ணம் என்ற பதிகத்தில் மாணிக்கவாசகர்,

கூவுமின் தொண்டர் புறம் நிலாமே
குனிமின்தொழுமினெங் கோனெங் கூத்தன்
தேவியும் தானும் வந்தெம்மை யாளச்
செம்பொன் செய்சுண்ணம் இடித்து நாமே

என்று பாடியுள்ளார். இது வள்ளைப்பாட்டின் பிறிதொரு வடிவம். இதை உரற்பாட்டு, உலக்கைப்பாட்டு எனவும் அழைப்பதுண்டு. காதல்பாட்டாக இருந்த வள்ளைப்பாட்டு பக்திப்பாடலாக மாறியதை அறியலாம். இது ஆண்டவனுக்கு வாசனைப் பொடி இடிப்பதற்காக பாடப்பட்ட திருப்பாட்டாக அமைந்துள்ளது.

பெண்கள் வினாவும் விடையுமாகப் பாடி விளையாடும் முறையினை அடிப்படையாகக் கொண்டு மாணிக்கவாசகர் திருச்சாழல் என்ற பதிகத்தைப் பாடியுள்ளார்.

என்னப்பன் எம்பிரான் எல்லார்க்குந் தான் ஈசன்
துன்னம்பெய் கோவணமாக் கொள்ளுவது என்னேடீ
மன்னுகலை துன்னுபொருள் மறைநான்கே வான்சரடாத்
தன்னையே கோவணமாச் சாத்தினன் காண் சாழலோ.

இதில் நாட்டுப்புற விளையாட்டுப்பாடல் இறைவனின் புகழைப் பாடுவதாக அமைந்துள்ளது.

ஆழ்வார் பாடல்களில் ஆண்டாள், பெரியாழ்வார் போன்றவர் களின் பாடல்களில் நாட்டுப்புற இலக்கியங்களின் செல்வாக்கு மிகுந்துள்ளமையினைக் காணமுடிகிறது.

ஆண்டாள் பாடலில்...

ஆண்டாள் திருமாலின் மீது அளவுகடந்த பற்றுடையவள். இதனால் இறைவன் அவரை ஆள்கொண்டச் செய்தியினை இலக்கியங்கள் பறைசாற்றுகின்றன. இவர் பெரியாழ்வாரின் வளர்ப்பு மகளாவர்.

ஆண்டாள் தன்னிலையை மறந்தவர், கண்ணனுக்கன்றி வேறுயாருக்கும் வாழ்க்கைப்படாதவர், அவர் ஆண்டவனை அடையக் கண்ட வழி, அவருக்கு உதவிய ஒன்று நாட்டுப்புற வாய்மொழிப் பாடலே ஆகும். அவருடைய திருப்பாவையையும் வாய்மொழிப் பாடலின் ஒரு வகை என்று அ.மு.ப குறிப்பிடுவதாக சண்முகசுந்தரம் *(1980:33)* கூறுகிறார்.

மார்கழித் திங்கள் மதிநிறைந்த நன்னாளால்
நீராடப் போதுவீர் போதுமினா நேரிழையீர்
சீர்மல்கும் ஆய்பாடிச் செல்வச் சிறுமீர். (திருப்பாவை: பா1)

ஏல்லே இளங்கிளியே
இன்னும் உறங்குதியோ (பா.15)

என்பன போன்ற திருப்பாவைப்பாடல்கள் நாட்டுப்புறப் பாடல்களின் சிறப்புகளை வெளிக்கொணரும் பதிப்புகளாக உள்ளமை குறிப்பிடத் தக்கதாகும்.

பெரியாழ்வார் பாடலில்...

தமிழில் முதன்முதலில் பிள்ளைத்தமிழ் என்ற சிற்றிலக்கியம் தோன்றுவதற்கு முழுமுதற் காரணகர்த்தாவாக இருந்தவர் பெரியாழ்வார் ஆவார். அவருடைய பெருமையினை மு. அருணாசலம் அவர்கள், தாம் தாயாக இருந்து முழுமுதற்பொருளான இறைவனையே குழந்தையாக ஏந்தியெடுத்துத் தாலாட்டுப்பாடி, அதன் மேல் அடியவர்கள் உள்ளமெல்லாம் அன்பு வெள்ளம் கரை கடந்தோடியும் தமிழ் இலக்கியம் பல துறைகளில் விரிந்து வளரவும், புதுவழி வகுத்த உத்தம பக்தரான ஆழ்வாரைத் தமிழுலகமானது பெரியாழ்வார் என்று வியந்து போற்றுகிறது என்று பறைசாற்றுகிறார்.

மாணிக்கம் கட்டி வயிரம் இடைக்கட்டி
ஆணிப்பொன்னால் செய்த வண்ணச் சிறுதொட்டில்
பேணி உமக்கு பிரமன் விடுதந்தான்
மாணிக்குறளனே தாலேலோ
வையமளந்தானே தாலேலோ (பா.1)

என்று கண்ணபிரானை குழந்தையாக்கிப் பாடுகிறார். இது நாட்டுப்புறத் தாலாட்டுப் பாடலை அப்படியே பிரதிபலிக்கின்றமை காணமுடிகிறது.

குலசேகர ஆழ்வார் பாடலில்...

பெரியாழ்வாரைப் போன்று குலசேகர ஆழ்வாரும் இராமனுடைய வரலாற்றினைக் கூறும் போது,

மன்னுபுகழ் கௌசலைதன் மணிவயிறு வாய்த்தவனே
தென் இலங்கைக் கோன்முடிகள் சிந்துவித்தாய் செம்பொன்சேர்
கன்னிநன் மாமதில்புடைச்சூழ் கணபுரத்தெம் கருமணியே
என்னுடைய இன்னமுதே இராகவனே தாலேலோ (8:1)

என்று இராமனை தாலாட்டி மகிழ்கின்றார். மேலும் இராமன் பிரிந்து சென்றதை எண்ணி தசதரன் புலம்பியதை,

கைம்மாவின் நடையன்ன மென்னடையும்
கமலம் போல் முகமும் காணாது
எம்மானை என்மகனை இழந்திட்ட
இழிதகையேன் இருக்கின்றேனே (9:6)

என்று பாடியுள்ளார். இதில் நாட்டுப்புற ஒப்பாரிப் பாடலின் சுவையானது ஊடாடுகின்றமை காணமுடிகிறது. இவைகளிலிருந்து வாய்மொழி இலக்கிய வகைமைகள் ஏட்டிலக்கியமாக உருமாறி புத்துயிர் பெற்று விளங்குகின்றமை புலனாகிறது. இன்றும் புதுக் கவிதைகளிலும் நாட்டுப்புற இலக்கியங்கள் பெரும் செல்வாக்குப் பெற்று திகழ்கின்றமை கண்கூடு.

✪

6

நாட்டுப்புற இலக்கியங்கள்

நாட்டுப்புற மக்கள் தங்களுடைய எண்ணங்களையும் சிந்தனை களையும் ஏதேனும் ஒரு சூழலில் வெளிப்படுகின்றன. அத்தகைய வாய்மொழி வழக்காறுகளை நாட்டுப்புற இலக்கியங்கள் என்று கூறலாம். நாட்டுப்புற இலக்கியங்களை,

1. நாட்டுப்புறப் பாடல்கள்
2. நாட்டுப்புறக் கதைகள்
3. நாட்டுப்புறக் கதைப்பாடல்கள்
4. பழமொழிகள்
5. விடுகதைகள்

என்று வகைப்படுத்தப்பட்டுள்ளது.

1. நாட்டுப்புறப் பாடல்கள்

நாட்டுப்புற மக்களால் பாடப்படும் பாடல்கள் நாட்டுப் புறப் பாடல்களாகும். நாட்டுப்புறப்பாடல்கள் நாட்டுப்புற மக்களின் வாழ்வியலோடு பின்னிப்பிணைந்து காணப்படுகின்றன. மனிதனின் பிறப்பு முதல் இறப்பு வரையிலும் உள்ள நிகழ்வுகள் நாட்டுப்புறப் பாடலின் பாடுபெருளாகின்றன. நாட்டுப்புறப் பாடலை நாட்டுப் பாடல், நாடோடிப் பாடல், நாட்டார் பாடல், வாய்மொழிப் பாடல், பாமரர் பாடல், பரம்பரைப் பாடல், கிராமியப் பாடல், கல்லாதார் பாடல், மக்கள் பாடல், ஏட்டில் எழுதாக் கவிதை, மலையருவி, காட்டுப்பூக்கள், வனமலர், காற்றிலே மிதந்த கவிதை, என்றெல்லாம் அழைக்கின்றனர்.

நாட்டுப்புறப் பாடல்கள் நேற்று தோன்றியவை கிடையாது. ஆயிரமாயிரம் ஆண்டுகளுக்கு முன்பே மனிதன் பேசத் தொடங்கிய நாளன்றே நாட்டுப்புறப் பாடல்களும் தோன்றின. தொடக்ககால மனிதர்கள் ஏடும் எழுத்தாணியும் கொண்டு கவிதை புனைவதற்கு முன்பே நாட்டுப்புற இலக்கியங்கள் தோன்றி விட்டன என்பதை தொல்காப்பியம் மூலம் அறிகிறோம்.

எழுத்திலக்கியத்தைப் போன்று நாட்டுப்புறப் பாடலிலும் எதுகை, மோனை, இயைபு, இரட்டைக்கிளவி, உவமை, உருவகம், கற்பனை,

வருணனை, அந்தாதி அமைப்பு போன்ற இலக்கிய நயங்கள் காணப்படுகின்றன. நாட்டுப்புறப் பாடலுக்கு அடிவரையறைகள் காணப்படுவதில்லை. நாட்டுப்புற மக்களின் மனவோட்டத்திற்கும் சூழலுக்கும் ஏற்ப பாடல்கள் நீண்டதாகவும் குறுகியதாகவும் காணப்படும்.

நாட்டுப்புறப் பாடல் வகைப்பாடு

எந்தவொரு அறிவியியல் ஆய்வாக இருந்தாலும் அவற்றை சேகரித்தலும்(Collection), வகைப்படுத்தலும் (Classification), ஆய்வு செய்தலும்(Analysis) முக்கிய ஆய்வு நெறிமுறையாகக் கருதப்படு கின்றன. வகைப்படுத்தல் என்பது ஒரே மாதிரியாக இருப்பனவற்றை இனங்கண்டு வகைப்படுத்தலாகும். வகைப்படுத்தல் எவ்வளவு நுணுக்கமாகவும் செம்மையாகவும் அமைகிறதோ அவ்வளவுக்கவ்வளவு ஆய்வுகள் நுணுக்கமாக அமையும்.

மரியா லீச்(Maria Leach) அவர்கள் நாட்டுப்புறப் பாடல்களை ஐந்து வகையாக வகைப்படுத்தியுள்ளார்.

1. உணர்ச்சிப் பாடல்கள்
2. வாழ்வியல் பாடல்கள்
3. வாழ்வின் முக்கிய நிகழ்வின் பாடல்கள் (பிறப்பு, மணம், இறப்பு, பிரிவு, தாயக நாட்டம், போர்ப்பாடல்)
4. குழந்தைப்பாடல்
5. சமயப் பாடல் என்பனவாகும்.

ஆறு. அழகப்பன் அவர்கள் நாட்டுப்புறப் பாடல்கள் ஒரு திறனாய்வு என்ற நூலில் ஏழாக வகைப்படுத்தியுள்ளார். அவை,

1. குழந்தைப் பாடல்கள்
2. பக்திப்பாடல்கள்
3. தொழில் பாடல்கள்
4. கொண்டாட்டப் பாடல்கள்
5. உணர்ச்சிப் பாடல்கள்
6. ஒப்பாரிப் பாடல்கள்
7. பன்மலர்ப் பாடல்கள் என்பனவாகும்.

நா.வானமாமலை அவர்கள் பொருள் அடிப்படையில் பத்தாக வகைப்படுத்தியுள்ளார். அவை,

1. தெய்வங்கள்
2. மழையும் பஞ்சமும்

3. தாலாட்டு
4. விளையாட்டு
5. காதல்
6. திருமணம்
7. குடும்பம்
8. சமூகம்
9. உறவும் தொழிலும்
10. ஒப்பாரி என்பனவாகும்.

சு. சண்முகசுந்தரம் அவர்கள் தமிழில் நாட்டுப்புறப் பாடல்கள் என்ற நூலில் ஒன்பதாக வகைப்படுத்தியுள்ளார். அவை,

1. தாலாட்டுப் பாடல்கள்
2. குழந்தைப் பாடல்கள்
3. தொழில் பாடல்கள்
4. காதல் பாடல்கள்
5. மணவாழ்த்துப் பாடல்கள்
6. பக்திப் பாடல்கள்
7. ஒப்பாரிப் பாடல்கள்
8. ஆட்டப் பாடல்கள்
9. கதைப்பாடல்கள் என்பனவாகும்.

ஆறு. இராமநாதன் அவர்கள் எட்டு வகையாக வகைப்படுத்தியுள்ளார். அவை,

1. தாலாட்டுப் பாடல்கள்
2. குழந்தைப் பாடல்கள்
3. காதல் பாடல்கள்
4. தொழில் பாடல்கள்
5. கொண்டாட்டப் பாடல்கள்
6. பக்திப் பாடல்கள்
7. ஒப்பாரிப் பாடல்கள்
8. பல்பொருள் பற்றிய பாடல்கள் என்பனவாகும்.

சு. சக்திவேல் அவர்கள் சூழல் அடிப்படையில் எட்டு வகைப்படுத்தியுள்ளார். அவை,

1. தாலாட்டுப் பாடல்கள்
2. குழந்தைப் பாடல்கள்
3. காதல் பாடல்கள்
4. தொழில் பாடல்கள்
5. கொண்டாட்டப் பாடல்கள்

6. பக்திப் பாடல்கள்
7. ஒப்பாரிப் பாடல்கள்
8. பன்மலர்ப் பாடல்கள் என்பனவாகும்.

கள ஆய்வில் சேகரிக்கப்பட்ட பாடல்களை அவற்றின் தன்மைக்கு ஏற்ப ஏழாக வகைப்படுத்தப்பட்டுள்ளன. அவை,

1. தாலாட்டுப்பாடல்,
2. குழந்தை வளர்ச்சிநிலைப் பாடல்,
3. காதல் பாடல்கள்,
4. தொழில் பாடல்கள்,
5. கொண்டாட்டப் பாடல்கள்,
6. வழிபாட்டு பாடல்,
7. ஒப்பாரிப்பாடல் என்பவையாகும்.

1. தாலாட்டுப் பாடல்

குழந்தைகளை மகிழ்ச்சிப்படுத்தும் அல்லது தூங்கச்செய்யும் சூழலில் தாலாட்டுப் பாடல்கள் பாடப்படுகின்றன. தால் என்ற சொல்லுக்கு நாக்கு என்று பொருள். நாவினை அசைத்துப் பாடுவதால் தாலாட்டு என்று பெயர் பெற்றது. தாயின் கற்பனை வளத்தின் வெளிப்பாடே தாலாட்டுப்பாடல் ஆகும். வாய்மொழியாக வழங்கி வரும் இப்பாடல் குழந்தையின் உடல், உள்ள வளர்ச்சிக்குப் பயன்படுவதாகவும் உள்ளது. குழந்தையின் அழுகை சிணுங்கலால் உணர்ச்சிகளின் நரம்புகளையே மீட்டி வருகிறது என்கிறார் தமிழண்ணல் (1966:12).

முதன்முதலாகத் தமிழ் இலக்கியத்தில் தாலாட்டுப் பாடிய பெருமை பெரியாழ்வாருக்குரியது. அவர் இறைவனைத் தாலாட்டுப் பாடி தூங்க வைப்பதாகப் பாடியுள்ளார். அத்துடன், “குழவி மருங்கினும் கிழவதாகும்” (தொல். புறம், 82) என்று தொல்காப்பியத்திலும் தாலாட்டின் கூறுகள் இடம் பெற்றுள்ளதைக் காணமுடிகின்றது. நாட்டுப்புற மக்கள் தாலாட்டினைத் துயிலிடுதல் என்றும், ஓராட்டு, ராராட்டு, தாலாட்டு, தொட்டில் பாட்டு, ஒலாட்டு என்றும் பல்வேறு பெயர்களில் அழைக்கின்றனர். இப்பாடலைத் தமிழில் தாலாட்டு என்று கூறுவது போன்று மலையாளத்தில் தாராட்டு என்றும், தெலுங்கில் ஊஞ்சோதி என்றும், கன்னடத்தில் ஜோகுல என்றும் கூறுவர்.

உலகில் தாய்மையும் சேய்மையும் இருக்கும் வரை, பாசமும் பற்றும் உள்ள வரை மனித சமுதாயத்தில் தாலாட்டுக்கள் இருக்கும்.

நடையழகில் ஜெயங்கொண்டானையும், இனிமையில் இளங்கோவையும், கற்பனையில் கம்பனையும், சொல்லாட்சியில் மாணிக்கவாசகரையும், நாகரிகவிளக்கத்தில் சங்கப் புலவர்களையும் ஒப்புவமையாகப் பெற்றுப் பெருமையாக விளங்குவது தாலாட்டு என்று தமிழண்ணல் (1966 :21) தாலாட்டுப்பாடலின் சிறப்பினைக் குறிப்பிடுகிறார்.

தாலாட்டுப்பாடலுக்கு அடிவரையறை இல்லை என்றே கூறலாம். தாயின் மனநிலைக்கு ஏற்பவும், குழந்தையின் உறக்க நிலைக்கு ஏற்பவும் தாலாட்டு பெரியதாகவோ சிறியதாகவோ இருக்கும். இப்பாடலைக் குழந்தையின் தாய், பாட்டி, அத்தை, சகோதரி, சித்தி முதலியோர் பாடுவார்கள். இளைய தலைமுறையினரிடம் தாலாட்டுப் பாடும் வழக்கம் மிகவும் குறைந்து காணப்படுகிறது. வயதானவர்களே அதிகமாக இப்பாடலைப் பாடுகின்றனர்.

தாலாட்டின் தொடக்கம்

தாலாட்டுப்பாடலின் தொடக்கம் பெரும்பாலும் நாவினால் ஓசை உண்டாக்கக் கூடியனவாகிய,

'வாவாவோ வாவாவோ
கண்ணான கண்மணியே
வாவாவோ வாவாவோ'   என்றும்

'ஆராரோ ஆரிராரோ
கண்ணே கண்மணியே
ஆராரோ ஆரிராரோ'   என்றும்

'ராராரோ ராரிராரோ
ராராரோ ராரிராரோ'

என்பன போன்ற ஓசைகளுடன் தாலாட்டுத் தொடங்கப்படுகிறது. இப்பாடல் குழந்தையைத் தூங்க வைக்க நினைக்கும் போதோ, குழந்தை அழும்போதோ தொடங்குகிறது. இந்த ஓசையானது குழந்தையின் அழுகையினை நிறுத்தும் முகமாகக் காணப்படுகிறது. இப்பாடல் குழந்தை தூங்கும் வரை தொடரும். நான்கு அடிகள் பாடியதும் குழந்தை தூங்கிவிட்டால் உடனே தாலாட்டும் நிற்கும். இல்லை என்றால் தொடர்ந்து நீண்டு கொண்டே செல்லும். களஆய்வில் திரட்டப்பட்ட பாடல்கள் பெரும்பாலும் குறுகிய அமைப்புடையனவாகவே காணப்படுகின்றன.

குழந்தையைப் புகழ்தல்

'காக்கைக்கும் தன் குஞ்சு பொன்குஞ்சு' என்பதுபோல பலப் பாடல்களில் தாய்மார்கள் தன் குழந்தையினைக் கண்ணே, மணியே, மயிலே, மொட்டே, கரும்பே, முக்கனியே, மாணிக்கமே, தேனே, மீனே, இளநீரே, அரும்பே, பூவே என்று பலவாறு புகழ்வதை,

'பொன்னே கரையாதே பொன்மணியே கண்ணுறங்கு
தேனே கரையாதே என் தெவிட்டாத தேன் குழலே
மானே மறுவாதே என் மாணிக்கமே கண்ணுறங்கு
இஞ்சி இலையாட என் எலுமிச்சமே கண்ணுறங்கு
என் உறக்கமுள்ள பாலகனே தோகை மயிலே கண்ணுறங்கு'

என்ற பாடலடிகள் உணர்த்துகின்றன.

தாய்மாமன் பெருமை

தமிழ்ச் சமூகத்தில் தாய்மாமனை மிகவும் முக்கியமானவராகக் கருதுகின்றனர். பெண்ணின் தலைப்பிரசவம் தாயார் வீட்டில்தான் நடைபெறும். குழந்தை பிறந்தவுடன் அதற்குத் தொட்டிலிடுகின்றனர். அதனையும் தாய் மாமனே செய்வார். குழந்தை பெண்ணாக இருந்தால் அதற்குத் தொட்டிலிடும் நாள் தொடங்கி, காதுகுத்து, மஞ்சள் நீர், திருமணம் வரை தாய்மாமன் சீர்தான் பெரிதாகப் பேசப்படும். எனவே ஒரு பெண்ணுக்கு அண்ணன், தம்பி உறவுகள் மிகவும் முக்கிய மானதாகக் கருதப்படுகின்றது.

தாய் தன் உடன் பிறந்தவர்கள் மூன்று பேருண்டு என்பதனையும் அவர்கள் குழந்தைக்கு மரத்தொட்டில் கொண்டு வருவார்கள் என்றும் வெள்ளையானையில் வந்து குழந்தையினைப் பள்ளியில் சேர்ப்பார்கள் என்பதை,

'மாமன் வருவாரோ மரத்தொட்டில் கொண்டு
தாலாட்ட கண்ணே கனியமுதே
மாமன்மார் மூவர் தம்பி வருவார்
வெள்ளை யானையும் கொண்டு
உன்னைப் பள்ளியில் சேர்த்திட வருவார்
கண்ணே கண்மணியே கண்ணுறங்காயோ'

என்னும் பாடலடிகளால் அறியலாம்.

தாய்மாமன் சீர்

தாயில்லாப் பெண்ணுக்குச் சீர் இல்லை என்பார்கள். அதுபோன்று தமையன் இல்லாத பெண்ணுக்குச் சீர்வரிசை மட்டுமில்ல பலமும்

இல்லை. சமூகத்தில் தாய்மாமன்களுக்கு அதிக முக்கியத்துவ முண்டு. ஒரு பெண்ணின் உடன்பிறந்தோர் ஐந்து பேரில் ஒவ்வொரு வரும் என்ன சீர்கள் தர வேண்டும் என்பதை,

'மூத்த மாமன் பிள்ளைக்குத் தங்கப்பொட்ட கொண்டாருவார்
இரண்டாம் மாமன் பிள்ளைக்குச் செங்கை சிவந்திடவே
மிருக்கம் பூ போல இரண்டு
கைக்கும் தங்க வளையல் கொண்டாருவார்
மூணாம் மாமன் பிள்ளைக்கு முத்து மாலை கொண்டாருவார்'

எனவரும் பாடலடிகள் சுட்டுகின்றன.

தந்தையின் பெருமை

தாய் குழந்தையினைத் தாலாட்டும்போது கணவனின் பெருமை களாக அவரது வேலை, அவரது செல்வம் போன்றவற்றைப் பாடுகின்றாள். இதில் தன் கணவன் மிகச் சாதாரணமான வேலைக்குச் சென்றாலும் அதனையும் பெரிய வேலையாகப் பெருமைப்படுத்திக் கொள்கிறாள். இவர்களின் தொழில் திறமைகளையும் இத்தாலாட்டுப் பாடல்களில் காணமுடிகின்றது.

'உன் தகப்பன் ஊரில் பெரிய பண்டிதன்டா
மருத்துவம் அவருக்குக் கை வந்த கலையடா - மகளே
அவர் கை நாடிக்கு எந்த நோயும் ஒளியாதுடா'

என்னும் பாடலடிகள் எடுத்துரைக்கின்றன. இங்கு கணவனைப் பண்டிதர் என்று அறிமுகப்படுத்துவதையும் உணரலாம்.

தெய்வத்தைப் புகழ்தல்

திருமணத்திற்குப் பின்பு தாய் குழந்தைப்பேற்றிற்கு ஏங்கித் தவிக்கின்றாள். குழந்தைப் பேறு இல்லாதவர்களை மலடி என்று பெயரிட்டு அழைப்பது சமூகத்தில் காணப்படுகிறது. எனவே குழந்தைப் பேறு தந்த தெய்வத்தைப் புகழும் நிலையில் திருச்செந்தூர் முருகன், மண்டைக்காடு பகவதியம்மன், சுசீந்திரம் தாணுமாலையன் போன்ற தெய்வத்தைப் புகழ்ந்துரைப்பதை,

'மண்டைக்காடு போகையிலே
அம்மா பகவதியம்மை கண் திறந்து
பிள்ளை வரம் தந்ததே
தவமிருந்து பெத்த என் செல்லமே
சுசீந்திரம் கோவிலுக்குப் போகையிலே
தாணுமாலையர் தந்த செல்வமே - உனக்குக்

காணிக்கை நேர்ந்தோம் கைநிறையப் பொருளேந்தி
காணிக்கைக் கொண்டு போகையிலே'

என்ற பாடலடிகள் மூலம் அறியலாம்.

உறவு முறைகள்

குழந்தையின் அழுகையை நிறுத்துவதற்காகவே தாலாட்டுப் பாடுகின்றனர். குழந்தையின் அழுகைக்குரிய காரணத்தை வினவும் நிலையில் குழந்தையின் உறவினர்களை தாத்தா, பாட்டி, மாமா, மாமி, சித்தி போன்ற உறவு முறைக்காரர்கள் அடித்தார்களா என்று கேட்பதை,

'தாத்தாஅடித்தாரோ தங்கக் கம்பாலே
பாட்டி அடித்தாரோ பால்வார்க்கும் கையாலே
மாமா அடித்தாரோ மல்லிகைப் பூ செண்டாலே
மாமி அடித்தாரோ மாதுளம் கம்பாலே
சித்தி அடித்தாரோ செவந்திப் பூ கையாலே'

என்னும் பாடல் வரிகள் உணர்த்துகின்றன.

தாலாட்டுப்பாடல்

ஆரிராரோ ஆரிராரோ
ஆரிராரோ ஆராரிராரே
பூவான பூங்குயிலே
பூச்சூடும் தேன் கிண்ணமே
கண்ணான கண்மணியே
காதோடு நான்பாட
நீ தூங்கு என் செல்லமே
தெற்கு காற்று தாலாட்ட
தொட்டிலிலே தஞ்சம் புக
தூங்காத கண்ணுக்குத்
துருப்புகொண்டு மை எழுதி
ஆராரோ ஆரிராரோ
என் கண்ணே நீ உறங்கு
வாழைக் கனி தருவேன்
வாடாமல் நான் வளப்பேன்
ஆராரோ ஆரிராரோ
என்கண்ணே நீ உறங்கு
சிங்கம் பழம் தருவேன்
சினக்காம நான் வளப்பேன்
கதளிப்பழம் தருவேன்

கதறாம நான் வளப்பேன்
ஆராரோ ஆரிராரோ
ஆரடிச்சு நீ அழுதாய்
அடிச்சாரைச் சொல்லி அழு
பாட்டி அடிச்சாளோ
மருதாணிக் கம்புவெட்டி
சித்தி அடிச்சாளோ
சிலாந்தி கம்புவெட்டி
உன்னை யாரும் அடிக்கவில்லை
அன்னியரும் வரவில்லை
கண்மூடி நீ தூங்கு
நான் இசைக்கும் தாலேலோ
மகனே நீ அழுதால் நான் அழுவேன்
தேனே, நீ சிரிச்சா நான் சிரிப்பேன்
பூவே உன் பூவடி - என்
பஞ்சு மெத்தையன்றோ
உன் அழகை நினைத்து
நான் பாடும் தாலாட்டு
ஆராரோ ஆரிராரோ

2. குழந்தை வளர்ச்சி நிலைப்பாடல் (குழந்தைப் பாடல்கள்)

குழந்தை வளர்ச்சி நிலையின் ஒவ்வொரு காலகட்டத்திற்கு ஏற்ப பாடல்களும் மாறுபடுகின்றன. குழந்தை அழுகின்ற போது தாலாட்டுப் பாடுவது போன்று தவழும் போதும், உணவு ஊட்டும் போதும், சாய்ந்தாடும் போதும், கைவீசும் போதும், கைதட்டும் போதும் பெற்றோரும் உறவினர்களும் மகிழ்ந்து பாடி அச்செயல்களைக் குழந்தையைச் செய்யுமாறு தூண்டுவர். சிரிப்பூட்டும் போதும், நாப்பயிற்சி அளிக்கும் போது பாடுவதும்; பாடவைப்பதும் உண்டு. நாட்டுப்புற மக்கள் தங்கள் குழந்தைகளை வளர்க்கும் போது அழுகையினை நிறுத்துவதற்கும், சோறூட்டுவதற்கும் பல பாடல்களைப் பாடுவதைக் காணமுடிகிறது.

அழுது கொண்டிருக்கும் குழந்தைகளைச் சிரிப்பூட்ட பாடல்களைப் பாடிக் குழந்தையினைக் 'கிச்சிலம்' மூட்டுவார்கள். அதாவது

கைகளின் அக்குள் பகுதியிலோ, கழுத்துப் பகுதியிலோ கைவைத்து வருடுவர். இவ்வாறு குழந்தைக்குக் கூச்சம் ஏற்படுத்தும் போது குழந்தை சிரிக்கிறது. இதனைக் கிச்சி கிச்சி மூட்டுவது என்றும் கூறுவர். அப்போது,

'தங்க வள தரிசு வள
தட்டான கொத்தின கொத்துவள
தாக்கள் வள மூக்கு வள குரல்வள'

என்று அழுதுகொண்டிருக்கும் குழந்தையின் கை, கை அக்குள், மூக்கு, கழுத்து இவற்றில் வருடிச் சிரிக்க வைக்கின்றனர். தாய்க் குழந்தைக்குச் சோறூட்டும் போது எதையாவது காட்டிச் சோறூட்டுவது மரபு. அதாவது நிலவு, மரம், குருவி, ஆடு என்று தன் பக்கத்தில் இருப்பனவற்றைக் காட்டிச் சோறூட்டுவதுண்டு. அப்போது குழந்தை அவற்றைப் பார்த்துக் கொண்டே சாப்பிடும். இதனை,

'குருவி ஒன்று வந்தது குழந்தை அருகில் நின்றது
பாவம் அதற்குப் பசித்தது பாப்பா நெல்லைக் கொடுத்தது
குருவி அந்த நெல்லினைக் கொத்திக் கொத்தித் தின்றது
பசியும் நீங்கிப் பறந்தது பாப்பா இன்பம் கொண்டது'

பாடலாகப் பாடிக் குருவியைக் காட்டிக் குழந்தைக்குச் சோறூட்டு வார்கள். இப்படி, சோறூட்டுவதால் குழந்தை தன்னையறியாமல் அதிக உணவு உண்ணும் என்பதற்காக இதனைச் செய்கின்றனர். குழந்தை திருத்தமாகப் பேசுவதற்கு நாவுக்குப் பயிற்சி அளிக்கின்றனர்.

'யாரு தச்ச சட்ட எங்க தாத்தா தச்ச சட்ட'

'கருவாடு வாருக வாருக கருவாடு'

'உரலுக்க இடையில ஒலக்க உருளுது
அம்மிக்க இடையில குழவி உருளுது'

'கடல் அலையிலே ஒரு உரலிட உருளுது பெரளுது
தத்தளிக்குது தாளம் போடுது'.

இந்தப் பாடல்களைக் குழந்தையின் பெற்றோர், உறவினர்கள், பெரியவர்கள் கூறுமாறு சொல்ல; குழந்தை நாக்குத் தடுமாறி உளற சிரிக்கிறது. மீண்டும் முயற்சி செய்யுமாறு கூறுவர். அப்போது

குழந்தையின் நாக்கு நன்கு திருந்தி வரும் என்பதற்காகவே இந்த நாப்பயிற்சி பாடல்களைக் குழந்தைகளுக்குக் கூறுவார்கள். சிறுவர் சிறுமியர்களுக்கு நாப்பயிற்சி கொடுக்கும் போது வேறு சில பெயருண்மைகளில் பாடல்களாக மாறுபட்டுவரும். இப்பாடல்கள் குழந்தைகள் திருந்திய உச்சரிப்பைப் பெறுவதற்கும் 'ல'கர, 'ள'கர, 'ழ'கர என்னும் எழுத்துகளின் வேறுபாடுகளை உணர்ந்து கொள்ளவும் பயன்படுகின்றன.

எண்ணுப் பாடல்

இவ்விளையாட்டின் போது முதலில் இரண்டு சிறுவர்கள் கைக் கோத்து உயர்த்திப் பிடித்து நிற்பார்கள். மற்றச் சிறுவர்களும் சிறுமியர்களும் ரயில் வண்டி போல முன் நிற்பவர்களைப் பிடித்துக் கொண்டு கைக் கோத்து நிற்பவர்களின் இடையிடையே நுழைந்து பத்துச் சுற்றுகள் சுற்றுவார்கள். ஒவ்வொரு சுற்றும் சுற்றும்போது,

'ஒரு குடம் தண்ணியெடுத்து ஒரு பூ பூத்தது
இரண்டு குடம் தண்ணியெடுத்து இரண்டு பூ பூத்தது
....
ஒன்பது குடம் தண்ணியெடுத்து ஒன்பது பூ பூத்தது
பத்து குடம் தண்ணியெடுத்து பத்து பூ பூத்தது'

என்னும் எண் அடிப்படையிலான பாடல்களைப் பாடுகின்றனர். பத்தாவது சுற்றில் பத்துக்குடம் தண்ணியெடுத்துப் பத்து பூப் பூத்தது என்று கூறியதும் கைக்கோத்து நிற்பவர்கள் ஒரு சிறுமியை அல்லது சிறுவனைச் சிறைப்படுத்திக் கொள்ள; சிறையிலிருந்து விடுவதற்கு ஒவ்வொன்றாய் பணயம் கேட்கிறார்கள். கடைசியில் இராஜா மகளைக் கட்டித் தருவதாகச் சொன்னதும் விட்டுவிடுவார்கள். இதனை,

'இம்புட்டு பணம் தாறோம் விடுடா துலுக்கா
விட மாட்டேன் மலுக்கா
இம்புட்டு நகை தாறோம் விடுடா துலுக்கா
விட மாட்டேன் மலுக்கா
ராஜா மகளைக் கட்டித் தாறோம் விடுடா துலுக்கா
விட்டு விடுகிறோம் மலுக்கா'

என்ற பாடலடிகளால் அறியலாம்.

வினா - விடைப் பாடல்கள்

இதுவும் குழந்தைப் பாடல் ஆகும். இப்பாடல்களை இரண்டு பேர் பாடுவார்கள். ஒருவர் கேள்வி கேட்க மற்றவர் விடை கூறுவார். பின் விடையினைக் கேள்வியாகக் கேட்பார். இப்படி மாறி மாறி

வரும். இந்தப் பாடல்கள் அறிவுத் திறன் மற்றும் கேள்வி கேட்கும் திறன்களை வளர்த்துக் கொள்ள மிகவும் உதவுகின்றன.

'ராஜா ராஜா பேசுவியா?
பேசுவதற்குப் பல்லியா?
பல்லியானா பதுங்காதா?
பதுங்குவதற்கு வெள்ளமா
வெள்ளமானா உடைக்காதா?
உடைப்பதற்குத் தேங்காயா?
தேங்காயானா தூங்காதா?
தூங்குவதற்கு ஒளவாலா
ஒளவாலானா கௌவாதா?
கௌவுவதற்கு நாயா
நாயானா கொலைக்காதா?
கொலைப்பதற்கு வாழையா
வாழையானா வழுவாதா?
வழுவுவதற்குப் பாம்பா?
பாம்பானா கொத்தாதா
கொத்துவதற்குக் கோழியா?
கோழியானா கூவாதா
கூவுவதற்குக் கோவிலா?
கோவிலானா கும்பிட்டுக்கோ'

என்னும் பாடல் மூலம் அறியலாம்.

குழந்தைப் பாடல்

குழந்தே குழந்தே ஏன் அழுத
எறும்பு கடிச்சு நான் அழுதேன்
எறும்பே எறும்பே ஏன் கடிச்ச
பொந்துக்குள்ளே கையிட்டா சும்மாயிருப்பேனா?

பூனைக்கும் பூனைக்கும் கல்யாணம்
பூலோக மெல்லாம் கொண்டாட்டம்
யானைமீது ஊர்வலமாம்
ஒட்டக சிவிங்கி நாட்டியமாம்
கொர கொர பின் பாட்டாம்
கட கடலான சாப்பாடாம்
தாலி கெட்டும் வேளையிலே
மாப்பிள்ளை பூனையைக் காணோமே ... !

மியா மியா பூனையாம்
மீசக்கார பூனையாம்
ஆளில்லாத வேளையில்
அடுக்களைக்குச் செல்லுமாம்
பால் இருக்கும் பானையைப்
பார்த்துக் கேலி பண்ணுமாம்
மோரிருக்கும் பானையை
மோப்பம் பிடித்துக் குடிக்குமாம்

அதோ பார் கப்பல்
கப்பலில் அப்பா
அப்பா கூட அம்மா
அம்மா கையில லட்டு
லட்டு மேல ஈ

3. காதல் பாடல்கள்

காதல் என்பது ஆணுக்கும் பெண்ணிற்கு இடையே ஏற்படுகின்ற அன்பின் வெளிப்பாடாகும். காதல் என்பது மனித இனத்திற்கு மட்டும் உரியதன்று; எல்லா உயிர்களுக்கும் பொதுவானதாகும். இதனை பாரதிதாசன், காதல் அடைதல், உயிர் இயற்கை என்று குறிப்பிடுகிறார். காதல் இன்றைய சமூகத்தில் சிறப்பான ஒன்றாகக் கருதப்படுகின்றது. நாட்டுப்புற மக்களிடம் காதல் காணப்படுவதோடு காதல் பாடல்களும் காணப்படுகின்றன. காதல் பாடல்கள் பொரும்பாலும் ஆணைப் பார்த்து பெண்ணும், பெண்ணைப் பார்த்து ஆணும் கேலியாகவும் கிண்டலாகவும் பாடுகின்றமை காணமுடிகிறது.

'ஏரு பூட்டி உழுகிற மச்சான்
நீ ஏரை நிறுத்திவிட்டு
ஏ மச்சான் உனக்கு கூழ்காய்ச்சி
கற்கண்டு கொண்டு வந்தேன் என் ஆசை மச்சான்
நீ குடித்துவிட்டு ஏரு உழு என் செல்ல மச்சான்'

இப்பாடலில் வேலையை விட தானும், தான் கொண்டு வந்த உணவும் தான் முக்கியம் என்று மறைமுகமாக வெளிப்படுத்துகிறாள். இன்னொரு காதலி தன் காதலனுடன் விரைவில் இணைந்து வாழ வேண்டும் என்ற ஆசையைப் பாடல் மூலம் வெளிப்படுத்துகிறாள்.

'ஏரு பூட்டி உழக்கண்டேன்
மச்சான் சின்ன மச்சான்

உன் துன்பமெல்லாம் இன்பமாகும்
மச்சான் சின்ன மச்சான்'

என்பதில் நான் உன் வாழ்க்கையின் துணையாக வந்தால் உன்னுடைய துன்பமெல்லாம் இன்பமாகும். வாழ்க்கை செழிப்புடன் திகழும் என்கிறாள்.

காதலன் ஒருவனைக் கண்டு கொள்ளாமல் போய்க் கொண்டு இருக்கிறாள் காதலி. அவளைப் பார்த்து காதலன் இவ்வாறு பாடுகிறான்,

'போறவளே போறவளே பொன்னுத்தாயே
என்னை புரிஞ்சிக்காமல் போறியே பொன்னுத்தாயே
நெல் விளையுற பூமியிலே
பொன் விளையுது என் பொன்னுத்தாயே
அறுவடை செய்யலாம் பொன்னுத்தாயே'

தன் செல்வச் செழிப்பையும், தன்னுடன் இணைந்து கொண்டால் இன்பமாக வாழலாம் என்கிறான். இன்னொரு காதலன் தன்னைக் கண்டு கொள்ளாமல் போகும் பெண்ணைத் தன் பக்கமாக இழுக்கும் வகையில்

'என் அத்தை மகளே நீ முன்னாலே போனால்
நான் பின்னாலே வாறேன் உன் மாமன் மகன்
மடைப் பயலே என் செருப்பும் வரும்
என் கன்னத்திலே என்னடி பொண்ணு
உன் முகத்தில் என்ன பவுடர், நீ உடுத்தி இருக்கிற
புடவையின் நிறம் என்ன? ஏய் பொண்ணு
நான் பின்னால் வாறேன் நீ முன்னால் நடக்கிற நடையைப் பார்த்து
நான் ரசித்துக் கொண்டே வருவேன்'

எனப்பாடுகிறான். அவனைக் கண்டு கொள்ளாமல் போகும் பெண்ணிடம் உன் புடவையின் நிறம் என்ன, கன்னத்தில் என்ன என்று கேட்டு, நீ எங்கு போனாலும் நான் உன்னையே சுற்றி வருவேன் எனப் பாடுகிறான்.

4. தொழில் பாடல்கள்

இயற்கையைத் தனக்குச் சாதகமாகப் பயன்படுத்திக் கொள்ளும் செயலே பழங்காலத்தில் தொழில்கள் எனக் கருதப்பட்டன. இன்று தொழிலே உலகத்தை இயக்கும் சக்தியாக வளர்ந்துள்ளது. நாட்டுப்புற மக்கள் தொழில் அல்லது வேலை செய்யும் போது களைப்பு

தெரியாமல் இருப்பதற்குப் பாடுகின்ற பாடல்களை தொழில் பாடல்கள் என்கிறோம். உழைக்கும் மக்களின் உடல் வலியின் வடிகாலாக பாடல்களைப் பாடுகின்றனர். இப்பாடலில் தொழிலாளிகளின் இன்பதுன்பங்கள், விருப்பு வெறுப்புகள், நெஞ்சக் குமுறல்கள், ஆசாபாசங்கள் போன்றவை வெளிப்படுகின்றன.

லோவலக்கு காலலையாம் - ஏலஎலமா
உருகயில நூல்வலையாம் - லோவலலோவே
ஆரவலை வீசிவரும் - ஏலஏலமா
ஆவடியாம் பட்டணம் - லோவலலோவே
வண்டி வந்து நிக்குதடா - ஏலஎலமா
காரியங்கார் உர்மேலரே - லோவலலோவே
ஊரறிய யாழ்பணம் - ஏலஎலமா
உலகறிய மன்னாதி - லோவலலோவே
மன்னாதி கரைதெரிய - ஏலலோவே
முத்துப்பெண்ணே மோகனமே - ஏலஎலமா
முத்தம் தந்தால் மெச்சி கொள்வேன் - லோவலலோவே
பச்சரிசி குத்தல்லயோ - ஏலஎலமா
பயக்களிக்கோ இச்சப்பட்டா - லோவலலோவே
இச்சப்பட்ட நாள் முதலும் - ஏலஎலமா
மங்கையரும் சீரழிந்ததால் - லோவலலோவே
சீரழிந்த மறுமாதம் -ஏலஎலமா
செல்வனை பெற்றெடுத்தாள் - லோவலலோவே
பெற்று நன்றே வளர்த்தாளே - ஏலஎலமா
பெரும் பாவி கள்வனைப் - லோவலலோவே
காரணங்கள் ஓர் குருசே - ஏலஎலமா
கர்த்தர் பாடும் திரு குருசே - லோவலலோவே
குருசே நல்ல உமைத்தொழுவோம் - ஏலஎலமா
அண்ணனுடைய கிண்ணாரமாய் - லோவலலோவே
என்னச் சொல்லி பாடுறாளே - ஏலஎலமா
மன்னர் வந்தால் ஆறுதில்லை - லோவலலோவே
ஆராமி நூறுதலை - ஏல எலமா
மஞ்சள் எல்லாம் பொன்னிறமாம் - லோவலலோவே
பொன்னைக் கண்டா பிடரியமுண்டோ - ஏலஎலமா
போகலாமா இராவளிக்கு - லோவலலோவே
இராவளிக்கு கத்தரிக்கா - ஏலஎலமா
பாத்திருக்கா சக்களத்தி லோவலலோவே.

என்ற மீனவர் பாடலில் வலையினை இழுக்கும் போது உடல் களைப்புத் தெரியாமல் இருப்பதற்கு பாடப்படுகிறது. மீனவர்கள் பெரும் கஷ்டங்களுக்கு இடையே மீன் பிடிப்பதற்குச் செல்லுகின்றனர். அப்போது அவர்களுக்கு ஏற்படும் சோதனைகளை

வீடு செல்லுங்கையா இளந்தாரி நாயன்மாரே
நாயன்மாரே தோழன்மாரே நானோர்தி ஆண்டமாரே
ஆண்டு நல்ல மடங்கள் கட்டி பொங்கி நல்ல பெஞ்சி வைத்தால்
அம்மமும் கூடங்கட்டி புத்திரனை ஓடவிட்டால்
ஆக்கி நல்ல இறக்கி வைத்தாய் அடிமைகளை ஓடவிட்டாய்
ஓடல்லண்ணா ஓடாங்காதோ ஊடங்காடும் சோலைகளும்
சேர்ந்தால் நல்ல கிளி வளரும் சோற்கிழிபோல் அன்னமைய்யா
அன்னக்கிளி பின்னக்கண்டு அரசர் படை வெல்லக் கண்டீர்
கதைகேட்ட இளையவரே கடலுக்குள்ளே இருங்கையா
பலவகை மீன்கள் தான் பவணியாய் வருமைய்யா
கஷ்டப்பட்டு நஷ்டப்பட்டு கருக்காலியும் இல்லையப்பா
விடிந்தவுடன் கடல் தாயை தெண்டலிட்டோம் நாமெல்லாம்
நடுவேளை ஆகியும் கூட படி ஒன்றும் கிடைக்கவில்லை
கிடைக்கவில்லை மீன் என்று முடங்கிவிட்டால் என்பையன்
நாளைக்கண்டு நமக்கு ஒன்று கடல் தாயை வணங்குவோம்
பாலும் நல்ல தேனும் உண்டு பாவம் மகள் காத்திருப்பாள்
அந்தி சாயும் முன்னாலே அவள் அருகே சென்றிடுவோம்
புறப்படுவோம் புயல்போல் அந்தோணி.

என்ற பாடல் சான்றுரைக்கிறது.

5. கொண்டாட்டப் பாடல்கள்

மனிதன் தன்னுடைய மகிழ்ச்சியினை ஆடியும் பாடியும் பிறருடன் கலந்து கொண்டாடி மகிழ்கின்றான். இவ்மகிழ்வானது பாட்டாகவும் கூத்தாகவும் வெளிப்படுகின்றன. பலர் இணைந்து ஆடுகின்ற கோலாட்டம், கும்மி போன்ற பாடல்களும், குடும்ப உறவினர்கள் கலந்து கொள்ளுகின்ற பூப்புச்சடங்கு, திருமணம், வளைகாப்பு போன்ற நிகழ்வுகளில் பாடப்படும் பாடல்கள் கொண்டாட்டப் பாடல்கள் எனப்படும். சில நிகழ்வுகளில் பாடப்படும் ஊஞ்சல் பாடலும், கேலிப் பாடலும் கொண்டாட்டப் பாடலே ஆகும்.

திருமண வாழ்த்துப் பாடல்

திருமண நிகழ்வின் போது பெரியவர்கள் மணமக்களை வாழ்த்துவது மரபு. அவ்வாறு வாழ்த்தும் போது,

வாழ்த்திப் பாடுவோம்
வாழ்த்திப் பாடுவோம்
மணமக்களை வாழ்த்திப் பாடுவோம்
நீங்கள் பிள்ளை பதினாறு பெற்று
பெருவாழ்வு வாழ்ந்திடுங்கள்
வாழையடி வாழையாக
நம் குலம் தழைத்திட
வாழ்த்திப் பாடுவோம்
நாம் வாழ்த்திப் பாடுவோம்.

என்று பாடி வாழ்த்துகின்றனர். திருமண நிகழ்வில் நலுங்கு விளையாடும் போது இருவீட்டாரும் மணமக்களை கேலி செய்து பாடுகின்றனர்.

'தண்ணீர் குடமெல்லாம் தழும்புதடி
உன் கருப்பு
வாசற் படியெல்லாம் வழுக்குதடி
உன் கருப்பு
பஞ்சியும் பருத்தியும் அடைத்த
தலையில
சம்மங்கி எண்ணெய் பெற்றியோ
பொன்மயிலே'

என்று மணமகனின் தங்கை மணப்பெண்ணைக் கேலி செய்கிறார். பதிலுக்கு மணப்பெண்ணின் தங்கை மணமகனைப் பார்த்து,

'ஈச்சம்பழத்திலும் எங்க அத்தான்
இருண்ட கருப்பாச்சு
நாவல் பழத்திலும் எங்க அத்தான்
நல்ல கருப்பாச்சு
எட்டுக்கு மேல படிக்கவும் இல்ல
எட்டுக்கு மேல எழுதவும் தெரியாது
சைக்கிள் ஓட்ட னாச்சும் தெரியாது
மோட்டார் ஓட்ட முகப்புத் தெரியாது'

என்று கேலி செய்து பாடுகின்றார்.

பூப்புச் சடங்கு பாடல்

பூப்பெய்திய பெண்ணைக் கிழக்குத்திசை பார்த்து ஒரு பலகையில் அமரச்செய்து பெண்ணின் மதனி அல்லது மாமிமுறை உள்ளவர்களில் ஒருவர் தலைக்குத் தண்ணீர்விடுவது வழக்கம். அப்போது பெண்கள்

எல்லோரும் குரவையிடுவர். இந்த நேரத்தில் சிலர் பூப்புப்பாடல்கள் பாடுகின்றனர்.

'கல்லால் கிணறு வெட்டிக் கசத்தால் கயிரோடி
கல்லறைக்கும் கீழே கண்டேன் கணையாழி
ஒரு அரைக்குக் கீழே இருக்கா இராஜா மகள்
ஆத்திலே குளிச்சா அலை வாழை தட்டும் என்பார்
குளத்திலே குளிச்சா குலைவாழை தட்டும் என்பார்
முத்தத்திலே குளிச்சா முருங்கமரம் தட்டும் என்பார்
வளவிலே குளிச்சா வன்னிமரம் தட்டும் என்பார்
செங்கழனி ஓடையிலே சேர்ந்து தலை முழுகி
வயிர முடிப்பந்தலிலே வந்து தலைதுவட்டி'

இவ்வாறு பாடல்களைப் பாடி, தலைக்குத் தண்ணீர் விடுகின்றனர். இந்தப் பாடல்களை இளம் பெண்கள் பாடுவதில்லை; அவர்களுக்குத் தெரிவதும் இல்லை. வயதானவர்கள்தான் பாடுகின்றனர்.

ஊஞ்சல் பாடல்

குமரி மாவட்டம் கேரளாவில் இருந்து பிரிந்து தமிழ்நாட்டோடு சேர்ந்து இருந்தாலும் மலையாள மக்களின் கலாச்சாரம், பண்பாடு, நாகரிகம் இவைகள் இன்றும் குமரி மாவட்டத்தில் காணப்படுகின்றன. ஓணம் பண்டிகையினை மிகவும் சிறப்பாகக் கொண்டாடுபவர்கள் மலையாள (கேரள) மக்கள். அவற்றின் தாக்கத்தால் இன்றும் குமரி மாவட்டத்தில் கேரளா தமிழ்நாடு எல்லைப்பகுதியில் உள்ள மக்கள் ஓணம் பண்டிகையினைக் கொண்டாடுவதைக் காணமுடிகிறது. இப்பண்டிகைக் காலத்தில் மிகவும் குறிப்பிடத்தக்க விளையாட்டு ஊஞ்சல் விளையாட்டு ஆகும். ஊஞ்சலை ஒவ்வொரு வீட்டின் முன்னும் கட்டி அதில் அமர்ந்து பாட்டுப் பாடி ஆடுவார்கள். பெண்கள் அதிகமாக ஊஞ்சல் பாட்டுப் பாடுகின்றனர். அவ்வாறு பாடும் போது அவர்கள் புதிதாக எடுத்த புடவையினைப் பற்றியும், அணிகலன்கள் பற்றியும், ஊஞ்சல் போட்டுத் தந்த அண்ணனைப் பற்றியும், ஓணத்தின் போது வீட்டின் முற்றத்தில் கோலம் இடுவதைப் பற்றியும் சிறப்பாக எடுத்துக் கூறுவதைக் காணமுடிகிறது. ஊஞ்சல் பாடல்களைப் பெரும்பாலும் மலையாளம் கலந்தே பாடுகின்றனர்.

'ஊஞ்சலில் ஆடனும் பாடிடனும்
மஞ்ச புடவை உடுத்திட வேணும்
எங்கும் மலையாள தேசத்தில் போகும்
பொன்னான மூக்குத்தி பூவிரிச்சு

போவிடாம் நேரத்தே காலத்தேப் போ
ஓணம் புடவை உடுத்திக் கொண்டு
வந்நெந்தும் குஞ்நுங்கள் (குழந்தைகள்) ஆய பூக்கள்
மாவேலி நாடு வாண்டும் காலம்'

கேலிப் பாடல்கள்

சில நிகழ்வுகளின் போது சிறுவர் சிறுமியர் ஒருவரை மற்றொருவர் கேலி செய்யும் விதமாகப் பாடல்களைப் பாடி விளையாடுகின்றனர். இந்தப் பாடல்களைச் சூழலுக்கு ஏற்ப பாடுவதும் உண்டு. பெரியவர்களும் இத்தகைய கேலிப் பாடல்களைப் பாடுவதுண்டு. இப்பாடல்களை, மற்றவர்களைச் சிரிப்பூட்டவும் பாடுவார்கள். உடல் பருமனாக இருப்பவர்களைக் கேலி செய்யும் போது,

"தொந்தி மாமா வந்தாராம், தொப்பிய கீழ வச்சாராம்
சாக்குப் பைய எடுத்தாராம், சந்தக் கடைக்குச் சென்றாராம்
சறுக்கி கீழே விழுந்தாராம், பறக்க பறக்க பார்த்தாராம்
பார்த்தவரெல்லாம் சிரித்தாராம்
சிரித்தவர்க்கெல்லாம் சீனிமிட்டாய் கொடுத்தாராம்".

என்ற பாடலடிகள் மூலம் அறியலாம்.

6. வழிபாட்டுப் பாடல்கள்

இயற்கையின் ஆற்றலைக் கண்டு அஞ்சிய மனிதன் வழிபடுவதன் மூலம் அதன் சீற்றத்திற்கு ஆளாகாமல் இருக்கலாம் என்று நம்பினான். அதனடிப்படையில் தான் இயற்கை வழிபாடுகளும் விழாக்களும் தோற்றம் பெற்றன.

ஆதிகாலத்தில் மக்கள் இயற்கையோடு இயைந்து வாழ்க்கையினை வாழ்ந்துள்ளனர். இயற்கை சக்திகளான மழை, இடி, மின்னல் போன்றவற்றை தெய்வமாகக் கருதி வழிபட்டனர். இத்தகைய இயற்கை வழிபாடே உலகில் தொன்மையான வழிபாடாகக் கருதப்படுகிறது. இன்றும் நாட்டுப்புற மக்களிடம் இத்தகைய இயற்கை வழிபாட்டைக் காணலாம்.

நாட்டுப்புற மக்கள் மழை, ஒளி, பாம்பு, பசு, நிலா போன்றவற்றை வழிபடுகின்றனர். அவ்வாறு வழிபடும் போது பாடல்களையும் பாடுகின்றனர்.

சந்திரரே சூரியரே சாமி பகவானே
இந்திரரே வாசுதேவா

இப்பமழை பெய்யவேணும்
மந்தையிலே மாரியாயி
மலைமேலே மாயலரே
இந்திரரே சூரியரே
இப்பமழை பெய்யவேணும் (1983:58)

வழிபாட்டுப் பாடல்கள் நாட்டுப்புற மக்களின் இறையுணர்வை மட்டுமின்றி அவர்களின் மன உணர்வினையும் வெளிப்படுத்துகின்றன.

7. ஒப்பாரிப் பாடல்கள்

இறப்பு என்பது ஒவ்வொரு மனிதனுக்கும் நிர்ணயிக்கப்பட்ட ஒன்றாகும். எனினும் அவ்விறப்பினை ஏற்றுக் கொள்ள மனித மனம் மறுக்கிறது. இந்த உணர்வுகளே ஒப்பாரியாக வெளிப்படுகிறது. ஒப்பாரியானது இறந்தவரின் ஆவி சாந்தி அடையப் பாடப்படுகிறது. ஒப்பாரி என்பதற்குச் சென்னைப் பல்கலைக்கழகத் தமிழ் அகராதி ஒப்ப + ஆரி எனப்பிரித்து ஒப்புச் சொல்லி அழுதல் எனப் பொருள் தருகிறது. இறந்தவரை எண்ணி இருப்பவர்கள் ஒப்பிட்டு அழுவது ஒப்பாரியாகும். இதனை 'இறந்தவர்களின் இழப்பை எண்ணி இறந்தவர்களையும், தம்மையும் ஒப்பிட்டுப் பாடுவது ஒப்பாரியாகும்' என்று சக்திவேல் விளக்கம் அளிக்கிறார் (1992:59). இது குறித்து சுப்பிரமணியன், "வாழ்வின் முன்னுரை தாலாட்டானால் முடிவுரை ஒப்பாரியாகும். தாலாட்டுக் கலங்கரை விளக்கமாயின் ஒப்பாரி நினைவுச் சின்னமாகும் என்று குறிப்பிடுகிறார் (1976:47). இங்ஙனம், இறந்தவரின் புகழ், நன்மை, தீமைகள் மற்றும் அவரால் ஏற்பட்ட இழப்புகளை எண்ணிப் பாடுவது ஒப்பாரி எனலாம். "தமிழில் ஒப்பாரியைப் பிலாக்கணம், கையறு நிலை, இரங்கற்பா, அளவுப் பாட்டு, இழவுப்பாட்டு, அழுகைப் பாட்டு என்று பலவகையாகச் சொல்வர்" என்று சண்முகசுந்தரம் குறிப்பிடுகிறார் (1997:43,44). தொல்காப்பியர்,

"இளிவே இழவே அசைவே வறுமையென
விளிவில் கொள்கை அழுகை நான்கே"

என்று கூறுகிறார். இழிவு என்பதைத் தந்தை தாய் முதலான சுற்றத்தாரையும், இன்பம் பயக்கும் நுகர்ச்சி முதலியவற்றையும் இழத்தல் என்றுரைக்கிறார்.

தற்போது ஒப்பாரிப் பாடல் ஒப்புக்காக அதாவது தங்களைப் பார்ப்பவர்களுக்காக மட்டுமே பாடுவது ஆகும். ஒப்பாரியை இழவுப் பாட்டு, சாவுப் பாட்டு, ஒப்பாரி என்று பலவாறு அழைக்கின்றனர்.

ஒப்பாரியை பொருளடிப்படையில் பகுப்பாய்வு செய்து அவற்றின் பொதுக் கூறுகளும், தனிக்கூறுகளும் இப்பகுதியில் விளக்கப் பட்டுள்ளன. பொதுக்கூறாக, 1. ஆண் இறப்புக்குப் பாடும் ஒப்பாரி. 2. பெண் இறப்புக்குப் பாடும் ஒப்பாரி எனப் பாகுபடுத்தப்பட்டுள்ளது.

ஆண் இறப்புக்குப் பாடும் ஒப்பாரி

ஆண்கள் இறந்தால் பாடுகின்ற ஒப்பாரிப் பாடல்களின் தனிக் கூறுகளாக,

1. அண்ணன் இறப்புக்கு வருந்தித் தங்கை பாடுவது. 2. மகன் இறப்புக்கு வருந்தித் தாய் பாடுவது. 3. கணவன் இறப்புக்கு வருந்தி மனைவி பாடுவது. 4. தந்தையின் இறப்புக்கு மகள் பாடுவது. 5. கணவனை இழந்த பெண் தாலி கழற்றும் போது பாடும் பாடல் போன்ற தன்மையில் வகைப்படுத்தித் தரப்பட்டுள்ளன.

'நான் தெருவிலே விழுந்தப் பணம்
என்னைத் தேடுவார் அந்தப் பணம்
நான் காட்டிலே விழுந்தப் பணம்
நான் கள்ளனுக்கு அந்தப் பணம்
நான் மாரோடு சாய்ந்த மக்கா
நான் மண்ணோடு சாய்தம்மா
நான் நெஞ்சோடு அணைஞ்ச மக்கா
நான் நிலையில்லா நிற்கிறேனே
ஒத்த விலங்கிட்ட நான் ஓடி பிழைப்பேன்னு
என்ன இரட்டை விலங்குப் போட்டுக்
காவலுக்கு இராசப்பாளையன் வைச்ச
நான் பெத்த மகனே கொள்ளிக்கு உன்னப் பெத்த
நான் கொள்ளியில்லாமல் ஆவிட்டேனே
ஊரார் பிள்ளைகளை நான் முதலில் தொட்டு
ஊராருக்கு மருத்துவம் செய்து காப்பாற்றினேனே
நான் பெத்த மகனே உன்னை நான்
காப்பாற்ற முடியாத மகா பாவியாயிட்டேனே
என் மகனே என் மகனே'

என்ற பாடலடிகள் மகன் இறப்புக்கு வருந்தி தாய் பாடுவதாக அமைந்துள்ளது. இதில் பெண்கள் பேறு காலம் பார்த்து, ஊரில் உள்ள எல்லோருக்கும் மருத்துவம் செய்துள்ள செய்தியினையும் அறியமுடிகிறது.

'செரட்டையைக் கையில் தந்து
தெருவிலே தள்ளி விட்டாள்
பெட்டியைக் கையில் தந்து
புறத்தே தள்ளிவிட்டாள்
தண்ணி எடுக்கா விட்டால் என்
பிள்ளைகளைத் தாகத்தைத் தீர்க்க விடமாட்டாள்
நீ பெத்தப் பிள்ளையையும் என் கூட
நாங்க என்ன கஷ்டம் அடைகிறோம்'

என்னும் பாடலடிகள் கணவன் இறந்த பிறகு பெண்ணுக்குப் புகுந்த வீட்டில் மதிப்பில்லை. ஊரில் நடக்கும் இன்ப துன்ப நிகழ்ச்சிகளுக்கு அவளை அழைப்பதில்லை. அப்பெண்ணின்மீது மாமியார் நடத்தும் கொடுமைகளை எடுத்துரைக்கின்றன.

பெண் இறப்புக்குப் பாடும் ஒப்பாரி

பெண் இறந்தால் பாடும் ஒப்பாரி கூறுகளாக, 1. தாய் இறப்புக்கு மகள் பாடுவது, 2. தாய் இறந்ததைக் கேட்டு மகள் வீட்டிற்கு வரும் நிலை, 3. மாமியார் இறப்புக்கு மருமகள் பாடுவது, 4. தாய் இறந்த பின் வரும் பிரச்சினைகள் போன்றவைகளாகும்.

'பத்துக் கால் பெட்டிவண்டி பாதையிலே நிற்கும் வண்டி
பாதுகாக்கும் கணேசருக்குப் பால்பூசை செய்தாலும்
பாசமுள்ள தாயாரே நான் என்னைக்குக் காணப்போறேனோ
வண்ணக் கொடிகாரி வரிகாம்பு வெத்தலையாம்
சின்னக் கொடிகாரி சிறுகாம்பு வெத்தலையாம்
சிறுத்துப் பறிக்கையிலே சிறுசிலேயே தாயிழந்தேன்'

என்ற பாடலடிகள் தாய் இறப்புக்கு மகள் பாடுவதாக அமைந்துள்ளது. தாய் தனக்குச் சீர் செய்து சீராட்டியதையும், தாய் வீட்டிற்குச் சென்றால் தன் பசியறிந்து உணவு சமைத்ததையும், எதையும் தன்னிடம் சொல்லும் அம்மா சொல்லாமல் இறந்துவிட்டாளே என்று வருந்துகிறாள்.

'எனக்கு மண்டபத்திற்கு மேலே மயில் இருந்து தெண்டலிடும்
எனக்குக் கூடத்துக்கு மேல குயில் இருந்து தெண்டலிடும்
நான் சாதிப் புறம்பானேன் நான் நாசுவன் பிள்ளையானேன்
நான் நாசுவன் பிள்ளையென்று இளக்காரமா பேசுவாங்க'

என்ற பாடலடிகள் தாய் இறந்த பின்பு அவரது குழந்தைகள் எதிர்கொள்ளும் பிரச்சினைகள் தாயைக் கொன்றவன் எனப் பழித்தல், சாதியில் குறைந்தவன் என ஒதுக்குதல், வேலை செய்ய அனுமதிக்காமை போன்றன சமூகத்தில் நிலவி வந்ததை உணர்த்துகின்றன.

கணவனை இழந்த மனைவி பாடும் ஒப்பாரி

தங்கமான ரெங்கோனைத்
தங்கமென்றும் சொன்னீகளே - அங்கே
தங்கலாம் என்றீகளே - இப்ப
தங்கங் கசந்ததென்ன - நீங்க
தனிப்பட்டுச் சென்றதென்ன
தூரத்தே இருந்தேன்னு
சுருளெளுதிப்போட்டா - நான்
சுருக்கா வருவேன்னா
தூக்கிட்டீங்க எம் பொணத்தெ
காலணா காகிதந்தான் - ஒங்க
ஊரிலேயும் பஞ்சமாய்யா
தாலிக்கு அரும்பெடுத்த
தட்டானுக்கும் கண் குருடோ
சேலைக்கு நூலெடுத்த
சேணியனுக்கும் கண் குருடோ
பஞ்சாங்கம் பார்க்க வந்த
பார்ப்பனுக்கும் கண் குருடோ
எழுதினவன் தான் குருடோ
எழுத்தாணி தான் கூர் இல்லையோ
நான் விதவையாக யார் காரணமோ
கொல்லன் ஓலை நெருப்பு
தணியும் ஒரு சாமம்
என் தங்கமடி நெருப்பு
நான் தணிவது எந்தக் காலம்
அடுப்பு ஓலை நெருப்பு
குளிரும் ஒரு காலம்
என் கொடிய மடி நெருப்பு
நான் தணிவது எந்தக் காலம்
மணவறைப் பந்தலிலே உன்
மணக்கோலம் பாராமல்
பிணவறைப் பந்தலிலே நானும்
பேரிழவே கொள்ளுகிறேன்
அழகோடும் நகரத்தில்
தெக்கு கிழக்கு அதுவழி
அகலத்தொரு மூலையில்
கிடந்தக் கனலில் நிந்நும்
ஒழுகும் யமுன முனத்தன்றே

புளினம் காண்போ
இளம் மஞ்சள் வெயில் தட்டி
நிலம் மாறி நில வெண்ணில்
விளங்குந்ந மண்ணில்
நிலம் கணக்கே
பூகவள்ளி பொங்கிக் காற்றில்
படர்ந்நேந்நு
உறும்பு இழைக்கு அரிசியும்
உணங்கிய பூவும் தெர்ப்ப
முறிதும்பும் மற்றும் சேர்ந்து
சிதறிச் சிந்தே
உறஞ்ஞு சங்குபோலேயும்
உரிஞ்ஞு முறிச்சரிவாள்
தடபோலேயும் திளங்நூம்
அஸ்தி கண்ணங்கள்
நிவர்ந்த மெட்டிலையும்
விடவங்களும் சுருங்கி விகிர்தமாகி
இடமிதிகால் லோகத்திங்கள்
பரமவ தியானொடு

2. நாட்டுப்புறக் கதைகள்

மனிதன் தன் எண்ணங்களை வெளிப்படுத்தத் தொடங்கிய காலத்திலேயே கதைகள் தோற்றம் பெற்று விட்டன எனலாம். "வேட்டையாடச் சென்று திரும்பிய மனிதன் தனது அனுபவத்தைப் பிறருக்குக் கூற முற்பட்ட அன்றே கதைகள் தோன்றியது" என்று கலைக்களஞ்சியம் குறிப்பிடுகிறது *(1956. iii:189)*. "மனிதர்கள் சிறு குழுக்களாக வாழ்ந்த போது அவர்கள் தாங்கள் கண்டறிந்த நிகழ்வுகளை ஓய்வு நேரங்களில் கூறி மகிழ்ந்தனர். அவ்வாறு கூறப்பட்டு வந்த செய்திகள் கற்பனையுடன் புனைந்துரைக்கப்பட்டு நாளடைவில் கதைகளாகத் தோற்றம் பெற்றன" என்று தர்மராஜ் குறிப்பிடுகிறார் *(2004:306)*. "இந்திய இலக்கியத்தின் மிகப் பழமையான உருவம் கதை தான். கவிதை தோன்றும் முன்னரே கதைகள் தோன்றின. இக்கதைகளே கவிதையின் பொருளாயின" என்று சண்முக சுந்தரம் கூறுகிறார் *(1982:4)*. "நாட்டுப்புறக் கதைகள் சமுதாயத்தினைத் திரித்து மறைத்து வைக்கப்பட்டுள்ள உலகியல் உண்மை என்கிறார்

நசிம்தீன் (*1989:124*). தொல்காப்பியர் காலத்திற்கு முன்பே நாட்டுப்புறக் கதைகள் வழக்கில் இருந்தன என்பதை,

> 'பொருளொடு புணராப் பொய் மொழியானும்
> பொருளொடு புணர்ந்த நகை மொழியானும்'(தொல்:செய்: 168)

என்னும் நூற்பாவால் அறியமுடிகிறது. கதை என்பதற்குத் தமிழ்ப் பேரகராதி, பெரிய சகிதம், இதிகாச புராணங்கள், பெருங்கதை, பொடி வார்த்தை, விசித்திரக்கதை, கட்டுக்கதைகளில் சொல்விதம், சம்பாஷனை என்னும் ஒன்பது பொருள்களைக் கூறுகின்றன (*1956, ii:914*). தமிழ் மொழியகராதி, காரணச்சொல், சம்பாஷனை, சரிதம், சொல், சொல்லென்னேவல், தண்டாயுதம் என்னும் ஏழு பொருள் களைத் தருகின்றது (*1987:374*). எனவே கதை என்ற சொல் பல பொருள்களில் வழங்கி வந்த போதும் அஃது உணர்த்தும் பொருள் ஒன்றாக அமைகிறது.

கதையின் நடை

வாய்மொழிக் கதைகள் பாடல் வடிவிலும், உரைநடை வடிவிலும் காணப்படுகின்றன. "உரைநடை வடிவில் அமைந்துள்ள கதைகள் மட்டும் இங்குக் கதைகள் என்னும் பெயரில் கையாளப் படுகிறது. செய்யுள் வடிவில் காணப்படும் குறுங்கதைகள் சிலவற்றை எழுதாத கதைகள்" என்று அரவிந்தன் எடுத்துக் காட்டியுள்ளார் என்பது குறிப்பிடத்தக்கது (*1977:245*).

கதையின் வடிவம்

நாட்டுப்புறக் கதைகளுக்கென்று சில வரையறைகள் உள்ளன. கதை சொல்பவரின் கற்பனைக்கும், கேட்பவரின் ஆர்வத்திற்கும் ஏற்பக் குறுகியதாகவும், நெடியதாகவும் அமைகின்றது. கதை சொல்பவரின் மனநிலைக்கு ஏற்ப மாறுபடும் தன்மை கொண்டது. ஒவ்வொரு முறையும் மாறாமல் பிழையும் பிசிரும் இல்லாமல் கதை சொல்வது என்பது முடியாத காரியம். எனவே காலப்போக்கில் கதைகள் மாறுதலைப் பெறுகின்றன என்று லூர்து குறிப்பிடுகிறார் (*1997:60*).

கதை பரவுதல்

நாட்டுப்புறக் கதைகளின் மூல ஆசிரியர் யார் என்று அறிய முடியாதபடி பரந்து விரியும் இயல்புடையன. இக்கதைகள் ஓரிடத்திலிருந்து மற்றொரு இடத்திற்குப் பரவுவதற்குப் பல அடிப்படைக் காரணங்கள் உள்ளன. அவை,

1. தொழில் செய்யும் போது களைப்பு ஏற்படாமலிருக்கும்படி கதைகளை மாறி மாறிக் கூறுதல்,
2. திருமணமான பெண் பிறந்த இடத்தில் உள்ள கதைகளைப் புகுந்த இடத்தில் உள்ளவர்களிடம் கூறுதல்,
3. கோயில்களில் நடைபெறும் திருவிழாக்களின் போதும், வீட்டிலோ, வெளியிலோ பொழுது போக்கிற்காகவும் பெண்கள் கதை கூறி மகிழ்வது,
4. மக்களிடையே ஏற்படுகின்ற தொடர்புகள் ஆகியனவாகும்.

கதை கூறுவோர்

கதையினைச் சிறுவர்கள் முதல் பெரியவர்கள் வரை அனைவரும் கூறுகின்றனர். இதில் ஆண்களை விடப் பெண்களே அதிகமாகக் கதைகளைக் கூறுகின்றனர். "குழந்தைகளைப் பராமரிக்கும் பொறுப்பு தாய்மார்களுக்கு அதிகமாக இருப்பதால் குழந்தைகளுக்குப் பலவிதமான கதைகளைக் கூறி மகிழ்விக்கின்றனர். இத்தகைய கதை சொல்லுவதில் தாத்தாக்களை விடப் பாட்டிகளே கெட்டிக்காரர்கள்" என்ற பொன்னம்மாளின் கூற்று இங்கு குறிப்பிடத்தக்கது *(1980:3)*. கதை கூறுபவர்களின் பால் மற்றும் வயதிற்கு ஏற்ப கதையின் மையப்பொருள் மாற்றம் அடைகின்றது. சிறுவர்களுக்கு மகிழ்ச்சியூட்டும் கதைகளையே பெரும்பான்மையும் கூறுகின்றனர். ஆண்கள் தங்களிடையே கதை கூறும் போது பாலியல் கதைகளைக் கூறி மகிழ்வதும் உண்டு. இதனை, "ஆண்கள் தங்களுக்கிடையேயும், பெண்கள் தங்களுக்கிடையேயும் பாலியல் கதைகளைக் கூறி மகிழ்வதாக" சத்தியமூர்த்தி குறிப்பிடுகிறார் *(1997:28)*.

கதையின் நோக்கம்

கதைகளை மக்கள் கூறுவதற்குச் சில அடிப்படையான நோக்கங்கள் காணப்படுகின்றன. மக்கள் மகிழ்ச்சியடைவதற்காகவும், தங்கள் பொழுது போக்கிற்காகவும், கேலித் தன்மையை வெளிப்படுத்தும் ஊடகமாகவும்; தன்னையும், தன் பாரம்பரியத்தையும் மற்றவர்கள் தெரிந்து கொள்ளவேண்டும் என்பதற்காகவும்; அறக்கருத்துக்களை வெளிப்படுத்துவதற்காகவும், நகைச்சுவை, நம்பிக்கைகள், பழக்க வழக்கங்கள் மற்றும் வாழ்வியல் உண்மைகள் போன்றவற்றை வெளிப்படுத்துவதற்காகவும் கதைகளைக் கூறுகின்றனர்.

கதையின் பயன்

வாய்மொழியாக வழங்கப்படும் கதைகளால் கேட்போர் பயனடைகின்றனர். கதைகள் கூறுவோர், கேட்போர், கூறப்படும்

சூழல் ஆகியவற்றிற்கு ஏற்ப தன்னம்பிக்கையை ஏற்படுத்துவதோடு குழந்தைகளின் அறிவுத் திறனையும் வளர்க்கின்றன. அறக்கருத்துக் களைக் கதைகளாகக் கூறுவதால் அவற்றைக் கேட்கும் குழந்தையும் அவற்றையே கடைபிடிக்கும் என்ற எண்ணமும் மக்களிடையே காணப்படுகிறது.

அமைப்பியல் ஆய்வு

அமைப்பியல் ஆய்வு இருபதாம் நூற்றாண்டில் மிகச் சிறந்ததொரு ஆய்வு முறையாகக் கருதப்பட்டுப் பல்வேறு சமூக அறிவியல் துறையிலும் பயன்படுத்தப்பட்டு வருகிறது. "அமைப்பியல் ஆய்வு என்பது கதைகளின் உள்ளமைப்பைப் பகுதிகளாகப் பிரித்து அப்பகுதிகள் ஒன்றோடொன்று கொண்டுள்ள தொடர்பினையும் அவை ஒருங்கிணைந்து தரும் முழுமையினையும் விளக்குதல்" என்கிறார் சக்திவேல் (1992:77). இரஷ்ய நாட்டு அறிஞர் விளாடிமிர் பிராப் (Viladimir proop) என்பவரை இக்கோட்பாட்டின் தந்தை என்று கூறுவர். இக்கோட்பாட்டில் ஆலன்டென்டீஸ் என்பவர் அமைப்பியல் ஆய்வு செய்து வெற்றி கண்டவராவார். இவர் பிராப்பின் ஆய்வைத் தொடர்பாட்டு ஆய்வு முறை என்று குறிப்பிடுகிறார்.

வகைப்பாடு

நாட்டுப்புறக் கதைகளை வகைப்படுத்தி ஆய்வு செய்தால் ஆய்வு வலுப்பெறும் என்ற அடிப்படையில் அறிஞர்கள் பலவாறு கதைகளை வகைப்படுத்திக் கூறியுள்ளனர். சண்முகசுந்தரம் கதைகளை, 1. மனிதர் கதைகள், 2. மிருகக் கதைகள், 3. மந்திரக் கதைகள், 4. தெய்வக் கதைகள் என்று நான்கு வகையாகப் பகுத்துள்ளார் (1982:96). கிருட்டிண சாமி இதனை ஐந்து வகையாகவும் (1980:12-13) சக்திவேல், ஆறு வகையாகவும் (1992:75), லூர்து ஒன்பது வகையாகவும், ராஜ நாராயணன் பத்தொன்பது வகையாகவும் (1992: 72-73), ரோஸ்லெட் டானிபாய் இதனைப் பன்னிரு வகையாகவும் வகைப்படுத்தி யுள்ளார்கள் (1990:18). இவ்வாறு நாட்டுப்புறக் கதைகளைப் பல்வேறு அறிஞர்களும் பொருள் அடிப்படையில் வகைப்படுத்தி இருந்தாலும் நாட்டுப்புறக் கதைகளின் வகைப்பாடுகளில் ஒற்றுமைக் கூறுகள் காண்பதற்கில்லை.

களஆய்வின் போது சேகரிக்கப்பட்ட கதைகள் பொருள் அடிப்படையில் ஏழு வகையாகப் பாகுபாடு செய்யப்படுகின்றன. அவை,

1. விலங்குக் கதைகள்,
2. நீதிக் கதைகள்,

3. பழமொழிக் கதைகள்,

4. சமுதாயக் கதைகள்,

5. விசித்திரக் கதைகள்,

6. புதிர்க் கதைகள்,

7. வேடிக்கைக் கதைகள் என்பனவாகும்.

விலங்குக் கதைகள்

விலங்குகளின் குணங்களையும், பண்புகளையும் அடிப்படை யாகக் கொண்டு கதைகளைக் கூறுகின்றனர். இவ்வகைக் கதைகள் மனிதனை நல்வழியில் சிந்திக்க வைக்கப் பயன்படுகிறது.

கொக்கும் நண்டும்

ஒரு குளத்தில் ஏராளமான தண்ணீர் இருந்தது. அதில் ஒரு நண்டும் ஏராளமான மீன்களும் வசித்து வந்தன. ஒரு கொக்கு தினமும் அந்த மீன்களை உண்டு வந்தது. குளத்தில் நீர் வற்றி விட்டது. ஒரு சிறு பள்ளத்தில் மட்டும் கொஞ்சம் தண்ணீர் இருந்தது. ஒரு நாளு அந்த கொக்கு குளத்தின் கரையில இருந்து அழுதிட்டே இருந்தது. அதனைப் பார்த்த ஒரு மீன் கொக்கண்ணே ஏன் அழுத்திட்டே இருக்கிறீர்கள் என்று கேட்டது. உடனே கொக்கு இந்தக் குளத்தில் உள்ள தண்ணீர் எல்லாம் வத்தப் போகுது அதுனால நீங்க எல்லாம் செத்துப் போறீங்களேன்னு எனக்கு வருத்தமா இருக்குது. கொஞ்ச தூரம் தாண்டி நிறைய தண்ணீர் உள்ள ஒரு குளம் இருக்கு. அதில் ஒங்க எல்லாரையும் கொண்டு விடட்டுமா என்று கொக்கு கேட்டது. மீன்களும், நண்டும் சரிஎன்று சொன்னது. நண்டு ஒவ்வொரு மீன்களாகக் கொண்டு போகக் கூறியது. கொக்கு ஒவ்வொரு மீனாகக் கொண்டு சென்றது. அது மீன்களைப் பக்கத்துப் பாறையில் கொண்டு சென்று தின்றுவிட்டது. ஏராளமான மீன்களைப் பாறையில் காயவைத்தது. இறுதியில் நண்டை கொண்டு செல்ல வந்தது. நண்டும் சம்மதித்தது. நண்டைக் கொண்டு செல்லும் வழியில் ஏராளமான மீன்களும் எலும்புகளும் கிடப்பதை நண்டு பார்த்தது. இது மீன்களை எல்லாம் கொண்டு வந்து தின்னி ருக்கும்; என்னையும் இப்ப தின்னிரும். அதுக்குள்ளாக எப்படியாவது கொன்றுவிடவேண்டும் என்று நினைத்து தன்னுடையக் கால்களால் கொக்கின் கழுத்தை நெருக்கிக் கொன்றது.

அணிலும் ஆமையும்

ஒரு காட்டில் அணிலும், ஆமையும் நண்பர்கள். ஆமை பைனி (பதநீர்) குடிக்க ஆசைப்பட்டது. அணில் ஆமையை தன் வாலில்

கௌவிப் பிடித்துக்கொள்ளக் கூறி பனையில் ஏறியது. பாதிவழியில் போனதும் ஒரு நரி இதைப்பார்த்து இரண்டையும் தின்ன ஆசைப்பட்டது. அதற்கு நரி ஒரு தந்திரம் கையாண்டது. "அணிலுக்க வால்ல ஆமை அண்ணன் போறாண்டோ" என்று சத்தம் போட ஆரம்பித்தது. அதைக் கேட்டு வெட்கப்பட்ட ஆமை அணிலின் வாலில் பிடித்திருந்த பிடியை விட்டுக் கீழே விழுந்தது. உடனே நரி ஆமையைக் கடிக்க ஆரம்பித்தது. ஆனால் கடிபடவில்லை. இதைப் பார்த்துக் கொண்டிருந்த அணில் நரியே ஆமையைத் தரையில் வைத்துக் கடித்தால் கடிபடாது. குளத்திற்குள் கொண்டு போட்டுக் கடிச்சா கடிபடும் என்று கூறியது. நரி ஆமையைக் குளத்தில் கொண்டு விடவும் ஆமை தப்பி ஓடி உயிர் தப்பியது.

குரங்கும் மனிதனும்

குரங்கு ஒன்று மரத்தில் தாவி விளையாடிக் கொண்டிருந்தது. அப்பொழுது குரங்கின் வால் முட்புதரில் மாட்டிக் கொண்டது. அந்த வழியாக வந்த அரசன் குரங்கின் வாலை எடுக்க முயற்சி செய்த போது வால் அறுந்து விட்டது. உடனே குரங்கு என் வாலைத் தருகிறாயா? உன் வாளைத் தருகிறாயா? எனக் கேட்டது. உடனே அரசன் வாளைக் கொடுத்துவிட்டு செல்கிறான். வழியில் சின்ன பிள்ளைகள் மாமரத்தில் மாங்காய் பறிப்பதற்குக் கல்லை வைத்து எறிந்து கொண்டிருந்தனர். உடனே குரங்கு கத்தியால் நிறைய மாங்காய் பறிக்க முடியும் என்று யோசனை கூற, அதன் படி பிள்ளைகள் ஒரு மூட்டை நிறைய மாங்காய்கள் பறித்தனர். அப்போது குரங்கு சின்ன பிள்ளைகளிடம் "உங்களுடைய மாங்காயை தாரீங்களா இல்லை எனக்க வாளைத் தாரீங்களா" என்று கேட்டது.

உடனே பிள்ளைகள் மாங்காயைக் கொடுக்க, மாங்காயைக் குரங்கு கொண்டு செல்லும் போது வழியில் ஒரு தாயும் குழந்தையும் அழுது கொண்டிருந்தனர். அப்பொழுது குரங்கு மாங்காயைக் கொடுத்து சாப்பிடச் சொன்னது. அவர்கள் பசியாறிய பின்பு,

"உனக்க பிள்ளையைத் தாரீயா இல்ல எனக்க மாங்காயைத் தாரீயா"

என்று கேட்டது.

அதற்கு அந்தத் தாய் பிள்ளையை குரங்கிடம் கொடுத்தாள். குரங்கு பிள்ளையை விற்று எண்ணெய் வாங்கியது. எண்ணெயை வாங்கிக் கொண்டு செல்லும் வழியில் ஒரு கடையில் எண்ணெய் இல்லாமல் தோசை ஒழுங்காய் வரவில்லை. உடனே குரங்கு எண்ணெயைக் கடைக்காரனிடம் கொடுத்தது. பின்பு கடைக்காரனிடம்,

"உங்களுடைய தோசையைத் தாரீங்களா இல்ல
எனக்க எண்ணெயத் தாரீங்களா"

என்று கேட்டது.

கடைக்காரன் தோசையைக் கொடுக்க அதை வாங்கிக் கொண்டு செல்லும் வழியில் இரண்டு கொட்டுக்காரன்கள் கொட்டு அடித்துக் கொண்டிருந்தனர். அப்போது குரங்கு சத்தம் சரியாக வரவில்லை தோசையை வைத்து அடியுங்கள் என்று கூறியது. அவர்கள் அப்படி செய்ய தோசை கிழிந்து வீணானது. உடனே குரங்கு,

"உங்களுடைய கொட்டைத் தாரீங்களா இல்ல
என்னுடைய தோசையைத் தாரீங்களா"

என்று கேட்டது.

அவர்கள் கொட்டைக் கொடுக்க அதனைப் பெற்றுக் கொண்ட குரங்கு மகிழ்ச்சியுடன் கிணற்றின் மேல் தொங்கிய உலர்ந்த மாமரக் கொம்பைப் பிடித்துக் கொண்டு

"வால் போச்சு வாள் வந்தது
டும் டும் டும்
வாள் போச்சு மாங்காய் வந்தது
டும் டும் டும்
மாங்கா போச்சு பிள்ளை வந்தது
டும் டும் டும்
பிள்ளை போச்சு எண்ணெய் வந்தது
டும் டும் டும்
எண்ணெய் போச்சு தோசை வந்தது
டும் டும் டும்
தோசை போச்சு கொட்டு வந்தது
டும் டும் டும்"

என்று பாடிக் கொண்டிருக்கும் போதே கிளைமுறிந்து கிணற்றுக்குள் விழுந்து குரங்கு உயிர் துறந்தது.

நீதிக் கதைகள்

நீதிக்கருத்துக்களை மக்களுக்கு எடுத்துக் கூறும் முகமாகக் கூறப்படுகின்ற கதைகளை நீதிக்கதைகள் எனலாம்.

இளமை

ஒரு ஊருல வயதான அம்மாவும், அப்பாவும் இருந்தனர்; அவர்களுக்கு ஒரு மகன். அவனுக்கு வெளிநாட்டில வேலை

கிடைச்சிச்சி. மகனுக்குப் பெண் பார்த்துக் கொண்டிருந்தார். அப்போது அம்மாவும், அப்பாவும் மகனிடம் எங்களுக்கு ரொம்ப வயசு ஆகிடிச்சி, இளமையா இருக்க ஏதாவது மாத்திரை அனுப்புமாறு கேட்டாங்க மகனும் இளமையாக மாறக் கூடிய மாத்திரையினை அனுப்பி கொடுத்தான். கொஞ்ச நாளைக்கு அப்புறம் மகன் தன்னுடைய திருமணத்துக்காக ஊருக்கு வந்தான். வரும்போது ஒரு சிறுமி செடிகளுக்குத் தண்ணீர் பிடித்துக் கொண்டிருந்தாள். இவனைப் பார்த்த சிறுமி ஏல எப்படி இருக்கா எப்பம்ல வந்தா என்று கேட்டாள். மகனுக்கு எதுவும் புரியல; ஒரு சின்ன பிள்ள இப்படி பேசுதேன்னு திட்டினான். ஏம்ல நான் தான் உன் அம்ம மக்கா என்று சிறுமி கூறினாள். நீ இளமையா மாற கொடுத்த மாத்திரையை நிறைய சாப்பிட்டு இப்படி ஆகிட்டேன் மகனே என்றாள். சரிமா அப்பா எங்கம்மா என்று கேட்க அப்பா அதிக மாத்திர தின்னுட்டுத் தொட்டில்ல கைக் குழந்தையா படுத்து இருக்கிறாரு பாரு மக்கா என்றாள். மகனுக்கு ஆச்சரியம் தாங்க முடியல்ல.

பழமொழிக் கதைகள்

பழமொழியினை அடிப்படையாகக் கொண்டு கதையினைக் கூறுகின்றனர். இதனைப் பழமொழிக் கதை எனலாம்.

நிலவே சாட்சி

ஒரு ஊருல அண்ணன் தம்பி ரெண்டு பேரு இருந்தாவ. இரண்டு பேரும் விவசாயம் செய்து வந்தாங்க. ஒரு நாள் அண்ணனுக்கும் தம்பிக்கும் இடையே வாய்க்கால் தகராறு வந்திச்சி. இதுல தம்பி அண்ணனை வெட்டிக் கொன்று விட்டான். இறக்கும்போது - அண்ணன் இதுக்கு நிலவே சாட்சி என்று கூறிவிட்டு இறந்துட்டான். அண்ணனின் உடலை வயலில் புதைத்துட்டான். தம்பியின் வீட்டின் பின்னால் ஈஞ்சை படப்பினால் வேலி அமைத்து இருந்தான்.

பல நாட்கள் கழித்து தம்பிகாரன் கட்டிலில் படுத்து நிலவைப் பார்த்து நிலவே சாட்சினு சொன்னானே எங்க சாட்சி சொல்லிச்சி என்று நிலவைப் பழித்து நிலா சாட்சி கூறவா போகுது என்று வாய் விட்டுக் கூற; பக்கத்தில் படுத்திருந்த மனைவி என்ன என்று கேட்க அவன் சொல்லாமல் இருந்தான். அவள் நோண்டி நோண்டி கேட்க இவன் நடந்த உண்மையினைக் கூறிவிட்டான். இதனால் மனைவி பக்கத்து வீட்டுப் பெண்ணிடம் கூறக் கடைசியில எல்லோருக்கும் தெரிந்துவிட்டது. போலீஸ் வந்து இவனைப் பிடிக்க விரட்டியது. இவன் பின் பக்கம் வழியே தப்பநினைக்கும்போது ஈஞ்சைப் படப்பில் மாட்டி ஓட முடியாமல் மாட்டிக் கொண்டான். இக்கதையானது,

"புறவாசலில் ஈஞ்சம்படப்பை நடாதே;
உற்ற இரகசியத்தை மனைவியிடம் சொல்லாதே"

என்ற பழமொழியை விளக்குவதாக அமைந்துள்ளது.

சமுதாயக் கதைகள்

சமுதாயப் பிரச்சனைகளை அடியொற்றிக் கூறுகின்ற கதைகளைச் சமுதாயக் கதைகள் எனலாம்.

தவுல் வித்துவான்

பட்டிக்காட்டில ஒரு கலியாணம். அதுவோ சுத்துப்பட்டிக்குச் சங்கீதம் என்றால் துட்டுக்கு எத்தனை என்று கேட்பார்களாம் அப்படி ஒரு பட்டிக்காடு.

முகூர்த்தத்துக்காக மேளக்கச்சேரி கொண்டு வந்திருக்கிறார்கள்னு மேளம் ரொம்பக் களைகட்டியிருச்சி. ஆனால், எதிரே உட்கார்ந்து இருந்து அனுபவிப்பவர்களைதான் காணோம். தவுல் வாசிப்பவனுக்கு இது மிகவும் வருத்தமாக இருந்தது.

தற்செயலாகக் கல்யாண வீட்டிற்கு ஒரு கிழவர் வந்தார். அவருடைய தலை கழுத்தில் நிலை கொள்ளாமல் வயதாகி விட்டதால் கிடுகிடுன்னு ஆடிக் கொண்டே இருந்தது. முகூர்த்த நேரமாதலால் கல்யாண வீட்டில் ஒரே கூட்டம். கிழவருக்கு உட்கார இடம் கிடைக்காததால் தவுல் வாசிப்பவனுக்கு எதிரே கொஞ்சம் தள்ளி ஒரு இடம் இருந்தது. அங்கே போய் உட்கார்ந்து கொண்டு, பேசாமல் தவுல் அடிப்பவனையே பார்த்துக் கொண்டிருந்தார்.

கிழவரைக் கண்டதிலிருந்து தவுல்காரனுக்கு ஒரே கொண்டாட்டம். இந்நேரம் வரைக்கும் யாருமே தன்னுடைய வாசிப்பை அனுபவித்துக் கேட்கல இதோ ஒரு நல்லவர் வந்துவிட்டார் என்று மிகவும் மகிழ்ச்சியடைந்து வெளுத்து வாங்கினார் மேளத்தை.

முகூர்த்தம் முடிந்ததும் மேளமும் நின்றது. தவுல்காரன் வியர்வையைத் துடைத்துக் கொண்டே கிழவனைச் சிரித்த முகத்துடன் பார்த்தான். பார்த்தால் கிழவனின் தலை இன்னும் ஆடிக் கொண்டே இருந்தது. பாவம் தவுல்காரன். ரொம்ப நொந்து விட்டான்.

மகாவீரன்

ஒரு நாட்டில ஒரு குறும்புக்கார மந்திரி இருந்தான். அரசனுக்கு நம் நாட்டிற்கு ஒரு நல்ல வீரன் வேண்டும் என்று மந்திரியாரிடம் கூறினார். அப்போது அவரு ஒவ்வொரு மனிதர்களையா பார்த்துக்

கொண்டு வரும்போது ஒரு பிச்சைக்காரன் ஒரே நேரத்தில் நூறு கொசுக்களை அடிச்சிக் கொன்று விடுவான். உடனே மந்திரி இவன் தான் மகாவீரன் என்று கூறி அவனுடைய துணிகளை மாத்தி வீரனாக மாற்றி விடுங்கள் என்று வீரனைக் குதிரையின் மேல் ஏறுமாறு கூறுவான்; பயத்தில பிச்சைக்காரன் ஓடிவிடுவான். அவனைப் பிடித்துக் குதிரையின் மீது கட்டி வைப்பாங்க. கையை மட்டும் கட்ட மாட்டாங்க. அந்தக் குதிரை போர் எங்கு நடக்குதோ அங்கதான் நிற்கும் வேறு எங்கும் நிற்காது. குதிரை வேகமாகச் சென்று கொண்டிருந்தது. தூரத்தில் எதிரி நாட்டு மன்னர்கள் நூறு பேருக்கு மேல் நின்றார்கள். இவன் பயத்தில் பனைமரத்தினைப் பிடிக்க குதிரையின் வேகத்தில் பனைமரம் கீழே விழுந்தது. எதிரிபடை வீரர்கள் ஒரே நேரத்தில் பனைமரத்தையே புடிங்கிட்டான். இவன் நம்மைக் கொன்றுவிடுவான் என்று நினைத்துப் பயந்து ஓடிவிட்டார்கள். இவனுக்கு மகாவீரன் என்று பட்டமும் கொடுத்தாங்க.

புதிர்க் கதைகள்

விடுகதை அமைப்பில் அமைந்த கதைகள் புதிர்க் கதைகள் ஆகும். இஃது வெளிப்படையாக ஒன்றனை விளக்குவதாகவும் இலை மறைக் காயாக அதன் உட்கருத்தைக் குறிப்பிட்டு உணர்த்துவதாகவும் அமைவது இதன் இயல்பாகும்.

அண்ணனும், தம்பியும்

ஒரு ஊரில் அண்ணன் தம்பி ரெண்டு பேரு. அதில அண்ணனுக்கு மட்டும் திருமணம் முடிந்து இருந்தது. அண்ணியார் பாசமாக ரெண்டு பேருக்கும் சமைத்துப் போடுவா. திடீரென ஒரு நாள் கணவன் மனைவிக்குள் சண்டை வந்தது. பொண்டாட்டி அவளுக்க அம்மா வீட்டிற்குப் போயிட்டாங்க. தம்பி அண்ணனிடம் அண்ணி எங்கே என்று கேட்க அவ கோவிச்சிட்டு அவ தள்ள வீட்டுக்குப் போயிட்டான்னு சொல்ல, தம்பிக்காரன் அண்ணனிடம் அண்ணியை வீட்டுக்கு வரச் சொன்னான். அண்ணனும் அவளை அழைக்கச் சென்றான். அவள் வர மாட்டேன் வர வேண்டுமென்றால் கரக்காத பால், ஈ இல்லாத தேன், திரிக்காத திரி மூன்றையும் கொண்டு வந்தா நான் வாரேன் என்று கூறிவிட்டாள்.

அவன் திரும்பி வந்து தம்பியிடம் அவள் கூறியதைச் சொன்னான். உடனே தம்பிக்காரன் நான் போய் அண்ணிய கூப்பிட்டு வாரேன்னு கூறிச் சென்று அன்'பால்' வந்'தேன்' எழுந்'திரி', அண்ணி என்று கூறி அழைத்து வந்தான்.

வேடிக்கைக் கதைகள்

நகைச்சுவை உணர்வைத் தூண்டும் வகையில் அமைகின்ற கதைகள் வேடிக்கைக் கதைகள் ஆகும்.

வெறுங்குழல்

ஒரு ஊரில் இரண்டு கல்யாணம்; கிடைத்த மேளமோ ஒன்றே ஒன்று தான். முதற் கல்யாண வீட்டிற்குப் போயிருந்தது மேளம்.

இரண்டாவது கல்யாணம் ஒரு பாட்டி வீட்டில். அந்தப் பாட்டி பேத்திக்கு மிகவும் சிறப்பாகக் கல்யாணம் நடத்தி வைத்துக் கொண்டிருந்தாள். ஆனால், இந்த மேளம் மட்டும் இப்படி அமைந்து விட்டதே நம்ம வீட்டுக்கென்று தனியாக அமையலையே என்று தொணதொணத்துக் கொண்டிருந்தாள்.

கல்யாண வீட்டிற்கு வந்திருந்த உள்ளூர் சம்மந்தக்காரர்களில் சிலர் வேடிக்கை ஆசாமிகள் இருக்கதானே செய்வார்கள். அவர்கள் பாட்டியை விட்டு இன்று ஒரு வேடிக்கை காண்பிக்க வேண்டும் என்று தங்களுக்கே பேசி முடிவு செய்து கொண்டார்கள்.

முகூர்த்தத்திற்கு எல்லா ஏற்பாடுகளும் செய்தாயிற்று. புரோகிதர் வந்தாயிற்று ஆசாரிகூட நேரத்திற்குத் தாலி செய்து கொண்டு வந்து விட்டான். மேளம் ஒன்று வர வேண்டியதுதான் பாக்கி எங்கே மேளம்? மேளம் எங்கே? என்று திருமண வீட்டில் ஒரே சலசலப்பு பொறியாக இருந்தது. பாட்டிக்கோ ஒன்றுமே ஓடவில்ல.

கடைசியாக ஒரு வாக்கில் மேளக்காரர்களும் வந்து விட்டனர். வந்த அவர்கள் உட்கார்ந்து இருந்தார்கள். ஒருவன் போய்ப் பாட்டியைத் தனியாகக் கூப்பிட்டு அவருடைய காதில் என்னமோ சொன்னான். அவ்வளவுதான் பாட்டி வேகமாக வந்தா. நாதஸ்வரம் வாசிக்கப் போறவனிடம் என்னய்யா, நீ அந்த வீட்டில் எல்லாத்தையும் வாசித்து விட்டு இங்க வெறும் குழலையா கொண்டு வந்திருக்கா? எனக்கு என்ன ஒண்ணும் தெரியாதுன்னு நினைச்சியா? எங்கே காட்டு, குழலைப் பார்ப்போம்? என்று இரைத்தாள். வேடிக்கை ஆசாமிகளுக்கு ஒரே குஷி. கல்யாண வீடு சிரிப்பால் அதிர்ந்தது.

ஆறு மாதத்தின் ரகசியம்

ஒரு ஊருல ஒரு புரோக்கர் இருந்தாரு, அவரு கல்யாணப் புரோக்கர் அவருக்கும் அவருடைய பொண்டாட்டிக்கும் பயங்கர சண்டை. அப்போது ஒருத்தன் தனக்குப் பெண் பார்த்துத் தருமாறு சொல்லுறான். உடனே அவர் யோசித்துவிட்டு ஒரு பெண்ணு இருக்கு,

அழகா இருக்கும் எப்படி முடித்துவிடலாமான்னு கேட்டாரு. அவனும் சரி பெண்ணுக்கு என்ன வயசுன்னு கேட்டார். அவரு பத்தொன்பது வயசும், ஆறு மாசமும் என்று கூறினார். இவன் சரி முடித்துவிடலாம் என்று கூறினான். திருமணம் முடிந்தது ஆறு மாதம் கழித்து அவன் இருவடைய வீட்டின் முன்பு கோபத்தில் வந்து நின்றான். என்ன என்றால், எனக்குக் குழந்தை பிறந்துவிட்டது என்றான். உடனே இவர் மகிழ்ச்சியான செய்தி என்றான். உடனே, நீர் என்னைய ஏமாற்றிவிட்டீர் என்று சப்தமிட்டான். உடனே புரோக்கர் நான் பொய் சொல்லுவதே இல்லை. நான் முன்னமே சொன்னேனே பெண்ணுக்குப் பத்தொன்பது வயசும், ஆறு மாசமும்னு இது தான் அந்த ஆறு மாசம் என்றார்.

3. நாட்டுப்புறக் கதைப்பாடல்கள்

கதைப்பாடலை ஆங்கிலத்தில் Ballad என்று கூறுவர். இது Ballad என்ற இலத்தீன் சொல்லிலிருந்து பிறந்ததாகும். ஒரு கதையினை பாடலாகப் பாடுவது கதைப்பாடலாகும். புராண இதிகாசங்களின் கூறுகள், ஊர் தெய்வங்களின் வரலாறு, சமுதாயத்தில் வீரதீரச் செயல்கள் புரிந்து உயிர் நீத்தவர்களின் வரலாறு, நம் அறிவுக்கு எட்டிய வரலாற்றுச் சிறப்புகள் ஆகியவற்றைப் புலமை வாய்ந்த ஒருவர் கற்பனை கலந்து இசையுடன் கூடிய பாடலாகப் புனைவதே கதைப்பாடலாகும்.

கதைப்பாடல்கள் வரலாறு அல்ல. அவை வீர காவியங்கள். இடை இடையே மனிதப் பண்பின் உயர்ந்த அம்சங்களைப் போற்றுபவை. சமூகச் சீர்கேடுகளைக் கேலி செய்பவை. அவை கற்பனையால் உருவான நாட்டார் பாடல் என்றே சொல்ல வேண்டும் என்று வானமாமலை குறிப்பிடுகிறார்.

கதைப்பாட்டு என்ற இலக்கிய வகையானது மக்களுடைய வாயில் வாழ்கிறது என்று கூறுவதுண்டு. வாயின் வழியாகப் பரவவும் செய்கிறது. இதை இயற்றியவர் யாராக இருப்பினும் இதைப் பாடுபவரது உரிமையாக இது மாறி விடுகின்றது. இதற்கு முன்னுரையும் பின்னுரையும் தேவையில்லை என்று கலைக் களஞ்சியம் குறிப்பிடுகிறது.

கதையொன்றை உள்ளடக்கமாகக் கொண்டு மக்கள் முன்னர் எடுத்துரைக்கப்பட்டு பரம்பரை பரம்பரையாக வாய்மொழியாகப் பாடப்பட்டு வருவது கதைப்பாடலாகும். இசைக்கருவிகளின் துணையுடன் ஒருவர் பாடுவதாகவோ அல்லது பலர் கூட்டமாகவோ

சேர்ந்து பாடி எடுத்துரைப்பதாகவோ கதைப்பாடல் அமையும் என்று லூர்து குறிப்பிடுகிறார்

நாட்டுப்புறப் பாடல்களின் தன்மைகளுடைய எளிய பாடல்களால் ஒரு கதையை உருவாக்கி செவிக்கு இனிமையாகவும் மனதுக்கு மகிழ்ச்சியாகவும் அமையப் பாடிக்களிப்பது கதைப்பாடல் என்று அ.நா. பெருமாள் குறிப்பிடுகிறார்.

கதையைப் பாடலாகக் கூறுவது அல்லது பாடலில் கதை பொதிந்து வருவது கதைப்பாடல் என்று அழைக்கப்படுகிறது. இது ஒரு கதையாகவும் இருக்கலாம் அல்லது உப கதைகள் கொண்ட ஒரு கூட்டுக்கதையாகவும் இருக்கலாம். இந்த உட்கதைகள் மூலக் கதைக்குப் பக்க பலமாகவும் அல்லது அதன் மையத்தை நோக்கிச் செல்வனவாக அமையும் என்று சண்முகசுந்தரம் விளக்கமளிக்கிறார்.

கதைப்பாடலின் தோற்றமும் வளர்ச்சியும்

கதைப்பாடலுக்குத் தமிழில் அம்மானை என்ற பெயரும் உண்டு. முதல் கதைப்பாடலே அம்மானை என்ற பெயரில் உள்ளது. அம்மானையின் வளர்ச்சியே கதைப்பாடலின் வளர்ச்சியாகும். அம்மானை கதை தழுவா நிலையிலிருந்து கதை தழுவிய நிலையின் வளர்ச்சியடைந்துள்ளது என்று சக்திவேல் குறிப்பிடுகிறார்.

அம்மானை என்பது பெண்கள் விளையாடும் விளையாட்டாகும். அவ்விளையாட்டின் போது பாடப்படும் பாடல் அம்மானை வரி. அவ்விளையாட்டில் பயன்படுத்தப்படுவது அம்மானைக்காய், அம்மானைப் பாட்டு என்பது கதைப்பாடலைக் குறிப்பதாகும். அம்மானைக் குறித்த குறிப்புகள் சிலப்பதிகாரத்திலும், திருவாசகத்திலும் காணமுடிகிறது. மேலும் சிற்றிலக்கியங்களில் ஒன்றான பிள்ளைத் தமிழில் அம்மானைப்பருவம் பாடி ஆடும் நிலையில் இல்லாமல் இலக்கிய நிலையிலேயே உள்ளது. பெண்பால் பிள்ளைத்தமிழில் ஒன்பதாவது பருவம் அம்மானைப் பருவமாகும்.

கதைப்பாடலின் தோன்றிய காலமாக பதினாறாம் நூற்றாண்டைக் குறிப்பிடுகிறார் மு. அருணசலம் அவர்கள். மூவர் அம்மானை கி.பி. 1575 இல் தோன்றியது. இராமப்பய்யன் அம்மானையும், அல்லி அரசாணி மாலை, பவளக்கொடி மாலை, புலந்திரன் களவு மாலை, அபிமன்னன் சுந்தரி மாலை போன்ற கதைப்பாடல்கள் கி.பி. 1575 - 1625 இல் தோன்றின.

கதைப்பாடல்கள் செவி வழியாகப் பரவினாலும் குறிப்பிட்ட ஆசிரியர்களால் எழுதப்பெற்றுள்ளன. ஓலைச்சுவடிகளில் எழுதும்

பணியை அவர்கள் மேற்கொண்டனர். ஆனால் கதைகள் பல காலமாக மக்கள் மத்தியில் உலா வருபவையே. இவற்றை எழுதி முடித்த ஆண்டு, மாதம், நாள் முதலியன சுவடிகளில் குறிக்கப் பெறுதல் மரபு என்று அறிகிறோம். அது கதை தோன்றிய காலம் என்று திட்டவட்டமாகக் கூறஇயலாது. இன்னொரு பழைய சுவடியில் இருந்து பெயர்த்தெழுதிய காலமாகவும் இருக்கலாம் என்று நடராசன் குறிப்பிடுகிறார்.

பாணர்கள் அரசவைகளிலும் பாசறைகளிலும் உள்நாட்டுப் புராண நிகழ்ச்சிகளைப் பாடல் வடிவில் பாடத்தொடங்கிய போது கதைப் பாடல்களும் தோன்றின எனக் கொள்ளலாம். எனினும் இப்பாணர் களுக்கு முன்பே நாட்டுப்புறக் கதைப்பாடல்கள் பலர் வாய்மொழியாக வழங்கியிருக்கக் கூடும். ஆகவே இவர்கள் காலத்துக்கும் முந்தியதாகவே கதைப்பாடலின் தோற்றத்தைக் கொள்ளலாம் என்று கோவி. இராசகோபால் குறிப்பிடுகிறார்.

பாடுபொருளும் சிக்கலும்

கதைப்பாடல்களில் தலைவன் சாதனை மனிதனாகக் காணப்படு வான். அந்தச் சாதனை தலைவனின் வீரதீரச் செயல்கள் நாட்டுப்புறப் புலவனின் மனதைத் தாக்க, அவன் பாடுவான். ஆரம்பகாலத்தில் அவன் எழுதியும் பாடியிருக்கலாம்; அல்லது அவன் கற்பனை கலந்த நினைவாற்றலாலும் பாடியிருக்கலாம். அவன் பாடலைக் கேட்டே பின்னோர் நூலின்றிப் பாடும் வழக்கம் தோன்றியிருக்கும். கதைப் பாடல்களின் தலைவர்கள் உயர்ந்த சாதியைச் சார்ந்தவர்களாகவும் காணப்படுகின்றனர். புராண இதிகாசக் கதைப்பாடல்களில் தெய்வக் குமாரர்கள் கதைத் தலைவர்களாகக் காணப்படுகின்றனர்.

கடவுள் பற்றியும் இறந்த ஒரு மாவீரன் பற்றியும் பாடுகின்ற கதைகளே காப்பிய வளர்ச்சிக்கு அடிப்படை. அவர்கள் கூறுகின்ற கதைகள் பெரும்பாலும் கேட்போருக்குத் தெரியாத ஒன்றாகவே இருக்கும். கதைப்பாடல்களைக் கேட்கும் போது எளிமையாக மனதில் பதிகின்ற முறையிலும் புரிகின்ற முறையிலும் படைப்பாளர் புனைந்துள்ளமை அவர்களின் கலைத்திறனையும் படைப்புத் திறனையும் விவரிப்பதாக உள்ளன.

கதைப்பாடல்கள் வாழ்வியல், சுவை, மக்களின் இயல்பு, கருத்து, உணர்ச்சி, அறச்சிந்தனை, நோக்கம் முதலிய தன்மைகளைக் கொண்டு உருவாக்கப்பட்டுள்ளன. மக்களுக்கு நன்கு தெரிந்த பழங்கதைகளைக் குறிப்பாகச் சுட்டிச் செல்லும் முறைகளைக் கதைப்பாடலின் படைப்பில் காணலாம். இக்கதைப் பாடல்கள் சமூக உணர்வு

தலைதூக்கிய காலகட்டத்தில் எழுதப்பட்டுள்ளன. அது புராணக் கதைகளை மக்கள் விரும்பும் காலமாக இருந்துள்ளது. கதைப்பாடலில் புராணக்கதை குறிப்புகளைப் புகுத்தி கதையை வளர்த்து சென்றுள்ளனர்.

ஒரு கதை சிறந்து விளங்க வேண்டுமானால் கதைக்கரு சிக்கல் நிறைந்ததாகக் காணப்பட வேண்டும். கதைக்கரு சிக்கல் நிறைந்ததாக இருந்தால் தான் வாழ்க்கை நிகழ்வுகளைக் கதைக்குள் திணிக்க முடியும். உண்மை நிகழ்வுகளை அடிப்படையாகக் கொண்டு புனையப்படுகின்ற கதைப்பாடல்கள் வாழ்வுச் சிக்கல்களை விவரித்துப் பின்னரே தீர்வு காணுவதாக அமையும்.

கதைப்பாடல்களில் பாடுபொருள்கள் பல வகையில் அமைகின்றன. சாதிக் கொடுமை, காதல் தோல்வி, சண்டை, போர், தெய்வங்களின் பிறப்பு, தெய்வங்களினால் வரும் சிக்கல்கள் முதலியன அடங்கும். சில கதைப்பாடல்கள் சிக்கல்கள் சுமூகமாக தீர்க்கப்பட்டு முடியும். சில கதைப்பாடல்கள் சிக்கல்கள் முற்றி கதைத்தலைவன் அல்லது தலைவியின் இறப்பில் முடிவடையும். சிலவற்றில் கொல்லப்பட்ட தலைவன் அல்லது தலைவி சிவபெரு மானிடம் வரம் பெற்று தன்னுடைய இறப்புக்கு காரணமானவர்களைப் பழிவாங்குவதாகவும் அமைகின்றது.

கதைப்பாடலின் அமைப்பு

கதைப்பாடல்கள் காப்பியங்களைப் போன்று காப்பு அல்லது வழிபாடு, குரு வணக்கம், வருபொருள் உரைத்தல், அவையடக்கம், நாடு, நகர், மலை, ஆறு வருணனைகள், தலைவன் தலைவி வாழ்க்கை வரலாற்றுச் செய்திகள் என்னும் அமைப்பில் அமைந்திருக்கும்.

கதைப்பாடல் தொடங்குவதற்கு முன்பு இறைவனை வணங்கி பாடும் பாடலினை காப்பு என்பர். இதில் பெரும்பாலும் விநாயகர் குறித்தும் அத்துடன் ஊர் நாட்டுப்புற தெய்வங்களைப் பற்றியும் பாடுவர். காப்பு பாடலையடுத்து எந்தக் கதையினை பாடப் போகிறோம் என்ற செய்தி இடம்பெறும். தனக்கு பாடம் கற்றுக் கொடுத்த குருவுக்கு நன்றி சொல்லும் விதமாக குருவணக்கம் பாடும் மரபு உண்டு. இதனையடுத்து அவையடக்கம் அமைவதுண்டு.

நாடு, நகர், மலை, ஆறு வருணனைகள் கீழ்க்கண்டவாறு அமையும்.

"நாடு கண்ட நல்ல நாடு நாவலர்கள் புகழும் நாடு
கொழுந்து பிச்சி பூக்கும் நாடு குளிர்ந்த தென்றல் வீசும் நாடு
மந்தாரை முல்லை பிச்சி ரோஜா மணம் புகழ் வாய்ந்த நாடு

கற்புடைய பெண்கள் எல்லாம் களிப்புறவே வாழும் நாடு
நாடான நாடதிலே நல்ல பைங்குளம் தனிலே”

என்று நாட்டு வருணனை அமைந்துள்ளது. இதனைத் தொடந்து கதைப்பாடலின் கருவாக இருக்கும் கதை பாடப்படும். கதைப்பாடல் முடிக்கும் போது வாழி பாடுகின்ற வழக்கமும் உள்ளது

கதைப்பாடலின் வகைகள்

கதைப்பாடலைக் குறித்து ஆய்வு செய்த அறிஞர்கள் அவற்றின் கருவையும் பொருளையும் அடிப்படையாகக் கொண்டு பலவாறு வகைப்படுத்தியுள்ளனர்.

ஏ.என். பெருமாள் அவர்கள் கதைப்பாடலை பொருள் அடிப்படையில் ஏழு வகையாக பாகுபடுத்தியுள்ளார். அவை, 1. புராணக் கதைகள், 2. புராணப் புனைவுக் கதைகள், 3. நாட்டுப்புற தெய்வக்கதைகள், 4. வீரவுணர்வுக் கதைகள், 5. வரலாற்றுக் கதைகள், 6. சமூக உணர்வுக் கதைகள், 7. அறவுணர்வுக் கதைகள் என்பனவாகும்.

வானமாமலை அவர்கள் கதைப்பாடலை நான்கு வகையாக வகைப்படுத்தியுள்ளார். அவை, 1. இதிகாசத் துணுக்குகள், 2. சமூகக் கதைப்பாடல்கள், 3. வரலாற்றுக் கதைப்பாடல்கள், 4. கிராம தேவதைக் கதைப்பாடல்கள் என்பனவாகும்.

அன்னகாமு அவர்கள் கதைப்பாடலை நான்காக வகைப்படுத்தி யுள்ளார். அவை, 1. சரித்திர சம்பந்தமானவை, 2. புராண சம்பந்த மானவை, 3. வீர தீரச் செயல்கள் சம்பந்தமானவை, 4. காதல் கதைகள் சம்பந்தமானவை என்பனவாகும்.

சோமலே அவர்கள் கதைப்பாடலை மூன்றாக வகைப்படுத்தி யுள்ளார். அவை, 1. சமூகக் கதைப்பாடல், 2. காவியக் கதைப்பாடல், 3. வரலாற்றுக் கதைப்பாடல் என்பனவாகும்.

அருணாசலம் அவர்கள் கதைப்பாடலை ஒன்பது வகையாகப் பகுத்துள்ளார். அவை, 1. புத்தார்வக் கற்பனைக் கதைப்பாடல், 2. வரலாற்றுக் கதைப்பாடல், 3. புராணக் கதைப்பாடல், 4. சமூகக் கதைப்பாடல், 5. தத்துவக் கதைப்பாடல், 6. இன்பியல் கதைப்பாடல், 7. சமணர் கதைப்பாடல், 8. முஸ்லீம் கதைப்பாடல், 9. கிறிஸ்தவக் கதைப்பாடல் என்பனவாகும்.

சக்திவேல் அவர்கள் கதைப்பாடலை மூன்றாக வகைப்படுத்தி யுள்ளார். அவை, 1. புராண இதிகாச தெய்வீகக் கதைப்பாடல்கள், 2.வரலாற்று கதைப்பாடல்கள், 3. சமூகக் கதைப்பாடல்கள் என்பனவாகும்.

4. பழமொழிகள்

நாட்டார் இலக்கிய வகைமைகளுள் மிகவும் பழமையானவை பழமொழிகளாகும். இவை மிகப்பழங்காலத்திலிருந்தே மக்களின் நாவில் பயின்று வழங்கி வருகின்றன. பழமொழிகள் சுருங்கச் சொல்லி விளங்க வைக்கும் ஆற்றல் வாய்ந்தவை. இதனைத் தொல்காப்பியர்,

"நுண்மையும் சுருக்கமும் ஒளியும் உடைமையும்
மென்மை என்றிவை விளக்கத் தோன்றிக்
குறித்தப் பொருளை முடித்தற்கு வருஉம்
ஏது நுதலிய முதுமொழி" (தொல். சொல்: 165)

என்று கூறுகிறார். பழமொழியினை மலையாளத்தில் பழஞ்சொல் என்றும், தெலுங்கில் நாதுடி என்றும், கன்னடத்தில் நான்னுடி என்றும், ஆங்கிலத்தில் Proverbs, old Savings என்றும் கூறுகின்றனர். பழமொழி யினை, "பழகுமொழி, தொன்னெறிமொழி, முதுமொழி, முதுசொல், தொன்றுபடுகிளவி, தொன்றுபடு பழமொழி, பழமொழி, வாய்மொழி, அறம், நெடுமொழி, பல்லவையோர் சொல், பண்டைப் பழமொழி, சொலவு, மூதுரை, பழஞ்சொல், மூத்தோர் சொல் வார்த்தை, வழக்கு, உரை, பழைய நெறிகளாய் வரும் சொல், பழ வார்த்தை, உலக மொழி, உபகதை, சுலோகம், சொலவடை, வசனம், எழுதா இலக்கியம், வாய்மொழி இலக்கியம், எழுதாக்கிளவி, கேள்வி, சுருதி, நீதிமொழி, முதுமை, மொழிமை, முன் சொல்" என்று பெருமாள்(1987:105,106) முப்பத்து நான்கு சொற்களில் குறிப்பிடுகிறார்.

"பழமொழியைச் சொலவடை என்றும் கூறுவர். பழங்கதை களையும், இன்ப துன்ப செய்திகளையும் எடுத்துரைப்பதால் 'உபகதை' என்ற பெயர் உண்டு" என்று ஞானதாஸ் (2001:11) குறிப்பிடுகிறார். பழமொழிகள் மக்களின் அனுபவ முதிர்ச்சியையும் அறிவுக்கூறுகளையும் விளக்கும் சான்றாகத் திகழ்கின்றன. இவை மக்களின் வாழ்வியலோடு பின்னிப் பிணைந்து வழங்கப்படுகின்ற பழைய மொழியாகும். "பழமொழி என்பது உலகுக்கு உணர்த்தும் உண்மையைச் சிறிய வாக்கியத்தின் மூலம் சுருக்கிக் கூறுவதாகும். அது முழுமையாக இல்லாவிடினும் அதை விளக்கிக் கூறும்போது முழுக் கருத்தும் வெளிப்படும்" என்று துர்கா பகவத்(1958:46) குறிப்பிடுகிறார்.

"பழமொழியானது எளிதில் கவனிக்கக்கூடிய சேகரிக்கக்கூடிய தொன்மை வாய்ந்ததாக இருப்பினும் புரிந்துக்கொள்ளல் கடினம்" என்கிறார் ரிச்சார்ட்டார்சன் (1972:117). பழமொழிகளைச் சூழ்நிலைக் கேற்ப மக்களின் அன்றாட வாழ்க்கையில் கையாள்கின்றனர். இவை எவ்விதமான கட்டுப்பாடுகளுமின்றி எல்லா இடங்களிலும்

பயன்படுத்தப்படுகின்றன. பழமொழிகளைப் பெரும்பாலும் எல்லா விதமான சூழல்களிலும் மக்கள் கையாள்கின்றனர். இவைகள் படித்தவர்களிடையே குறைவாகவே வழக்கில் வழங்கப்பட்டு வருகின்றன.

பழமொழியின் தன்மை

மக்களின் வாழ்வில் தினந்தோறும் ஏற்படும் அனுபவங்களின் திரட்டே பழமொழியாகும். அனுபவத்தின் அடிப்படையில் எழுந்த அறிவின் சுருக்கமே பழமொழியாகும். இது மக்களின் வாழ்வியலில் உயிர்ப் பண்பாகவும், உணர்வுப் பண்பாகவும், அறிவுப் பண்பாகவும் விளங்குகின்றது.

பழமொழிகள் பொதுவாக உண்மையின் அடிப்படையில் அமைந்திருக்க வேண்டும். மக்களிடையே வழக்கில் உள்ளனவாகவும், அளவில் சிறியதாகவும் இருக்க வேண்டும். நன்மதிப்பு உடையன வாகவும் இயற்கையிலே உருவகம் உடையவையாகவும் இருக்க வேண்டும். மக்களின் பண்பாட்டினை பிரதிபலிப்பனவாகவும் உணர்த்தக்கூடிய கருத்தின் அடிப்படையில் தனித்தன்மை வாய்ந்தவை யாகவும் இருக்க வேண்டும்.

பழமொழியின் கருப்பொருட்கள்

உலகில் காணப்படும் அனைத்துப் பொருட்களைக் குறித்தும் பழமொழிகள் பேசுகின்றன. பழமொழிகள் தொடாத பொருட்கள் இல்லை என்றே கூறலாம். பழமொழியில் காணப்படும் கருத்துக்கள் எக்காலத்திற்கும் பொருந்துவனவாகக் காணப்படுகின்றன. மனித சமுதாயத்தில் காணப்படும் நம்பிக்கைகள், பழக்கவழக்கங்களையும் பழமொழிகள் விளக்குகின்றன.

பழமொழியின் வகைப்பாடுகள்

தமிழில் பழமொழிகள் குறித்த ஆய்வுகள் பல வந்துள்ளன. அதில் அறிஞர்கள் பழமொழிகளைப் பலவாறு வகைப்படுத்தி ஆய்வு செய்துள்ளனர். அவற்றை ஒவ்வொருவரும் ஒன்றுபட்டும், மாறுபட்டும் வகைப்படுத்தியுள்ளனர். சக்திவேல் அவர்கள் பழமொழிகளை

1. அளவு,
2. பொருள்,
3. அகரவரிசை,
4. அமைப்பியல்,

5. பயன் என்ற அடிப்படையில் ஐந்தாக வகைப்படுத்தியுள்ளார்.

காந்தி என்பவர் தமிழ்ப் பழமொழிகளை, 1.உருவத்தை அடிப்படையாகக் கொண்ட பழமொழிகள், 2. பொருளை அடிப்படை யாகக் கொண்ட பழமொழிகள் என இரண்டாக வகைப்படுத்தியுள்ளார். டாக்டர் நசீம்தீன் பழமொழிகளை, 1. அறம் வலியுறுத்துவன, 2. விதியின் வலிமை உணர்த்துவன, 3. வாழ்வியல் உண்மைகளை உணர்த்துவன என்று மூன்றாக வகைப்படுத்தியுள்ளார். இதனைத் தர்மராஜ் 1. முரண் அற்றப் பழமொழிகள், 2. முரண் உடைய பழமொழிகள், 3. சமநிலைப் பழமொழிகள், 4. அறிவுரை, 5. வினா, 6. உவமைத்தொடர், 7. பொதுவானவை என்று ஏழாக வகைப்படுத்தி யுள்ளார்.

களஆய்வின்போது சேகரிக்கப்பட்ட பழமொழிகள் 1.சாதி சார்ந்தவை, 2. விலங்கு சார்ந்தவை, 3.பறவைகள் சார்ந்தவை, 4. தாவரங்கள் சார்ந்தவை, 5. இயற்கை சார்ந்தவை, 6. வாழ்வியலை உணர்த்துபவை, 7. மருத்துவம் சார்ந்தவை என்று ஏழாக வகைப்படுத்தப் பட்டுள்ளன.

விலங்குகள்

மனிதனை விலங்குகளின் பண்புகளை அடிப்படையாகக் கொண்டு கூறுவதுண்டு. பழமொழிகள் விலங்குகளைப் பற்றியதாக இருந்தாலும் அது மனிதனைச் சுட்டுவதாகவும், அறிவுறுத்துவதாகவும் விளங்குகின்றன.

'ஒட்டக்காரனைப் பிடிச்சாலும் ஒட்டக்காரன்
வீட்டு நாயைப்பிடிக்க முடியாது'

'கொல்லன் இருக்கிற இருப்பைப் பார்த்து
குரங்கு பூண் அடிச்சி கேட்டதாம்'

பறவைகள்

மக்கள் பேச்சு வழக்கில் பறவைகளின் தன்மைகளை அடிப்படை யாகக் கொண்டு பல பழமொழிகளைக் கூறுகின்றனர். நாட்டுப்புற மக்கள் பறவைகளின் தன்மைகளை நன்கு புரிந்துகொண்டு அது சார்ந்து பழமொழிகளை உருவாக்கியுள்ளார்.

'களைப்புல் போட்டு வளர்த்தாலும்
காடை காட்லதான் பறக்கும்'

'வௌவாலுக்கு மரமே கதி
அதன் குஞ்சுக்கும் அதுவே கதி'

தாவரங்கள் சார்ந்த பழமொழிகள்

தாவரங்களுக்கும் மனிதனுக்கும் நெருங்கியத் தொடர்புண்டு மனித வாழ்க்கையின் ஒரு அங்கமாக இவை கருதப்படுகின்றன. நமது முன்னோர்கள் தாவரங்களைக் கூர்ந்து நோக்கி அவற்றின் இயல்பு மற்றும் பயன்பாட்டை அனுபவ அடிப்படையில் கண்டு பழமொழி களாக உருவாக்கியுள்ளனர். இப்பழமொழிகள் தாவரங்களின் தன்மையையும், மக்களின் பண்பாட்டையும் அறிந்துகொள்ளும் விதத்தில் உள்ளன.

'முற்றின மரத்தில் வைரம் பாய்ந்திருக்கும்'

'அரச மரத்தைச் சுற்றியதும்
அடி வயிற்றைப் பார்த்துக் கொண்டது போல'

வாழ்வியலை உணர்த்துபவை

மனிதன் பிறப்பு முதல் இறப்பு வரையிலுள்ள ஒவ்வொரு நிகழ்வு களையும், சடங்குகளையும் நன்கு அறிந்து ஆராய்ந்து அவற்றைப் பழமொழிகளாக உருவாக்கியுள்ளான். அவை பிறப்பு, திருமணம், இறப்பு, உணவு, உடை, உறையுள், அணிகலன் என்று வழங்கி வருகின்றன.

'செத்த பிணத்திற்கு அருகே
நாளைச் சாகும் பிணம் அழுகிறது'

'கம்பளி விற்றப் பணத்திற்கு மயிர்முளைத்திருக்கிறதா?'

மருத்துவம் சார்ந்த பழமொழிகள்

'செல்லிக்குச் சிரங்கு,
சிறுக்கிக்கு அரையாப்பு,

பார்க்க வந்த பரிகாரிக்குப் பக்கப் பிளவை'

பழமொழிகளின் அமைப்பு

பழமொழிகளின் அமைப்பினை அடிப்படையாகக் கொண்டு ஆய்வுச் செய்த சக்திவேல் "1. எதிர்மறைப் பழமொழி, 2. உடன் பாட்டுப் பழமொழி, 3. எதிர்மறை உடன்பாட்டுப் பழமொழி" என மூன்று வகைப்படுத்தியுள்ளார் (2004:42). களஆய்வில் கிடைத்துள்ள பழமொழிகள் கீழ்க்காணும் அமைப்பில் வகைப்படுத்தப் பட்டு விளக்கப்படுகின்றன. (i)மோனை அமைப்பு, (ii)எதுகை அமைப்பு,

(iii) இயைபு அமைப்பு, (iv) உவமை அமைப்பு, (v) வினாநிலை எதிர்நிலை, (vi) காரண சமநிலை, (vii) நேரெதிர் முரண் அமைப்பு, (viii) சமநிலை அமைப்பு, (ix) எதிர்மறை அமைப்பு என்பனவாகும்.

1. மோனை

முதல் எழுத்து ஒன்றி வருவது மோனையாகும்.

'கப்பல் கவிழ்ந்தாலும்
கன்னத்தில் கை வைக்காதே.'

இதில் 'க'கரம் ஒன்றி வந்துள்ளமையைக் காணலாம்.

2. எதுகை

இரண்டாம் எழுத்து ஒன்றி வருவது எதுகையாகும்.

'தட்டினால் தட்டான்
தட்டாவிட்டால் கெட்டான்'

இதில் 'ட்' என்ற இரண்டாம் எழுத்து ஒன்றி வந்துள்ளது.

3. இயைபு

சீர்கள் இயைந்து வருவது இயைபு ஆகும்.

'பிறந்தால் அதிகாரி வயிறு,
இல்லையென்றால் பரியாரி வயிறு'

இதில் 'வயிறு' என்ற சொல் இயைந்து வந்துள்ளது.

4. உவமை

ஒரு பொருளை இன்னொரு பொருளுடன் ஒப்பிடுவது உவமையாகும்.

'அம்பட்டன் பல்லக்கு ஏறினது போல'

'குளம் வெட்ட பூதம் புறப்பட்டது போல'

இதில் 'போல' என்ற உவமஉருபு இடம்பெற்று ஒன்றுடன் ஒன்று உவமைப்படுத்துவதாக அமைந்துள்ளது.

5. வினாநிலை எதிர்நிலைப் பழமொழி

பழமொழிகள் வினாநிலையும், அதற்குரிய பதிலை எதிர்மறையாகவும் பெற்றுக் காணப்படுகின்றன.

'முடவன் கொம்புத் தேனுக்கு ஆசைப்பட்டால் கிடைக்குமா?'

இதில் முடவன் எழும்பி நடக்க முடியாதவன். அவன் மரத்தின் உச்சியில் இருக்கும் கொம்பு தேனுக்கு ஆசைப்பட்டால் கிடைக்குமா? என்ற வினை நிலையும், 'கிடைக்காது' என்ற எதிர்மறைக் கருத்தும் காணப்படுகிறது.

6. காரண சமநிலைப் பழமொழி

இவ்வமைப்பில் காரணம் சமநிலை பெறுவதாக அமைகின்றது.

'யாருக்கும் தலை வணங்காதவன்
நாவிதனுக்குத் தலை வணங்குவான்'

இதில் யாருக்கு முன்னாலும் தலை வணங்காதவன் மருத்துவரின் முன்னால் தலை வணங்குவான் என வருகிறது. இங்கு தலை வணங்குதலாகிய காரணம் சமநிலையில் உள்ளதைக் காணமுடிகின்றது.

7. நேரெதிர் முரண்

இவ்வமைப்பில் ஒரு பகுதி மற்றப்பகுதிக்கு முரணாக அமைந்திருக்குமாறு வருவதாகும்.

'கல்லைக் கண்டால் நாயைக் காணாம்
நாயைக் கண்டால் கல்லைக் காணாம்'

இதில் கல்லைக் கண்டால் நாயையும், நாயைக் கண்டால் கல்லையும் காணவில்லை என்னும் கருத்து நேரெதிராக முரண் தன்மையில் அமைந்துள்ளது.

8. சமநிலை

இவ்வமைப்பில் இரண்டு பொருள்களை சமநிலை பெறுமாறு விளக்கவுரைப்பது ஆகும்.

'உள்ளூர் மாப்பிள்ளையும் உழுகிற மாடும் சமம்'

இதில் 'சமம்' என்ற சொல் வெளிப்படையாகச் சமநிலையை வெளிப்படுத்துவதாக அமைந்துள்ளது.

9. எதிர்மறை

இவ்வமைப்பு நேர் சமநிலையை மறுப்பதாகும்.

'பிள்ளையார் பிடிக்க குரங்காய் முடிந்தது'

இப்பழமொழியில் பிள்ளையார் பிடிக்கச் சென்று குரங்காய் முடிந்தது என்பது எதிர்மறைப் பொருளாய் அமைந்துள்ளது.

பழமொழி

1. விடிந்தால் கல்யாணம் பிடிங்கடா வெற்றிலையை.
2. ஆயிரம் பொய் சொல்லியாவது ஒரு கல்யாணத்தைப் பண்ணலாம்.
3. வீட்டைக் கட்டிப்பார் கல்யாணம் பண்ணிப்பார்.
4. கொண்டானும் கொடுத்தானும் கூட கூட.
5. அசைப்போட்டுத் தின்பது மாடு, அசையாமல் தின்பது வீடு.
6. வீடு போ போ என்கிறது. காடு வா வா என்கிறது.
7. எரிகிற தீயில் எண்ணெய் ஊற்றினது மாதிரி.
8. காலுக்கேற்ற செருப்பும் கூலிக்கேற்ற உழைப்பும்.
9. படபடத்த வேலைப் பாழ் ஆகும்.
10. ஊரார் பிள்ளையை ஊட்டி வளர்த்தால் தான் பிள்ளை தானே வளரும்.
11. ஆறிலும் சாவு நூறிலும் சாவு.
12. சாகத் துணிந்தவனுக்கு சமுத்திரம் முழங்கால்.
13. சுடுகாடு போன பிணம் வீடு திரும்பாது.
14. தாயும் பிள்ளையும் ஆனாலும் வாயும் வயிறும் வேற.
15. அழுதாலும் அவளே பிள்ளை பெற வேண்டும்.
16. அப்பன் அருமை அப்பன் ஆண்டால் தெரியும்; உப்பின் அருமை உப்பில்லாவிட்டால் தெரியும்.
17. அப்பனுக்கு குறிமுண்ட செம்பருந்து தூக்கிக்கிட்டு போக மகள் இந்துராணி பட்டுக்கு அழுகிறாள்.
18. அடித்தாலும் புருஷன் அணைத்தாலும் புருஷன்.
19. கல் ஆனாலும் கணவன் புல் ஆனாலும் புருஷன்.
20. கை நிறைந்த பொன்னைப் பார்க்கிலும் கண் நிறைந்த கணவன் மேல்.
21. பானை ஒட்டினாலும் ஒட்டும் மாமியார் ஒட்டாள்.
22. மகன் செத்தாலும் சாகட்டும் மருமகள் போதும்.
23. மாமியார் உடைத்தால் மண்குடம் மருமகள் உடைத்தால் பொன்குடம்.
24. வரவர மாமியார் கழுதை போலானாளாம்.
25. வேலை அற்ற ராமன் கழுதையைப் போட்டு சிரைத்தானாம்.
26. ஆணை அடித்து வளர் பெண்ணை போற்றி வளர்.
27. உள்ளூர் பெண்ணும் அயலூர் மண்ணும் ஆகாது.
28. பாத்திரமறிந்து பிச்சையிடு; கோத்திரமறிந்து பெண்ணைக் கொடு
29. பெண் என்றால் பேயும் இரங்கும்.
30. அயல் வீட்டுப்பிள்ளை ஆபத்துக்கு உதவுமா?
31. அழுத பிள்ளை பால் குடிக்கும்.

32. ஆசைக்கொரு பெண்ணும் ஆஸ்திக்கொரு பிள்ளையும்.
33. சாண் பிள்ளையானாலும் ஆண் பிள்ளை இருக்க வேண்டும்.
34. கனவில் கண்ட பொருள் கைக்கு எட்டுமா?
35. திரைகடலோடியும் திரவியம் தேடு.
36. வட்டிக்கு ஆசை முதலுக்கு கேடு.
37. ஈட்டி எட்டு முழம் பாயும்; பணம் பாதாளம் வரை பாயும்.
38. ஒரு காசு பேணின் இரு காசு தேறும்.
39. கரி விற்ற பணம் கருப்பாய் இருக்குமா?
40. காசு கண்ட இடம் கைலாசம்; சோறு கண்ட இடம் சொர்க்கலோகம்.
41. சேரசேர பண ஆசை பெறப் பெறப் பிள்ளை ஆசை.
42. இரவில் சீலையை நம்பி இடுப்புக் கந்தையை எறிந்தாளாம்.
43. குடல் கூழுக்கு அழுகிறது; கொண்டை பூவுக்கு அழுகிறது.
44. ஆசை அறுபது நாள் மோகம் முப்பது நாள்.
45. பேராசை பெரு நஷ்டம்.
46. முடவன் கொம்புத் தேனுக்கு ஆசைப்பட்டால் கிடைக்குமா?
47. தருமம் தலைகாக்கும்.
48. தனக்கு மிஞ்சினது தான் தானமும் தருமமும்.
49. கடும் உறவு கண்ணைக் கெடுக்கும்.
50. உண்ட வீட்டிற்கு இரண்டகம் பண்ணலாமா?
51. ஆடிய காலும் பாடிய நாவும் சும்மா இருக்காது.
52. உலை வாயை மூடலாம் ஊர் வாயை மூடமுடியாது.
53. தீப்புண் ஆறும் வாய்ப்புண் ஆறாது.
54. கைக்கு எட்டினது வாய்க்கு எட்டவில்லை
55. வாயுள்ள பிள்ளை பிழைக்கும்.
56. வாய்க் கொழுப்பு சீலையில் வடிகிறது.
57. வாழ்வதும் கெடுவதும் வாயாலே.
58. பட்ட காலிலே படும் கெட்ட குடியே கெடும்.
59. கைப்புண்ணுக்கு கண்ணாடி வேண்டுமா?
60. விரலுக்குத்தக்க வீக்கம்.
61. அஞ்சி நடக்கிறவனுக்கு காலம் இல்லை.
62. தலைகீழாக தவம் செய்தாலும் கூடுகிற காலம் வந்தால்தான் கூடும்.
63. பொங்கும் காலம் புளி காய்க்கும் மங்குகிற காலம் மாங்காய் காய்க்கும்.
64. யானைக்கொரு காலம் வந்தால் பூனைக்கொரு காலம் வரும்.
65. பொல்லாத காலம் சொல்லாமல் வரும்.
66. ஏழைச்சொல் அம்பலம் ஏறாது.

67. நல்ல பெண்ணுக்கு ஒரு சொல்; நல்ல மாட்டிற்கு ஒரு சூடு.
68. எது எப்படிப் போனாலும் தன் காரியம் தனக்கு.
69. தன் குற்றம் தனக்குத் தெரியாது.
70. தன் கையே தனக்கு உதவி.
71. தன் பல்லைக்குத்தி சந்தையில் நாறுவது போல்.
72. தான் ஆடாவிட்டாலும் தன் சதை ஆடும்.
73. பதறிய காரியம் சிதறும்.
74. வேசி உறவு காசிலும் பணத்திலும் தான்.
75. எழுதிய விதி அழுதால் தீருமா?
76. கப்பல் கவிழ்ந்தாலும் கன்னத்தில் கை வைக்காதே.
77. நித்தம் சாவார்க்கு அழுவாருண்டா?
78. அளவுக்கு மிஞ்சினால் அமிர்தமும் நஞ்சு.
79. ஆனை அசைந்து தின்னும் வீடு அசையாமல் தின்னும்.
80. ஆனை இருந்தாலும் ஆயிரம் பொன் இறந்தாலும் ஆயிரம் பொன்.
81. ஈசல் பறப்பது மழை வருவதற்கு அறிகுறி
82. உயர உயரப் பறந்தாலும் ஊர்குருவி பருந்து ஆகுமா?
83. எலி வளையானாலும் தனி வளை வேண்டும்
84. கடுகு சிறுத்தாலும் காரம் குறையாது
85. கலகம் பிறந்தால் நியாயம் பிறக்கும்
86. இழவு உடுப்பானுக்கு வாழ்க்கைப்பட்டு ஓட்டமே ஒழிய நடையில்லை
87. ஊரெல்லாம் உறவு ஒரு வாய்ச்சோறில்லை
88. உண்டு ருசி கண்டவனும் பெண்டு ருசி கண்டவனும் விடான்
89. எட்டி பழுத்தென்ன ஈயாதார் வாழ்ந்தென்ன?
90. கழுதைக்கு வாழ்க்கைப்பட்டு உதைக்கஞ்சலாமா?
91. தாரமும் குருவும் தலைவிதிப்படி.
92. தாழ்ந்து நின்றால் வாழ்ந்து நிற்பாய்
93. பொறுத்தார் பூமி ஆள்வார்
94. சாது மிரண்டால் காடு இடங்கொடாது
95. நண்டு கொழுத்தால் வளைவில் இருக்காது;
96. குளம் வெட்ட பூதம் புறப்பட்டது போல.
97. குண்டி காய்ந்தால் குதிரையும் வைக்கோல் தின்னும்.
98. அற்பனுக்கு வாழ்வு வந்தால் அர்த்த ராத்திரியில் குடை பிடிப்பான்

5. விடுகதைகள்

நாட்டார் வழக்காறுகளில் விடுகதைகள் மக்கள் மனங்களை எளிதில் ஈர்க்கும் தன்மையுடையன. "விடுகதை என்பது மரபு வடிவமான நேரடியான அல்லது மறைமுகமான முழுமையான

அல்லது முழுமையற்ற ஒரு வினாவாகும்" என்று லூர்து விளக்க மளிக்கிறார் *(1998:57)*. விடுகதை என்ற சொல்லிலேயே அதற்கான பொருள் அடங்கிக் கிடப்பதைக் காணலாம். ஏதேனும் ஒரு புதிரைக் கொண்ட கூற்றே விடுகதையாகும். அது விடுவிக்கப்பட வேண்டிய முக்கியமான கதையாகும்.

விடுகதை என்ற சொல் விட்டதை, விடுகின்ற கதை, விடும் கதை என்று வினைத்தொகையில் அமைந்த முக்காலப் பொருளையும் தருகிறது *(1982:158)*. விடுகதை என்பது திகைப்பும், மலைப்பும், ஏற்படுத்தக்கூடிய புதிர் நிறைந்த ஒரு வாய்மொழி இலக்கிய வடிவம் ஆகும். தொல்காப்பியர் இதனை பிசி *(சொல்:158)* என்று குறிப்பிட்டுள்ளார். ஒருவர் இட்ட விடுகதையினை விடுவிக்கத் துடிக்கும்போது, அவனுக்குத் தடுமாற்றமும், குழப்பமும் ஏற்படுத்து கின்றது. அந்த மறைபொருளுடைய கூற்றினை ஆழ்ந்த சிந்தனை அறிவினால் விடுவிப்பதே விடுகதை எனவும் கூறலாம்.

விடுகதையால் கூறுபவனின் உளப்பான்மை வளர்கிறது, ஆர்வத்தில் இருந்து விடுதலை கிடைக்கிறது. சிறியோர்க்கும் பெரியோர்க்கும் தொடர்பை ஏற்படுத்துகிறது என்று ஜேம்ஸ் என்ற அறிஞர் கூறுகிறார்.

விடுகதையினை தமிழில் பிசி, நொடி, புதிர், விடுகதை, வெடிபோடுதல், அழிப்பாங் கதை என்றும், தெலுங்கில் விடிகதா, பொதபுக்கலு என்றும், கன்னடத்தில் ஒடகதா, விடிகதா என்றும், மலையாளத்தில் விடிகதா, கடன்கதா என்றும் அழைக்கின்றனர்

விடுகதையின் அமைப்பு

விடுகதைகள் அவற்றின் அமைப்பு நிலையில் பதினொன்று வகையாகப் பாகுபடுத்தப்பட்டுள்ளன. அவை,

1. வினா வடிவில் விடுகதை,
2. வினா இல்லாத விடுகதை,
3. மறுப்புக் கூறல் பாங்கு,
4. உரையாடல் பாங்கு,
5. கதையமைப்பு,
6. இரு பிரச்சனை ஒரு காரணம்,
7. தற்கூற்றுப் பாங்கு,
8. விளக்கநிலைப் பாங்கு,
9. முரண்தன்மை,

10. ஒரு சொற்றொடரில் வரும் விடுகதை,
11. இரு பொருளில் வரும் விடுகதை என்பனவாகும்.

'அறை நிறைய நாற்காலி'- அது என்ன? விடை: பற்கள்
ஒரு வினா ஒரு விடையில் அமைந்துள்ளது.

'அகந்தவாய் அசுரன்
ஆடிக்கொண்டே இருப்பான்
அவனுக்குள்ளே கறுப்பர் கோடி
அரைபட்டு சாறாய் வடிவான்
அவைகள் என்ன?' விடை: செக்கு, எள், புண்ணாக்கு
பல வினா பல விடையில் இதில் காணப்படுகிறது.

'அப்பன் செந்தலை
ஆத்தாள் முழு மொட்டை
முழுமொட்டை வயிற்றிலே கொழுக்கட்டை
கொழுக்கட்டை வயிற்றிலே கீச்சு கீச்சு' விடை: கோழிக்குஞ்சு
இது பல வினா ஒரு விடை அமைப்பில் அமைந்துள்ளது.

'அடர்ந்த காட்டின் நடுவே ஒரு பாதை' விடை: தலை வகிடு
இவ்விடுகதை வினா இல்லாத அமைப்பை உடையது.

'அலை அலையாய் ஆடிவரும்
கடலும் அல்ல
நிலையாய் இருக்காது
நிலவுமல்ல' விடை: புகை
இது மறுப்புக் கூறல் பாங்கில் அமைந்துள்ளது.

'ஆசைப்பட்டது எப்பம்? - நீ
தெருவில போனியே அப்பம்
கையப் பிடிச்சது எப்பம்? - நாம
கண்டு மகிழ்ந்தோமே அப்பம்
வருத்தப்பட்டது எப்பம்?
பாதி நொளஞ்சுச்சே அப்பம்
பிரியப்பட்டது எப்பம்?
பூரா நொளஞ்சுச்சே அப்பம்.
காசு கொடுத்தது எப்பம்? - நாம
இருந்துட்டு எந்திரிச்சமே அப்பம்'- அது என்ன?
விடை: வளையல் போடுதல்
இவ்விடுகதை உரையாடல் அமைப்பிற்குச் சான்றாகும்.

'கறுத்தக் காளையும் வெள்ளைக் காளையும் தண்ணி
குடிக்கப் போனது, வெள்ளைக் காளை வீட்டிற்கு வந்தது
கறுத்தக் காளை தண்ணியோடு போனது - அது என்ன?'
விடை: உளுந்து
இது கதையமைப்பினைக் கொண்டுள்ளது.

'தச்சன் குண்டி தேய்வது ஏன்?
தாசி முலை பருப்பதுவும் ஏன்?' விடை: பலகைப்பட்டு
இரு பிரச்சனை ஒரு காரணம் பற்றியதாக அமைகிறது.

'மஞ்சக்குளிச்சு மலர்ந்து நிக்கயில
மாட்டேன்னியே மாமா - நான்
புள்ள பெத்த மய்க்கா நாளு
புடுங்கவா வந்த மாமா'- அவள் யார்? விடை: நிலக்கடலை

இது தற்கூற்று அமைப்பினைக் கொண்டுள்ளது.

விடுகதையின் வகைகள்

விடுகதையைக் குறித்து ஆய்வு செய்த அறிஞர்கள் அதனை பலவாறு வகைப்படுத்தியுள்ளனர். மரியா லீச் அவர்கள் விடுகதையைக் இரண்டு வகையாக வகைப்படுத்தியுள்ளார். அவை,

1. உண்மை விடுகதைகள்
2. வினா விடுகதைகள் என்பனவாகும்.

பிரிட்டானியா கலைக்களஞ்சியம் இரண்டு வகையாகப் பகுத்துள்ளது. அவை,

1. விளக்க விடுகதைகள்
2. நகை வினாக்கள் என்பனவாகும்.

ச.வே. சுப்பிரமணியன் அவர்கள் விடுகதையின் பண்புகளை அடிப்படையாகக் கொண்டு இரண்டாகப் பகுத்துள்ளார். அவை,

1. நாட்டுப்புற விடுகதைகள்
2. இலக்கிய விடுகதைகள்

என்பனவாகும். அவரே விடுகதையின் பயன் அடிப்படையில் நான்கு வகையாகப் பகுத்துள்ளார். அவை,

1. விளக்க விடுகதைகள்
2. நகைப்பு விடுகதைகள்

3. கொண்டாட்ட விடுகதைகள்
4. பொழுதுபோக்கு விடுகதைகள் என்பனவாகும்.

விடுகதையின் சூழல்

விடுகதையினை உலகிற்கு வழங்கிய பெருமை இலத்தீன் மொழிக்குண்டு. ஜெர்மனியில் ஒரு காலத்தில் மணப்பெண்ணை விடுகதை மூலம் தேர்ந்தெடுத்ததாகத் தெரிகிறது. தொடக்க காலத்தில் விநோதப் பண்புகளை அடிப்படையாகக் கொண்ட விடுகதைகள் காலப்போக்கில் சமயஞ்சார்ந்த விடுகதைகளாக மாறின. இன்றைய கிருத்தவ நூலான பைபிளிலும், இசுலாமிய நூலான குர்ரானிலும் விடுகதைகள் காணப்படுகின்றன. நாட்டுப்புற மக்களின் வாழ்க்கை வட்ட சடங்குகளிலும், விழாக் காலங்களிலும் விடுகதைகள் போடப் படுகின்றன. ஆப்ரிக்க விடுகதைகள்தான் உலகில் சிறந்தவை என்று கூறுகின்றனர்.

விடுகதைகள் பெரும்பாலும் இரவுநேரங்களில் தான் போடப்படு கின்றன. இதற்கான காரணம் மக்கள் இரவு நேரங்களில் பொழுது போக்கு ஊடகங்கள் இல்லாதமையால் விடுகதையினை பொழுது போக்கு அம்சமாகக் கருதியுள்ளனர். நாட்டுப்புற சிறுவர்கள் ஒன்று சேர்ந்து விட்டால் அவர்களுக்குள் விடுகதைகள் போடும் வழக்கத்தை இன்றும் சில கிராமங்களில் காணலாம். தற்போது இவ்வழக்கம் தற்போது மிகவும் அருகிவிட்டது. நகர்ப்புற மக்களை விடவும் கிராமப்புற மக்களிடமே அதிகளவில் காணப்படுகிறது.

பழமொழியினைப் போன்று விடுகதையினை மக்கள் அன்றாட வாழ்வில் பயன்படுத்துவது இல்லை. ஒரு குறிப்பிட்ட நேரத்திலேயே பயன்படுத்துகின்றமை காணமுடிகிறது. எல்லா சமுதாய மக்களும் பொழுதுபோக்கிற்காகவும், சொற்போராகவும், விளையாட்டாகவும் விடுகதைகளைப் பயன்படுத்தியுள்ளனர்.

விடுகதையின் கருப்பொருட்கள்

மக்களின் அன்றாட வாழ்க்கையின் பல்வேறு பகுதிகளைப் பிரதிபலிப்பனவான விடுகதைகள் வாழ்க்கையின் பயன்படு பொருட்களான பலவற்றையும் விளக்குவனவாகக் காணப்படுகின்றன.

விடுகதையின் கருப்பொருள்களாக,

1. விலங்குகள் மற்றும் பறவைகள்
2. தாவரங்கள்
3. இயற்கைப் பொருட்கள்

4. உடல் உறுப்புகள்
5. அணிகலன்கள்
6. உணவுப் பொருட்கள்
7. புழங்குபொருட்கள்
8. வாகனங்கள்
9. அறிவியல்

போன்றவற்றைக் குறிப்பிடலாம்.

விலங்குகள்

1. ஒற்றைக் கால் நாராயணன்
ஓடையிலே மீன் பிடிக்கிறான் (கொக்கு)
2. தண்ணீர் இல்லாத தடாகத்தில்
தாவிப்பாயுது ஒரு கப்பல் (ஒட்டகம்)
3. இருட்டிலே எழுவார் எங்கள் தாத்தா
உருட்டிடுவார் பானையை எங்கள் தாத்தா (பூனை)
4. நோய் நொடியில்லாமல்
முக்கி முனங்கித் திரிகிறான் ஒருவன் (பன்றி)
5. உண்டதை நினைப்பான்
உதையை மறப்பான்
உயிரையும் கொடுப்பான் (நாய்)
6. கால் இல்லாத கள்வன்
கால் உள்ளவனைப் பிடித்தான்
தலையில்லாதவன் அதைப்பார்த்து
கலகலவென்று சிரித்தான் (பாம்பு,தவளை,நண்டு)
7. இருட்டு வீட்டிலே
குருட்டெருமை மேயுது (பெருச்சாளி)
8. ஆடாத அழகிக்கு
ஆடு என்று பெயர் வந்தது (ஆடு)

பறவைகள்

1. அம்பலத்தில் ஆடும் அழகு கண்ணன் (மயில்)
2. கறுப்புச் சட்டை அணிந்தவன்
கபடம் அதிகம் உள்ளவன்

கூவி அழைத்தால் வந்திடுவான்
தன் கூட்டம் அனைத்தும் சேர்த்திடுவான்   (காகம்)

3. பகலில் துயிலுவான்
இரவில் அலறுவான்   (ஆந்தை)

4. அவளொரு தாசி
அதிகப் பிள்ளைக்காரி
பால் இல்லாமல் பிள்ளை வளர்ப்பதில்
பலே கெட்டிக்காரி   (கோழி)

5. அவள் ஒரு பாடகி
ஆனால் பெண் அல்ல - அது யார் ?   (குயில்)

6. தங்க உடற்காரி தரமான ஆட்டக்காரி
மேகம் இரண்டு வந்தால்
மோகம் கொண்டு ஆடுவாள்
அங்கம் முழுவதும் தங்க நிறம்   (மயில்)

தாவரங்கள்

1. மரமுண்டு அடுப்பெரிக்க விறகுமாகாது
சீப்புண்டு தலைகோதி வார முடியாது
பூவுண்டு கொண்டையில் முடிக்க முடியாது.   (வாழை மரம்)

2. கத்திபோல் இலை இருக்கும்
கவரிமான் பூ பூக்கும்
தின்னப் பழம் பழுக்கும்
தின்னாத காய் காய்க்கும்   (வேப்பமரம்)

3. பரந்த காட்டேறிக்குப்
பக்கமெல்லாம் சடை   (ஆலமரம்)

4. ஓகோ ராசா உயர்ந்த ராசா
தோள்மேல் என்ன தொண்ணூறு முடிச்சி.(தென்னை மரம்)

5. ராசா மகள் பூ இல்லாமல்
சடை போட மாட்டாள்   (முருங்கை)

செடிகள்

1. பல்லில்லாத வெள்ளையன்
காட்டிலேயும் மேட்டிலேயும்
வாய்விட்டுச் சிரிக்கிறான்   (பருத்தி)

காய்

1. ஒற்றைக்கால் கோழிக்கு
வயறு நிறைய முட்டை   (கத்திரிக்காய்)

இயற்கைப் பொருட்கள்

1. அப்பா பணத்தை எண்ண முடியாது
அம்மா புடவையை மடிக்க முடியாது(விண்மீன், வானம்)

2. அறிவின் மறுபெயர்
இரவில் வருவது - அது என்ன ? (மதி)

உடல் உறுப்புகள்

1. அக்காள் தங்கை உறவுண்டு
அண்டை அண்டை வீடுண்டு
கிட்டக்கிட்ட வந்தாலும்
தொட்டுக்கொள்ள முடியாது- அது என்ன ?(கண்கள்)

உணவுப் பொருட்கள்

1. தாய் இனிப்பாள்
மகள் புளிப்பாள்
பேத்தி மணப்பாள்   (பால்,தயிர்,வெண்ணெய்)

புழங்கு பொருட்கள்

மக்கள் அன்றாடம் பயன்படுத்துகின்ற பொருட்கள் புழங்கு பொருட்கள் எனப்படும்.

1. ஒரு பெண்ணுக்கு மூன்று கொண்டை   (அடுப்பு)

அணிகலன்கள்

1. தரையில் முட்டிடும்
   விரலில் ஒட்டிடும்　　　　　　(கால்மெட்டி)

வாகனங்கள்

1. உடலுண்டு உயிரில்லை
   ஓடி ஓடிப் போய்ச் சேர்ந்தான் ஊருக்கு　(சைக்கிள்)

அறிவியல்

1. அடங்கி கிடப்பான்
   எடுத்துக் காதில் வைத்தால்
   கதை ஆயிரம் அளப்பான்　　　　(தொலைபேசி)
2. இந்த ஊரிலே அடிபட்டவன்
   அடுத்த ஊரில் போய்ச் சொல்லுகிறான்　(தந்தி)
3. இரத்தம் குடிப்பான்
   கண்ணுக்குத் தெரியாதவன்　　　(மின்சாரம்)
4. உயரஉயரப் பறக்குது ஊர்க்குருவி　(வானவூர்தி)

விடுகதைகள்

1. ஓகோ மரத்தில் உச்சாணி கொப்பில் வித்தார செப்புல
   முத்து வந்து அடையும் - அது என்ன?　(மாதுளம்பழம்)
2. செடி செடிக்க மேல கனி கனிக்க மேல செடி - அது என்ன?
   (அன்னாசிப்பழம்)
3. தகப்பன் சொறியன் தாய் சடைச்சி பிள்ளையோ
   சக்கரக்கட்டி - அது என்ன?　　(பலாப்பழம்)
4. பெட்டி பெட்டி சிங்கார பெட்டி பெட்டி திறந்தால்
   காயம் மணக்கும் - அது என்ன?　(பலாப்பழம்)
5. எங்கள் வீட்டுத் தோட்டத்தில் மஞ்சள் குருவி ஊஞ்சலாடுகிறது -
   அது என்ன?　(எலுமிச்சம் பழம்)

6. செம்பு நிறைய கொம்பு - அது என்ன? *(மாதுளம்பழம்)*

7. விதை இல்லா பழம் - அது என்ன? *(வாழைப்பழம்)*

8. செம்பு நிறைய சிவப்பு முத்து - அது என்ன? *(மாதுளம்பழம்)*

9. குடுக்கை நிறைய வைரமணி - அது என்ன? *(மாதுளம்பழம்)*

10. அங்க முத்து வாசலில் தொங்கு முத்து ஆடுது
அதையெடுத்து வாயில் போட்டால் திக்கு முக்காடுது - அது என்ன? *(மிளகாய்ப்பழம்)*

11. அவளைப் பார்த்தா மினுக்குது அவசாறைக் குடிச்சா புளிக்குது - அது என்ன?*(எலுமிச்சைபழம்)*

12. தாய் சடைச்சி, அப்பன் சொறியன், நான் சர்க்கரைக்குட்டி - அது என்ன? *(பலாப்பழம்)*

13. இங்கிருந்து பார்த்தால் இரும்பாய் இருக்கும் அருகில் போனால் தங்க நிறமாய் இருக்கும் - அது என்ன? *(பனம்பழம்)*

14. ஓகோ மரத்திலே உச்சாணிக் கிளையிலே ஓட்டுச் சட்டியிலே களிமண் இருக்கிறது - அது என்ன? *(விளாம்பழம்)*

15. காக்கைபோல் கறுப்பு கையால் தொட்டால் ஊதா வாயால் தின்றால் நீலம் - அது என்ன? *(நாகப்பழம்)*

16. கோடையிலே குமுதவல்லி செட்டி
அவன் பெண்டாட்டி எருமைக்கடா மட்டி
அவள் பிள்ளை நவரத்தினக்கட்டி - அது என்ன? *(பலாப்பழம்)*

17. சடசட மாங்காய் சங்கிலிரோடு விழுந்தால் கரும்பு தின்றால் தித்திப்பு - அது என்ன? *(நாகப்பழம்)*

18. சட்டையைக் கழற்றியதும் சடக்கென்று உள்ளே விழும் - அது என்ன? *(வாழைப்பழம்)*

19. சித்திரையில் சிறுபிள்ளை வைகாசியில் வளரும் பிள்ளை ஆணியில் அழகுப்பிள்ளை - அது என்ன?*(பனம்பழம்)*

20. சுற்றிச் சொறிமுள் நடுவிலே நல்ல வெல்லம் - அது என்ன? *(பலாப்பழம்)*

21. தொட்டால் மணக்கும் குடித்தால் புளிக்கும் - அது என்ன?
 (எலுமிச்சைபழம்)
22. பச்சைக் கதவு வெள்ளைச் சன்னல் உள்ளே மஞ்சள் ரோஜா- அது என்ன?(பலாப்பழம்)
23. முள்ளு முள்ளுக்குள்ளே முந்திரித் தோப்புக்குள்ளே வைக்கோல் போருக்குள்ளே கண்டெடுத்தேன் வைரமணி - அது என்ன? (பலாப்பழம்)
24. முள்ளம்பன்றி வயிற்றுக்குள்ளே வைக்கோல்
 வைக்கோலுக்குள்ளே குடல்
 குடலுக்குள்ளே குண்டுமணி - அது என்ன? (பலாப்பழம்)
25. மூன்று போலிஸ்காரனுக்கு ஒரே தொப்பி - அது என்ன? (பனம்பழம்)
26. ஒரு பூ பூத்து நூறுக்கு மேல் காய் காய்க்கும் - அது என்ன? (வாழைமரம்)
27. முள்ளுக்காட்டை தாண்டினால் இனிப்புக் கூடு - அது என்ன? (பலாப்பழம்)
28. எண்ணக் கிண்ணி ஞானப்பழம் - அது என்ன? (கண்)
29. இரண்டு ஆற்றிற்கு ஒரு பாலம் - அது என்ன? (மூக்கு)
30. அரண்ட அரண்ட தண்ணியிலே அழகுச் சித்திர ஓடையிலே இறங்கி அடிக்க பணம் எண்ணாயிரம் - அது என்ன?(குரவளை)
31. வேலி நிறைய வெள்ளைக் கல் - அது என்ன? (பல்)
32. கூடப்பிறந்தவன் மூடப்பிறந்தான் - அது என்ன? (தலைமுடி)
33. இடையில் வந்தவன் இடையில் போவான் - அது என்ன? (பல்)
34. உன் மேலிலே ஒரு கொலை - அது என்ன? (ஈரக்கொலை)
35. உன் மேலிலே ஒரு பலகை - அது என்ன? (நெஞ்சம் பலகை)
36. மேலிலே ஒரு பெட்டி - அது என்ன? (இரப்பெட்டி)
37. தேகத்திலே ஒரு குத்தி - அது என்ன? (உப்புகுத்திகால்)

38. உக்கிணி முத்தத்திற்கு ஐந்து கழுக்கோல் - அது என்ன? *(கைவிரல்)*

39. ஒரு சாண் குட்டையில் ஒரு முழு வால் - அது என்ன? *(நாக்கு)*

40. அஞ்சு வீட்டுக்கு ஒரு முற்றம் - அது என்ன? *(உள்ளங்கை)*

41. அண்ணனுக்கு எட்டாது தம்பிக்கு எட்டும் - அது என்ன? *(உதடு)*

42. வெள்ளைப் பாலில் கருப்பு திராட்சை - அது என்ன? *(கண்)*

43. வீட்டிலே இருக்கும் உத்தி உத்திப் பார்க்கும் - அது என்ன? *(கண்)*

44. வெள்ளிக் கிண்ணத்தில் நாவல் பழம் - அது என்ன? *(கண்)*

45. கண்ணுக்குத் தெரியாது - அது என்ன? *(புருவம்)*

46. ஆணுக்கு எத்தாது பெண்ணுக்கு எத்தும் - அது என்ன? *(உதடு)*

47. எந்நேரமும் கொட்டும் சத்தம் கேட்காது - அது என்ன? *(கண்ணிமை)*

48. பாறைக்குள்ளே கோரை
கோரைக்குள்ளே குறவன் - அது என்ன? *(தலை)*

49. மஞ்சள் பெட்டி மரக்கால் பெட்டி ஒருக்காலும் திறக்காப்பெட்டி - அது என்ன? *(வயிறு)*

50. ஆற்றிலே பத்து மரம் அசையும் பிடுங்க முடியவில்லை - அது என்ன? *(கைவிரல்)*

51. ஆழக்குழவி பறித்து நீள விதை போட்டு வருஷம் ஐந்தாகியும் முளைத்து வரவில்லை - அது என்ன? *(பிணம்)*

52. இருட்டு அறையில் முத்து வரிசை - அது என்ன? *(பற்கள்)*

53. இரண்டு வீட்டிற்கு ஒரு தண்டியம் - அது என்ன? *(மூக்கு)*

54. இரண்டு வீட்டிற்கு ஒரு சுவர் - அது என்ன? *(மூக்கு)*

55. எங்க ஆயா வீட்டுத் தோட்டத்திலே ஐந்து வாழை மரங்கள் அவைகளை ஆட்டினாலும் ஆட்டலாம் ஆனால் பிடுங்க

முடியாது - அது என்ன? *(கைவிரல்கள்)*

56. ஐந்து அடுக்கு நான்கு இடுக்கு - அது என்ன? *(கைவிரல்கள்)*

57. தண்ணீர் இல்லாமல் வளரும் தலையில்லாமல் படரும் - அது என்ன? *(தலைமுடி)*

58. அடித்துக் கொண்டே இருப்பார்கள் ஆபத்து எதுவும் இல்லாமல் - அவர்கள் யார்? *(கண்இமைகள்)*

59. கறுப்பு வெள்ளையானால் கவலைப்பட்டோர் பலர் - அது என்ன? *(நரைமுடி)*

60. கிணற்றைச் சுற்றி வெள்ளைக்கல் - அது என்ன? *(பல்)*

61. ஒரு கிணற்றில் ஒரே தவளை- அது என்ன? *(நாக்கு)*

62. ஓடையில் ஓடாத நீர் ஒருவரும் குடிக்காத நீர் - அது என்ன? *(கண்ணீர்)*

63. கண்ணுக்குத் தெரியாதவன் கண்ணை மறைப்பான் - அது என்ன? *(கண்இமை)*

64. கண்ணால் பார்க்கலாம் கையால் பிடிக்க முடியாது - அது என்ன? *(நிழல்)*

65. கண்டது இருவர்
எடுத்தது பத்து பேர்
உண்டது ஒருவர் - அவர்கள் யார்?*(கண், விரல்கள், வாய்)*

66. கத்தியை எடுத்தேன் கண்டதுண்டமாக வெட்டினேன் துளிரத்தம் சிந்தவில்லை ஒருவரும் அழியவில்லை - அது என்ன? *(நகங்கள்)*

67. காட்டுக் கருவப்பிள்ளை வளைத்து ஒடிக்க முடியவில்லை - அது என்ன? *(நகங்கள்)*

68. கிளையில்லாத சவுக்கு மரம் வெட்ட வெட்ட வளருது - அது என்ன? *(முடி)*

69. குண்டு சட்டியில கெண்ட மீன் - அது என்ன? *(நாக்கு)*

70. தத்தக்கா பித்தக்கா நாலுகாலு - அது என்ன? *(சிறுகுழந்தை)*

71. தானே தானே நடக்கும் போது இரண்டு காலு - அது என்ன? (பெரியவர்)
72. சலசலண்டு சந்திக்குப் போவா அவ கிடப்பா பொந்துக்குள்ளே - அது என்ன? (நாக்கு)
73. சாய்ந்த தலை ஓரத்திலே இருவர் நெருங்கியுள்ளார் ஒருவரோடு ஒருவர் தொடுவதும் இல்லை பேசுவதும் இல்லை - அது என்ன? (கண்கள்)
74. சிறு சிறு கதவுகள் செய்யாத கதவுகள் திறக்க அடக்கச் சத்தம் செய்யாத கதவுகள் - அது என்ன?   (கண்இமை)
75. தண்ணீர் இல்லாமல் வளரும் தரையில்லாமல் படரும் - அது என்ன?   (முடி)
76. பெரிய கடாரங்காய் போலக் காய் காய்க்கும் - அது என்ன? (பூசணிக்காய்)
77. தச்சன் செய்யாத பெட்டி தானே திறந்து மூடும் பெட்டி - அது என்ன?(கண்)
78. கறுப்பர்கள் காலம் முடிந்தால் வெள்ளையர் ஆதிக்கம் - அது என்ன?(நரைமுடி)
79. முத்து வீட்டுக்குள்ளே தட்டுப் பலகை - அது என்ன? (நாக்கு)
80. அரசமரம் தூங்க ஆலமரம் தூங்க எல்லாம் தூங்க அவன் ஒருத்தன் மட்டும் உறங்கவில்லை - அவன் யார்?   (மூக்கு)
81. பிறக்கும் போதும் இறக்கும் போதும் இல்லாதது இடையில் வந்து போகுது - அது என்ன?   (பல்)
82. வீட்டைச் சுற்றி வேலி - அது என்ன?   (இமை)
83. பட்டணத்து ஆலமரம் வெட்ட வெட்டத் துளுக்குது - அது என்ன? (தலைமுடி)
84. பட்டணம் கிட்டே இருக்கிறது எட்டிப்பார்க்க இயலவில்லை - அது என்ன?(முதுகு)
85. முப்பதுக்கு மேல் மந்திரிகள் இருந்தும் முதல்வரான ராசாவால்தான் எதையும் அறிய முடியும் - அது என்ன? (பற்கள் நாக்கு)

86. மேல் பலகை கீழ் பலகை நடுவில நெளியும்பாம்பு - அது என்ன?
(நாக்கு)

87. மேலேயும் கல் கட்டிடம் கீழேயும் கல் கட்டிடம் நடுவிலே போகிறது ஊற்றுக் கால்வாய் - அது என்ன? (நாக்கு)

88. விழித்துக் கொண்டு இருக்கும்போதே அடித்துக் கொண்டு இருக்கிறான் - அது என்ன? (கண்இமை)

89. விட்டம் போட்டு வீடு கட்டி விசிறி மாட்ட இடம் இல்லை - அது என்ன? (மூக்கு)

90. வெட்டுவார் அழமாட்டேன் கிள்ளுவார் அழமாட்டேன் காப்பார் அழமாட்டேன் சாயமும் பூசுவார் சாது என்னையே - நான் யார்? (நகம்)

91. காளை கிடக்கும் கயிறு ஓடும் - அது என்ன?
(பூசணிக்காய்)

92. பட்டு மேல பட்டுவுடுத்தி பதினாறு பட்டுவுடுத்தி உரித்துப் பார்த்தால் ஒன்றும் இல்லை - அது என்ன?
(வெங்காயம்)

93. தாய் பரட்டை பிள்ளை மினுக்கி - அது என்ன?
(வெங்காயம்)

94. ஒற்றைக் கண்ணனும் சந்தைக்கு போனான்,
முக்கண்ணனும் சந்தைக்குப் போனான்,
உச்சிக் குடும்பனும் சந்தைக்குப்போனான்,
ஊழ மூக்கனும் சந்தைக்குப் போனான்,
வழியில் குழைந்தானும் சந்தைக்குப் போனான்,
பெட்டியில் ஒட்டியும் சந்தைக்குப் போனான் - இவர்கள் யார்?
(கருப்புக்கட்டி, தேங்காய், புகையிலை, நொங்கு, கீரை புளி)

95. ஒரு நாட்டில் 448 மரம் உண்டு அதில் ஒரு மரத்தின் பெயர் பெலயங்கிரி இன்னொரு மரத்தின் பெயர் சடையங்கிரி - அது என்ன மரம்? (கருவேப்பிலை)

96. எல்லாகாரியத்திலும் நான் முன்னால் நிற்பேன் போய் இருந்த உடன் என்னை எழுப்பி விட்டிருவாங்க - நான் யார்?
(கருவேப்பிலை)

7
நாட்டுப்புற நம்பிக்கைகள்

நாட்டுப்புற இலக்கிய வகைகளுள் மனம் சார்ந்த கூறாக விளங்குவது நாட்டுப்புற நம்பிக்கைகள் ஆகும். நம்பிக்கை வாழ்க்கையின் அடிப்படையான ஒன்றாக மனித சமுதாயத்தில் காணப்படுகிறது. ஒவ்வொரு காலத்திலும் அக்காலச் சூழலின் சமூக நிகழ்வுகளால் தோற்றுவிக்கப்படும் நம்பிக்கைகள் வழிவழியாகப் பின்பற்றப்பட்டு வருகின்றன. தன் வாழ்வில் நல்லது நடக்கும் என்ற மனதைரியத்தை நம்பிக்கைகள் மனிதனுக்குக் கொடுக்கின்றன. நம்பிக்கை என்பது சிலவற்றை மறுக்க முடியாத உண்மை என்று ஏற்றுக்கொள்வதாகும். இவை எப்பொழுது தோன்றின என்று திட்டவட்டமாகக் கூற முடியாது. மனிதன் இயற்கை தாக்கத்திற்கு ஆட்பட்டிருந்தபோது, அறிவு வளர்ச்சியின் தொடக்க நிலையிலே நம்பிக்கைகள் தோன்றியிருக்கலாம் எனவும் அச்ச உணர்வின் அடிப்படையில் தோன்றியவையாகும் என்று சூ.இன்னாசி (1991:132) குறிப்பிட்டுள்ளார்.

மக்களால் மரபுவழியாக நம்பப்படுவது நம்பிக்கை. நம்பிக்கை என்பதற்கு விசுவாசம் என்றும் பொருள் கொள்ளலாம். நம்பிக்கைக்கு ஆங்கிலத்தில்Hope, Faith, Belief, Confidence, Trust, Assurance போன்ற சொற்கள் உள்ளன. ஒரு செயலுக்கு இன்ன பயன் விளையுமென்று செயல் நடைபெறும் முன்னரே நம்புவது நம்பிக்கை என்று சுரேந்திரன் (1961 : 132) கூறுகிறார். காரணகாரிய தொடர்புடையது நம்பிக்கை எனவும் காரணகாரிய தொடர்பற்றது மூட நம்பிக்கை எனவும் கூறலாம். தமிழ் பேரகராதி (Vol:iv:2155) நம்பிக்கை என்பதற்கு விசுவாசம், ஆளை நம்பியொப்புவிக்கப்பட்டது, உண்மை என்னும் பொருள்களைக் கூறுகின்றது வாழ்வின் ஊன்றுகோலாக, மக்களை நடத்திச் செல்வது நம்பிக்கையாகும்.

மனிதன் கூட்டமாகச் சேர்ந்து வாழத் தொடங்கிய போது இயற்கையோடு போராடிச் செல்ல நேர்ந்தது. போராட்டத்தில் வெற்றியடைந்த போது தன்னம்பிக்கையும், தோல்வியை அடைந்த போது அச்சத்தையும் பெற்றான். மனிதரால் தோற்றுவிக்கப்பட்ட நம்பிக்கையும் இயற்கை மீது மனிதன் கொண்ட அச்சத்தின் பயனால் பிறந்தது. இயற்கையாக நடைபெறும் காரியங்கள் மனித சிந்தனைக்கு எட்டாத போது மனிதனே அதற்கென ஒரு காரணத்தைத் தெரிந்து கொண்டு அதற்கு ஏற்ற பரிகாரத்தை (நம்பிக்கையின் அடிப்படையில்

செய்து கொண்டான். நம்பிக்கைகள் பெரும்பாலும் அச்ச உணர்வின் அடிப்படையாகத் தோன்றியதாகக் காட்சியளித்தாலும் இயற்கைக்கு அப்பாற்பட்ட செயல்களை உணராத போதும் மனித வாழ்வில் ஏற்படும் சில நிகழ்ச்சிகளுக்குக் காரணம் கற்பிக்க இயலாத போதும் மனிதமனமானது சிலவற்றைப் படைத்துக் காரணம் கற்பித்துக் கொள்கிறது. அவைகளே நம்பிக்கைகளாக உருவாகின்றன என்று நம்பிக்கையின் தோற்றம் பற்றி சக்திவேல் (1992:171) கூறுகின்றார். அன்றாட நாள்கள் பற்றிய நம்பிக்கைகள் மக்களிடம் காணப்படுகின்றன. சான்றாகப் பின்வருவனவற்றைக் கூறலாம்.

'திங்கள் போனால் தினம் போக வேண்டும்'
'செவ்வாய் வெறுவாய்'
'புதனும் சனியும் தன்னைவிட்டு நீங்காது'
'பொன் கிடைத்தாலும் புதன் கிடைக்காது'
'திங்கள், வியாழன் சொத்துக்கள் வாங்கினால் சிறப்பாய் அமையும்'
'வெள்ளி மாலை ஒரு பொருளும் பிறருக்குக் கொடுக்கக் கூடாது'

வெள்ளிக்கிழமை மாலை வேளையில் ஒரு பொருளும் பிறருக்குக் கொடுக்கக் கூடாது. கொடுத்தால் அந்த வீட்டிற்குத் தரித்திரம் ஏற்படும் என்று நம்புகின்றனர். சனி ஒருவர் இறந்தால் அடுத்தடுத்து மரணம் ஏற்படும் என்று நம்பி கறுப்பு சேவல் கோழியின் கழுத்தை அறுத்து இரத்தத்தை அடக்கம் பண்ணும் இடத்தில் விட்டுவிட்டு பிணத்தைப் புதைக்கும் வழக்கம் மக்களிடம் காணப்படுகிறது.

விவசாயம் சார்ந்த நம்பிக்கைகளாகப் பின்வருவன அமைகின்றன. வயலில் முதல் முதலாக ஏர் உழுவதற்காக மாடுகளை நுகத்தில் இணைக்கும் போது இருமாடுகளும் ஒரே நேரத்தில் சிறுநீர் கழித்தால் தண்ணீர் தட்டுப்பாடு வராது விளைச்சல் அமோகமாய் இருக்கும் என நம்புகின்றனர்.

விதைப்பதற்கான நெல்லை முதியவர்களே தேர்வு செய்வர். பெரும்பாலும் ஆண்களே இவ்வேலையினைச் செய்வர். பெண்கள் சுத்தம் இல்லாமல் இருக்கும் போது விதையின் அருகே செல்லக் கூடாது; சென்றால் விதை முளைக்காது என்பது நாட்டுப்புற மக்களின் நம்பிக்கையாகும். நாற்று நெல்விதைக்க வியாழன் ஏற்ற நாளாகும். விளைச்சலின் போது தெற்குப்பக்கம் பிறை சரிந்து காணப்பட்டால் வரம்பு எல்லாம் நெல் என்றும் விளைச்சல் அமோகமாகக் காணப்படும் என்றும் நம்புகின்றனர்.

நாற்றுக்களைப் பிடுங்கி கட்டுகளாகக் கட்டி நல்ல நாள், நல்ல நேரம் பார்த்து நடவு செய்வர். நடவு செய்வதற்கு முன் பெண்கள் குரவை இடுவார்கள். நாற்று நடும் வேளையில் மழை வளம் வேண்டி இறைவனை வேண்டுவர். நெற்கதிர் அடித்து தூற்றும் களத்தில் நெல் அளக்கப் பயன்படுத்தப்படும் அளவையோ, பெட்டியோ கவிழ்ந்து விழுந்தால் அடுத்த பருவ விளைச்சல் பாதிக்கப்படுமென நம்புகின்றனர்.

ஆவி குறித்த நம்பிக்கைகள்

நாட்டுப்புற மக்களிடையே ஆவிகள் பற்றிய நம்பிக்கைகள் காணப்படுகின்றன. இவர்கள் இறந்தவர்களின் உடலை அடக்கம் செய்ய எடுத்துச் செல்லும்போது கடுகினை வீசிக் கொண்டே செல்கின்றனர். புதைக்கும் இடத்தில் ஓட்டைச் சிரட்டை ஒன்றினை வைத்து விட்டுச் செல்கின்றனர். இஃது இறந்தவர்களின் ஆவியானது வீட்டிற்குத் திரும்பி வந்துவிடக் கூடாது என்பதற்காகச் செய்யப்படுகின்றது. ஆவியானது ஓட்டைச்சிரட்டையும், கடுகும் தன்னுடன் வந்தது; அவற்றை எடுக்காமல் வீட்டிற்குச் செல்லக்கூடாது என்று நினைத்து ஓட்டைச் சிரட்டையில் கடுகினை எடுத்துப் போட்டுக் கொண்டே வரும். அப்போது கடுகானது ஓட்டை வழியே சிதறி கீழே விழும். ஆவி அதனைப் பொறுக்கி வரும் முன்னர் பொழுது புலர்ந்துவிடும். இதனால் ஆவியானது வீட்டிற்கு வராது என்று நம்புகின்றனர்.

பேய் குறித்த நம்பிக்கைகள்

பேய் பற்றிய நம்பிக்கைகள் பண்பட்ட மற்றும் பண்படாத மக்களிடையே உலகெங்கும் காணப்படுகின்ற நம்பிக்கையாகும். நள்ளிரவு நேரங்களில் வீட்டிற்கு வரும்போது தன்னுடன் தீய ஆவிகளும் வருவதாக நம்புகின்றனர். எனவே வீட்டிற்கு வெளியே சிறிது நேரம் நின்று அதன்பின் 'காறி துப்பி' விட்டு வீட்டிற்குள் செல்வார்கள். அவ்வாறு செய்தால் பேய்கள் உள்ளே வராது என்றும் நம்புகின்றனர். கருவுற்ற தாய்மார்கள் இரவு நேரங்களில் வீட்டைவிட்டு வெளியே செல்லக்கூடாது. மீறிப்போனால் அவர்களுக்குப் பேய்கள் துன்பத்தை விளைவிக்கும் என்றும் நம்புகின்றனர்.

தெய்வம் குறித்த நம்பிக்கைகள்

மனிதர்கள் தங்கள் துன்பங்களை அல்லது குறைகளை இறைவனிடம் கூறி வேண்டுவது வழக்கமாகும். தங்கள் குறைகள் நீங்கினால் இறைவனிடம் வேண்டியதைச் செய்கின்றனர். குழந்தையில்லாதவர்கள் தங்களுக்குக் குழந்தை பிறந்தால் கோவிலுக்கு

வேண்டுதல் பொருட்களைத் தருவதாக வேண்டுகின்றனர். வாரத்திற்கு ஒரு நாள் வீதம் நோன்பு விரதம் இருக்கின்றனர். பெண்கள் நல்ல கணவன் கிடைத்தால், திருமணம் முடிந்த மறுவருடம் கோவில் தேரினை வடம்பிடித்து இழுப்பதாக வேண்டிக் கொள்கின்றனர். அதன்படி வடம்பிடித்து தேரினை இழுத்தால் தங்கள் வாழ்க்கை வளமையுடன் இருக்கும் என்று நம்புகின்றனர். குழந்தை கொடி சுற்றிப் பிறந்தால் தாய்மாமனுக்கு ஆகாது என்று நம்புகின்றனர். தாய்மாமன் கோவிலுக்கு வழிபாடுகள் செய்தால் இந்தத் தோஷம் தீர்ந்துவிடும் என்னும் நம்பிக்கையும் காணப்படுகின்றது.

கனவு குறித்த நம்பிக்கைகள்

மனிதனின் அடக்கி வைக்கப்பட்டிருந்த விருப்பத்தின் மறைமுக மான வெளிப்பாடே கனவு என்று உளவியல் அறிஞர் சிக்மன்ட் பிராய்ட் கூறுகிறார். எல்லா மக்களும் கனவு காண்பதுண்டு. கனவு காணாத மனிதனே இல்லை. கனவில் தீய கனவும் உண்டு; நல்ல கனவும் உண்டு. புறநானூறு,

> "எயிறு நிலத்து வீழவு மெண்ணெ யாடவும்
> களிறு மேல கொள்ளவுங் காழக நீப்பவுங்
> வெள்ளி நோன் படை கட்டிலொடு கவிழவும்
> கனவினரியன . . . " (புறம், 41: 8-11)

என்று தீய கனவு நிகழ்ச்சியைக் குறிப்பிடுகிறது. நாட்டுப்புற மக்கள் நல்ல கனவு கண்டால் தீமை நடக்கும் என்றும், தீய கனவு கண்டால் நல்லது நடக்கும் என்றும் நம்புகின்றனர். திருமணம் நடைபெறுவதாகக் கனவு கண்டால் தம்மைச் சார்ந்த உறவினர் வீட்டில் சாவு நடைபெறும் என்றும், சாவு நிகழ்வு கண்டால் தம்மைச் சார்ந்தவர்களின் இல்லத்தில் திருமணம் நடக்கும் என்றும் நம்புகின்றனர். இத்தகைய நம்பிக்கை பொதுவாக அனைத்து மக்களிடமும் காணப்படுகிறது.

சகுனம் குறித்த நம்பிக்கைகள்

குடும்பத்தில் அல்லது சமுதாயத்தில் நல்ல நிகழ்வுகள் நடைபெறும்போது நல்ல நாள் பார்க்கும் பழக்கம் இன்றும் மக்களிடம் பரவலாகக் காணப்படுகிறது. இதேபோன்று ஒரு நிகழ்ச்சிக்கு வெளியே செல்லும்போது சுமங்கலி வந்தால் நல்ல சகுனம் என்றும், அமங்கலி வந்தால் தீய சகுனம் என்றும் நம்புகின்றனர். பல்லியினை ஒரு நிமித்தமாக மக்கள் பார்க்கின்றனர். பல்லி எந்தத் திசையிலிருந்து சத்தமிடுகிறதோ அதை வைத்து நல்லது, கெட்டது என்று கூறுகின்றனர். பல்லியின் பலனைப் பற்றி,

"முதைச் சுவற்கலித்த மூரிச் செந்தினை
ஓங்குவணர்ப் பெருங்குரல் உணீஇய பாங்கர்ப்
பகுவாய்ப்பல்லி பாடு ஒர்த்துக் குறுகும்
புருவைப் பன்றி" (அகம்.88)

என்று அகநானூறு குறிப்பிடுகிறது. பல்லி வீட்டின் வடக்கே இருந்து சத்தமிட்டால் தீமை என்றும், தெற்கே இருந்து சப்தமிட்டால் நல்லது என்றும் நம்புகின்றனர்.

தொழில் குறித்த நம்பிக்கைகள்

'செய்யும் தொழிலே தெய்வம்' என்ற வாக்கிற்கு ஏற்ப தொழில் சாதனங்களைப் பூஜை அறையில் வைப்பதை வழக்கமாகக் கொண்டுள்ளனர். தொழிலுக்கு வெளியே செல்லும்போது இறைவனை வணங்கி நல்ல எதிர்ப்பு (நன் நிமிர்த்தம்) பார்த்துச் செல்வது வழக்கம். எதிர்ப்புக்குப் பிள்ளைகளையோ, பெண்களையோ வரும்படிக் கூறுவதும் உண்டு. அவ்வாறு சென்றால் தொழில் திறம்பட நடக்கும் என்று நம்புகின்றனர். தீட்டு நாட்களில் பெண்கள் தொழில் கருவிகளைத் தொடுவதும் இல்லை.

பெண்கள் குறித்த நம்பிக்கைகள்

இன்றைய சமூகத்தில் குழந்தைப்பேறு மிகவும் முக்கியம் வாய்ந்ததாக உள்ளது. குழந்தை இல்லாதவர்களைச் சமூகம் மலடி என்ற பட்டம் கொடுத்து இழிவாகப் பார்க்கும் நிலை உள்ளது. இது குறித்து,'ஒரு கூட்டுக் குடும்பத்தில் கணவனுடன் வாழ்கிற ஒரு பெண் விரைவில் தாய்மைப்பேறு அடையாவிட்டால் அவளை அக்குடும்பத்தினர் குறை கூறத் தொடங்குகின்றனர். குழந்தையால் தமக்குக் குடும்பத் திலும், சமூகத்திலும் ஒரு தகுதியும், பாதுகாப்பும் கிடைப்பதை பெண் அறிந்து கொள்கிறாள். இதனால் தாய்மைப்பேறு அடையவேண்டும் என்ற இயல்பான உந்துதலினால் ஒரு பெண் விரதமிருந்து வழிபாடு செய்கின்றாள்". என்று சுப்பிரமணியம் குறிப்பிடுகிறார் *(1976:180)*. பெண்கள் குழந்தை வரம் வேண்டி அரசமரத்தினைச் சுற்றுகின்றனர். மரத்தினால் தொட்டிலும், குழந்தையும் செய்து அதனை இசக்கியம்மன் கோவிலில் கட்டித் தொங்க விடுகின்றனர். அவ்வாறு செய்வதன் மூலம் குழந்தை பிறக்கும் என்ற நம்பிக்கையும் காணப்படுகின்றது.

பெண்கள் கர்ப்பமாக இருக்கும் போது அவர்கள் நல்லவற்றையே நினைக்க வேண்டும். அவ்வாறு நினைத்தால் மட்டுமே நற்பண்புள்ள குழந்தை பிறக்கும் என்றும் நம்புகின்றனர். கருவுற்றப் பெண்கள் இரவு நேரங்களில் தனிமையில் வெளியே செல்லக் கூடாது; அதை

மீறிச் சென்றால் குழந்தைக்குக் கேடு நேரிடும் என்றும், கருச்சிதைவு கூட ஏற்படும் என்றும் நம்புகின்றனர். கருவுற்ற காலத்தில் பெண் களைச் சந்தோஷமாக வைத்திருக்க வேண்டும். விரும்பிய பொருட் களை வாங்கிக் கொடுக்கவேண்டும் என்றும்; வாங்கிக் கொடுக்காமல் இருந்தால் குழந்தைக்குத் துன்பம் நேரிடும் என்றும் நம்புகின்றனர்.

வீட்டில் குளவி என்னும் பூச்சி கூடுகட்டினால் குழந்தைப்பேறு உண்டாகும் என்ற நம்பிக்கையும் காணப்படுகின்றது. பொதுவாகக் கருக்கொண்டுள்ள பெண் வீட்டில் இருக்கும் நிலையில் வீட்டில் உள்ளவர் கனவு காணுவதை வைத்து பிறக்கப் போவது ஆண் குழந்தையா அல்லது பெண்குழந்தையா என்பதை அறிந்து கொள்கின்றனர்.

குழந்தை பிறக்கும் போது அதன்மீது கொடி சுற்றிப் பிறந்தால் தாய்மாமனுக்கு ஆகாது என்று நம்புகின்றனர். இதற்குத் தீர்வாக எண்ணெயினைப் பாத்திரத்தில் எடுத்து அதில் தாய்மாமன் முகத்தைப் பார்த்தால் தீங்கு மாறும் என்றும் நம்புகின்றனர்.

குழந்தை பிறந்த பிறகு தொப்புள் கொடியினைத் தாய் குளிக்கும் இடத்தில் புதைத்தால் பால் சுரக்கும் என்று நம்புகின்றனர். பெண்களின் தலைமுடி முழங்கால் வரை நீளமாக வளர்ந்து இருந்தால் அது கணவனுக்கு ஆகாது என்றும் நம்புகின்றனர். இங்ஙனம், பெண்கள் குறித்த நம்பிக்கைகள் மக்களிடையே இருந்து வருகின்றதை அறியமுடிகிறது.

மந்திரம்குறித்த நம்பிக்கைகள்

நாட்டுப்புற மக்களில் மந்திரங்கள் செய்யும் மாந்திரிகத் தொழிலையும் செய்து வந்துள்ளனர். அது தொடர்பான சில நம்பிக்கைகளை மட்டும் காணமுடிகின்றது. “மானிடவியலாரின் நோக்கின் படி இயற்கையின் இயக்க விதிகளைப் புரிந்துக் கொள்ள இயலாத ஆதிமனிதன் இயற்கையைக் கட்டுப்படுத்தவும், அதனிட மிருந்து சில பயன்களைப் பெற்றுக் கொள்ளவும் உருவாக்கிய ஒன்றே மந்திரமாகும்” என்கிறார் சிவசுப்பிரமணியன் *(1988:1)*. இது பற்றி ஹூர்து*(1981:1)*, “மந்திரம் என்பது ஒரு மாலையை நாம் உண்டாக்கி அதனால் இயற்கையை நாம் கட்டுப்படுத்துவதாக எண்ணி அவ்வாறு கட்டுப்படுத்துவதன் மூலம் உண்மையாகவே இயற்கையைக் கட்டுப்படுத்துவதாக நம்புகின்றனர்” என்று குறிப்பிடுகிறார்.

மந்திரம் என்பது போலச் செய்தல் என்ற கொள்கையை அடிப்படையாகக் கொண்டது என்று கைலாசபதி*(1966:93)*

குறிப்பிடுகிறார். நாட்டுப்புற மக்களும் நோய்கள் மந்திரத்தினால் குணமாகி விடும் என்று நம்புகின்றனர். களஆய்வின் போது கிடைத்த மந்திரம் தொடர்பான நம்பிக்கைகளை இரண்டாக வகைப்படுத்தலாம். அவை 1. நன்மை பயக்கும் மந்திர நம்பிக்கை, 2. தீமை பயக்கும் மந்திர நம்பிக்கை என்பனவாகும்.

நன்மை பயக்கும் மந்திர நம்பிக்கை என்பது ஒருவருக்கோ அல்லது ஒரு சமுதாயத்துக்கோ நன்மை பயப்பதாக அமையும். இதனைத் 'தூய மந்திரம்' என்பர். மந்திரச் சடங்குகளும் 'மந்திரச் சொற்களும் ஒரு தனி மனிதனின் நலனுக்கோ குழு அல்லது சமுதாயம் முழுவதன் நலனுக்கோ பயன்படுத்துவது தூயமந்திரம்'என்கிறார் சிவசுப்பிரமணியன் (1988:29). ஒருவருக்கு நோய் ஏற்பட்டால் மிளகு, உப்பு, கடுகு, பாஞ்சியிலை (சீத்தா இலை) அல்லது வேப்பிலை, முச்சந்தி மண் போன்றவற்றை ஒன்றாகப் பொட்டலமாகக் கட்டி வாய் பேசாமல் உடல் முழுவதும் தடவி பின் நெருப்பில் இடுகின்றனர். பொட்டலத்தில் உள்ள பொருட்கள் நோய் உள்ளவரின் உடலைத் தொடும் போது அப்பொருட்களின் வழியே நோய் நெருப்பில் அழிந்துவிடும் என்று நம்புகின்றனர்.

ஒருவருக்கு அல்லது ஒரு சமுதாயத்திற்குத் தீங்கு விளைவிக்கும் நோக்கில் செய்யப்படுவது தீய மந்திரம் ஆகும். ஏவல், பில்லிசூனியம், வசியப்படுத்துதல் போன்றவைகளும் தீய மந்திரத்தினுள் அடங்கும். ஒருவருக்குத் தீமை செய்ய வேண்டுமானால் அவருடைய உருவ பொம்மை ஒன்றினைச் செய்து, மந்திரம் சொல்லி எந்தப் பாகத்தில் முள்ளினால் குத்துகின்றார்களோ அந்தப் பாகம் செயலிழந்து போகும் என்றும் கூறுகின்றனர். தற்போது நாட்டுப்புற மக்கள் பெரும்பாலும் இத்தகைய மந்திரங்களைச் செய்வதில்லை. மாறாக, நோய் வந்தால் மந்திரம் சொல்லி விபூதியினைக் கொடுப்பார்கள்; அதனைப் பூசினால் நோய்தீரும் என்று நம்புகின்றனர்.

கண்ணேறு

கண்ணேறு என்பது தீய பார்வை என்றும், வன்கண் என்றும் கூறப்படும். சிலருடைய கண்ணுக்குத் தீமை விளைவிக்கும் ஆற்றலுள்ளதாகவும் அவர்கள் பார்வைபட்டால் நோய்வாய்ப்படும் என்றும் நம்புகின்றனர். குழந்தையின் தாய்க்குக் கண்பட்டுவிட்டால் தாய்ப்பால் நின்று விடும் என்றும் இத்தீயபார்வை உடையவர்கள் எதைப் பார்த்தாலும் அது தன் ஆற்றலை இழந்துவிடும் என்ற நம்பிக்கையினை நாட்டுப்புற மக்கள் கொண்டுள்ளனர். இதனையே 'கண்பேறு' என்றும் பேச்சு வழக்கில் 'கம்போறு' என்றும் கூறுகின்றனர்.

பருவமடைந்த பெண்ணின் உடல் வளர்ச்சியைக் கண்டு மற்றவர்கள் திருஷ்டி போட்டுவிடக் கூடாது என்பதற்காகக் 'கண்ணேறு கழித்தல்' என்னும் சடங்கைச் செய்கின்றனர். வெள்ளைத் துணியில் சுண்ணாம்பைத் தடவி மூன்று பிரிவாகக் கிழித்துத் தலையைச் சுற்றிப் பின்னர் அதனை எரித்து விடுகின்றனர். அத்துடன், முச்சந்தி மண், மிளகாய்வற்றல், உப்பு, வெள்ளைத்துணி இவற்றைக் கொண்டு பெண்ணின் உடல் முழுவதும் தடவி, தலையைச் சுற்றி, மூன்று முறை துப்பி விட்டு அடுப்பில் போடுகிறார்கள். இவ்வாறு செய்தால் கண்ணேறு மாறிவிடும் என்று நம்புகின்றனர்.

புதிய வீடுகட்டும் போது கண்ணேறு படாமல் இருக்க மனிதனைப் போன்று உருவப் பொம்மையினைச் செய்து வைப்பதும், பூசணிக்காயைக் கட்டித் தொங்கவிடுவதும், சீனிக்காரத்தைக் கட்டித் தொங்கவிடுவதும், திருக்கள்ளிச் செடியினைக் கட்டித் தொங்க விடுவதும் வழக்கமாக இருந்து வருகின்றது. இவற்றைச் செய்தால் வீடு கட்டும் போதும், கட்டி முடித்த பிறகும் தீட்டுவராது என்று எல்லாவின மக்களும் நம்புகின்றனர் என்பது குறிப்பிடத்தக்கதாகும்.

கண்ணேறு குழந்தைகளின் உணவில் பட்டால் குழந்தை உணவை வெறுத்து, எதையும் சாப்பிடாது காணப்படும். அழகு காரணமாகக் கண்ணேறுபட்டால் குழந்தையின் உடலில் கொப்புளங்கள் ஏற்பட்டு அழகு மாறி விடும் என்றும், குழந்தை பிறந்த நேரம், ராசி மூலம் அதிர்ஷ்டம் என்று தெரிந்து கொண்டால் அதில் பார்வைப்பட, குழந்தையின் வாழ்வே தொலைத்து விடும் என்றும் கூறுவர். கொழுகொழுன்னு உள்ள குழந்தை மீது கண்ணேறு பட்டுவிட்டால் அக்குழந்தை உணவு சாப்பிடாமல் மெலிந்து விடும் என்று ஆரோக்கியமான குழந்தைக்குக் கண்ணேறுபட்டால் அக்குழந்தை நோய்க்கு ஆளாகி விடும் என்றும் கூறுவர். இதனால் குழந்தைக்குக் காய்ச்சல், வாந்தி, பசியின்மை போன்றன ஏற்பட்டு சோர்ந்து காணப்படும். எனவே கண்ணேறுக்குப் பார்த்து தடவினால் மட்டுமே குழந்தைக் குணமடையும் என்றும்; வேறு மருத்துவம் செய்தால் குழந்தை நோயினால் அவதியுற்று மரணம் ஏற்படக்கூட வர வாய்ப்பு உள்ளதாகவும் கூறுகின்றனர். கண்ணேறைத் தவிர்க்கும் வகையில் குழந்தைகளுக்குக் கண்களில் மை இடுவதும், கன்னத்தில் கரும்புள்ளி வைப்பதும் நாட்டுப்புறங்களில் வழக்கமாக உள்ளது.

குழந்தையைப் பெற்றோர் வெளியே கொண்டு சென்று, வீட்டுக்கு வந்த பின்னர் குழந்தை சாப்பிடாமல் ஓயாமல் அழுது கொண்டே இருக்கும். இச்சமயத்தில் சிலர் குழந்தையின் உடலைக் கழுவி துடைத்து விட்டு சாம்பிராணி புகைப்பர். சிலர் கடுகு, மூன்று

கிளைகளில் போகிற வேப்பிலைக் கொத்து அல்லது இலை, மிளகு, உப்பு, முச்சந்தியிலுள்ள காலடி மண், வீட்டு கூரையின் ஓலைச்சாவி (தென்னை ஓலையின் துண்டுகள்) ஆகியவற்றை கையில் எடுத்து து... து... து... என உமிழ்நீரைத் துப்பி கையை மூடிக் கொண்டு, மூன்று முறைகள் குழந்தையைச் சுற்றி தடவும்போது,

"கொள்ளிக்கண்ணு கண்டக்கண்ணு முண்டக்கண்ணு
பார்த்தவன்கண்ணு பார்க்காதவன்கண்ணு
வந்தவன்கண்ணு போனவன்கண்ணு
இருந்தவங்கண்ணு இராதவங்கண்ணு
நாய்க்கண்ணு பேய்க்கண்ணு
எல்லாக் கண்ணும் பொட்டட்டே
கடுகுபோல் வெடிக்கட்டே"

என்று கூறி அடுப்பில் இடுவர்; அல்லது முச்சந்தியிலோ; நாற்சந்தியிலோ; வீட்டுக்கூரையிலோ வீசி எறிவர். இங்ஙனம் செய்வதால் தீய பார்வை தீயில் எரிந்துவிட்டதாகவும், அகற்றப்படுவதாகவும் நம்புகின்றனர். இவ்வாறு நாட்டுப்புற மக்களின் வாழ்வியலில் நம்பிக்கைகள் சிறப்பிடம் பெற்றுத் திகழ்கின்றமை குறிப்பிடத் தக்கதாகும்.

☆

8
நாட்டுப்புற விளையாட்டுகள்

விளை என்றால் விருப்பம் ; ஆட்டு எனில் ஆட்டம் எனப்படும். விரும்பி ஆடும் ஆட்டம் விளையாட்டாகும். ஒருவன் தன் இன்பத்திற்காகத் தானே விரும்பி மேற்கொள்ளுவது விளையாட்டு எனப்படுகிறது. மனிதனின் அன்றாட வாழ்வில் சிறுபிள்ளைகள் செய்யும் ஒவ்வொரு அசைவினைக் கூட விளையாட்டு என்கின்றனர். பிள்ளைப் பருவம் முதல் முதுமைப் பருவம் வரை வயதிற்கு ஏற்ப விளையாட்டுகளும் விளையாட்டுக் களமும் மாற்றம் பெறுகின்றன. "ஓய்வு வேளையில் மன மகிழ்ச்சிக்காகச் செய்யக் கூடிய எளிய அல்லது வேடிக்கையான செயல்களே விளையாட்டெனலாம்" என்று பாலசுப்பிரமணியம் *(1980:14)* வரையறுத்துள்ளார். சக்திவேல் *(1996:246)* "விளையாட்டு என்பது வெளிதூண்டல்களின்றி மகிழ்ச்சி யூட்டும் செயல்களில் இயற்கையாக ஈடுபடுவதாகும்" என்று விளக்கம் அளிக்கிறார். இவ்வாறு ஒவ்வொரு விளையாட்டும் விளையாடும் போது பாடல்களைப் பாடியும் பாடாமலும் விளையாடுவார்கள்.

ஆதிகால மனிதன் இயற்கையுடனும் விலங்குகளுடனும் போராட்ட வாழ்வினை மேற்கொண்டான். இப்போராட்ட வாழ்வினால் பல்வேறு திறமைகளையும் அனுபவங்களையும் பெற்றுக்கொண்டான். விலங்குகளிடமிருந்து தங்களைப் பாதுகாக்க ஓடியும், நீரில் நீந்தியும், மரமேறியும், பலபொருட்களால் தாக்கியும் இருப்பான். இத்தகைய எதிர்தாக்குதல் உடற்பயிற்சியையும் ஆயுதப்பயிற்சியையும் கொடுத்தது. இவைகளில் வெற்றிபெற்ற போது மற்றவர்களால் பாராட்டப்பட்டது. பாராட்டப்பட்டவை தொடர்ந்து பின்பற்றப் பட்டிருக்கும். மனமகிழ்ச்சியைத் தந்த செயல்களைப் பலர் முன்னிலையில் நிகழ்த்திக் காட்ட முற்பட்டதால் விளையாட்டுகள் தோற்றம் பெற்றன.

வகைபாடு

ஆய்வின் அடிப்படையில் ஒவ்வொரு அறிஞரும் விளையாட்டினை வயது, தன்மை, பால் அடிப்படையில் பல்வேறு விதமாக வகைப் படுத்தியுள்ளனர். விளையாட்டுகளைப் பால் அடிப்படையில் இரா. பாலசுப்பிரமணியன் அவர்கள் ஐந்தாக வகைப்படுத்தியுள்ளார். அவை,

1. ஆடவர் விளையாட்டு
2. சிறுவர் விளையாட்டு

3. சிறுமியர் விளையாட்டு
4. சிறுவர் சிறுமியர் விளையாட்டு
5. குழந்தைகள் விளையாட்டு

என்பனவாகும். இவை விளையாடும் காலம், இடம், சூழல் போன்றவற்றைப் பொறுத்து மாறுபடுவனவாகும். வயது அடிப்படையில்,

1. ஆண்கள் விளையாட்டு (18 வயதிற்கு மேல்)
2. பெண்கள் விளையாட்டு (18 வயதிற்கு மேல்)
3. ஆண்களும் பெண்களும் விளையாட்டு (15-8 வயது)
4. ஆண்கள் விளையாட்டு (18-8 வயது)
5. பெண்கள் விளையாட்டு (15-8 வயது)
6. குழந்தைகள் விளையாட்டு (7 வயதுக்குள்)

என்று பாகுபடுத்தி உள்ளனர். பதினைந்து வயதிற்கு மேற்பட்ட பெண்கள் வீட்டின் வெளியே சென்று விளையாடாமல் வீட்டிற்குள் அமர்ந்த படியே விளையாட விரும்புவதினால் பல்லாங்குழி, ஊஞ்சல் போன்ற மென்மையான எளிதான விளையாட்டுக்களையே விளையாடுகின்றனர். விளையாடுகின்ற களத்தினை அடிப்படையாகக் கொண்டு,

1. நில விளையாட்டு
2. நீர் விளையாட்டு
3. நீர்நில விளையாட்டு

என்று பகுத்துள்ளனர். கள ஆய்வின் போது சேகரிக்கப்பட்ட விளையாட்டுகளை வயது, பால் அடிப்படையில்

1. சிறுவர் விளையாட்டு
2. சிறுமியர் விளையாட்டு
3. சிறுவர் சிறுமியர் விளையாட்டு
4. ஆண்கள் விளையாட்டு
5. பெண்கள் விளையாட்டு

என்று வகைப்படுத்தப்பட்டுள்ளது.

சிறுவர் விளையாட்டு

8 வயது முதல் 18 வயதிற்குட்பட்ட சிறுவர்கள் விளையாடும் விளையாட்டை குறிப்பிடலாம். அவை, பம்பர விளையாட்டு, கிளித்தட்டு, கள்ளன் போலிஸ், கிட்டிப்புள், கோலி, கால்தாண்டி,

சைக்கிள் விளையாட்டு, பட்டம் விடுதல், ஒத்தையா ? ரெட்டையா? என்பனவாகும்.

பட்டம் விடுதல்

சிறுவர்கள் பள்ளி விடுமுறைக் காலத்தில் விளையாடும் விளையாட்டில் பட்டம் விடுதல் ஒன்றாகும். இந்த விளையாட்டு ஏப்ரல், மே மாதங்களில் மட்டும் விளையாடப்படுவதைக் காணலாம். பட்டங்களுக்கு நீளமாக வால் வைத்து பறக்க விடுவார்கள். கையில் இருக்கும் நூலின் அளவின் அடிப்படையில் தான் பட்டம் வானில் உயரே பறக்கும். இவ்வாறு பட்டத்தைப் பறக்க விடும்போது,

'பட்டம் அதோ பறக்குதே, பாம்பு போலப் பாயுதே
வட்ட வானை நோக்குதே, வானில் நீந்திச் செல்லுதே
நூலால் கட்டி இருக்குதே, வளைந்துக் காற்றில் ஏறுதே
பறந்து பறந்து உயருதே, பந்து நூலைத் தீர்க்குதே
சிறுதாய் கண்ணில் காணுதே, சிந்தை எல்லாம் ஈர்க்குமே!'

என்று பட்டத்தினைப் பற்றிப் பாடிக்கொண்டே பறக்க விடுகின்றனர்.

கிட்டிப்புள்

ஒரு நீண்டக் குச்சியும், இருமுனை கூர்மையாக்கப்பட்ட சிறிய குச்சி (கிட்டி) என இரண்டு குச்சிகள் வைத்திருப்பர். நிலத்தில் சிறிது பள்ளம் தோண்டி அதன் மீது கிட்டியை வைத்து நீளக்குச்சியினால் தூக்கியடிப்பர். எதிரே உள்ளவன் அதனைப் பிடித்து விட்டால் அடித்தவன் காயாகி விடுகிறான். அவ்வாறு மாறி மாறி விளையாடுவர்.

பம்பரம்

பம்பரம் என்னும் விளையாட்டுப் பொருளைக் கொண்டு ஆடும் ஆட்டத்தினை பம்பர விளையாட்டு என்கின்றனர். ஒரு வட்டமிட்டு அதனுள் பம்பரத்தை சாட்டையால் (நூலினால்) சுற்றி எறிந்து சாட்டையினால் எடுக்க வேண்டும். எடுக்கவில்லை என்றாலோ பம்பரம் வட்டத்திற்குள்ளோயே சுற்றினாலோ அவனது பம்பரத்தை வட்டத்திற்குள் வைக்க வேண்டும். மற்றவர்கள் அந்தப் பம்பரத்தின் மீது தங்களது பம்பரத்தை குத்துமாறு எறிய வேண்டும். அவ்வாறு எறியும் போதும் பம்பரம் வட்டத்திற்கு வெளியே வந்து சுற்றி சாட்டையால் எடுக்க வேண்டும்.

ஒத்தையா? இரட்டையா?

சிறுவர்கள் கையில் புளியங்கொட்டை அல்லது முத்தினை மறைத்து வைத்துக் கொண்டு விளையாடும் விளையாட்டை

ஒத்தையா? இரட்டையா? என்பர். கையில் முத்தினை மறைத்து வைத்துக்கொண்டு ஒத்தையா ? இரட்டையா ? என்று கேட்பர். ஒத்தை என்று கூறினால் கையில் உள்ள முத்துக்களைக் கணக்கிடுவர் அது ஒற்றைப்படை எண்ணாகவரின் கூறியவர்க்கு கொடுக்க வேண்டும். இரட்டைப்படை எண்ணாகவரின் ஒத்தை என்று கூறியவர் அவ்வளவு முத்துக்களையும் கொடுக்க வேண்டும்.

சிறுமியர் விளையாட்டு

சிறுமியர் விளையாட்டுகளாக கை விளையாட்டு, நொண்டி விளையாட்டு, கரகர வண்டி, குலைகுலையா முந்திரிக்காய் போன்ற வற்றைக் குறிப்பிடலாம்.

கை விளையாட்டு

இவ்விளையாட்டில் கைகளை மட்டுமே பயன்படுத்திக் குழந்தைகள் விளையாடுகின்றனர். வட்டமாகச் சிறுவர்கள் அமர்ந்து தங்கள் கைகளைத் தரையில் கமத்தி வைப்பார்கள். விளையாட்டின் தலைவன்,

ஓரம்மா கடைக்குப் போனா
ஒரு டஜன் மிட்டாய் வாங்கினா
அதன் நிறம் என்ன? – ப, ச், சை

என்ற பாடலை ஒவ்வொரு விரல்களுக்கும் ஒரு வார்த்தை வரும்படியாகப் பாடுவார்கள். இதில் நிறத்தின் கடைசி எழுத்து எந்த விரலில் வருகிறதோ அந்த விரலை மடக்கவேண்டும். இவ்வாறு விளையாடும் போது யாருடைய விரல்கள் அனைத்தும் முதலில் மடங்குகிறதோ அவர் வெற்றியடைகிறார். இதைப் போன்று விரல்களைக் குவித்துச் சுமத்தி வைத்து,

'குப்பவாரி குப்பவாரி
மொழுகி மொழுகி
கோலம் போட்டுக் கோலம் போட்டு
தீ மூட்டி தீ மூட்டி
தோசக் கல் வச்சி
எண்ணைத் தடவி எண்ணைத் தடவி
மாவூத்தி மாவூத்தி
மறித்து வைத்து மறித்து வைத்து
தோச வெந்தாச்சா
வேகலையா

வெந்தாச்சா
வெந்தாச்சி'

என்று பாடி விட்டு ஒருவர் எழுந்து நான் குளித்து விட்டு வருகிறேன் என்று கூறிவிட்டுச் சிறிது நேரம் கழித்து வந்து,

'தோச எங்க?
காக்கா கொண்டுப் போச்சி
காக்கா எங்க?
மரத்தில
மரம் எங்க?
வெட்டி முறிச்சாச்சி
வெட்டி முறிச்ச விறகு எங்க?
எரிச்சாச்சி'

இவ்விளையாட்டின் மூலம் வீட்டில் தோசை செய்யும் விதம், வீட்டில் வேலை செய்தால் அம்மாவின் அன்பு கிடைக்கும் என்ற தகவலை எடுத்துரைப்பதாக அமைகிறது.

நொண்டி விளையாட்டு

சிறுமியர்கள் ஒரு காலினை மட்டும் பயன்படுத்தி ஆடும் ஆட்டம் நொண்டி விளையாட்டாகும். இதில் ஒருவர் ஒருகாலை நொண்டியடித்துக் கொண்டு மற்றவர்களைத் தொட்டு விளையாடும் விளையாட்டாகும்.

கரகர வண்டி

சிறுமியர்கள் பலர் நின்று கொண்டு கரகர வண்டி காமாட்சி வண்டி என்று பாடிக் கொண்டே சுற்றிக்கொண்டே இருப்பர். கடைசி வரை யார் சுற்றுகின்றார்களோ அவரே வெற்றி பெற்றவர் ஆவார்.

குலைகுலையா முந்திரிக்கா

சிறுமியர்கள் வட்ட வடிவில் உட்கார்ந்து கொள்வார்கள். ஒருவர் கையில் திரியினை (சிறிய கொத்து இலையினை) கையில் வைத்துக் கொண்டு அவர்களை சுற்றிச் சுற்றி வருவான். அவன் குலைகுலையா முந்திரிக்கா என்று கூற மற்றவர்கள் நிறைய நிறைய சுற்றி வா என்பர். திரியினை யாராவது ஒருவர் பின்னாடி போட்டு விட்டு சுற்றி வருவான். திரியினை எடுத்தவர்கள் இவனைப் போலவே சுற்றி வருவர். திரியினை எடுக்கா விட்டால் திரி யாருடைய பின்னாடி உள்ளதோ அவனை திரியினால் அடிப்பர்.

சிறுவர் சிறுமியர் விளையாட்டு

சிறுவர்களும் சிறுமியர்களும் சேர்ந்து விளையாடும் விளையாட்டு களாக, நொண்டி, கண்ணாமூச்சி, நிலா பூச்சி, பச்சைக் குதிரை போன்றவற்றைக் குறிப்பிடலாம்.

கண்ணாமூச்சி

ஒருவர் கண்ணை மூடிக்கொள்ள மற்றவர்கள் ஒளிந்து கொள்வர். பின் கண்ணைத் திறந்து மறைந்திருப்பவர்களை கண்டுபிடிக்கும் விளையாட்டு கண்ணாமூச்சி ஆகும்.

நிலாபூச்சி

இவ்விளையாட்டு நிலாக் காலங்களில் விளையாடும் விளையாட்டாகும். சிறுவன் அல்லது சிறுமி நிலா வெளிச்சத்தில் நின்று கொள்வார். அவர்களின் நிழலில் மற்றவர்கள் நின்று கொள்வர். வெளிச்சத்திற்கு வந்தால் தொடுவர். வெளிச்சத்திலுள்ள நிழலைத் தொட்டாலும் தொட்டவன் மற்றவர்களை பிடித்து வரவேண்டும்.

பச்சைக் குதிரை

இவ்விளையாட்டை கால்தாண்டி என்றும் கூறுவர். சிறுவர் சிறுமியர் காலை நீட்டி உட்கார்ந்து கால்மேல் கால் வைப்பர். பின்னர் கால் மேல் ஒரு கை விரல்களை வைப்பர். பின் இரண்டு கை விரல்களையும் ஒன்றன் மீது மற்றொன்றை வைப்பர். பின்பு குனிந்து நிற்பர். இவ்வாறு ஒவ்வொன்றாக செய்யும் போது மற்றவர்கள் அவனைத் தாண்டுவார்கள். தாண்டும் போது அவன் மீது படாமல் தாண்ட வேண்டும். பட்டுவிட்டால் அவனும் குனிய வேண்டும்.

ஆண்கள் விளையாட்டு

ஆண்கள் விளையாட்டாக கபடி விளையாட்டு, உறியடி விளையாட்டு, பதினைஞ்சாம் புலி, சிலம்பாட்டம் போன்றவற்றைக் குறிப்பிடலாம்.

கபடி விளையாட்டு

'கபடி என்ற சொல் தமிழ்ச் சொல் அல்ல. மாறாக இந்தி மொழியில் கபடி என்றால் மூச்சுவிடாமல் என்று பொருள். பாண்டிய நாட்டிலும், வடநாட்டிலும் கபடி என்று அழைத்தாலும், சோழ நாட்டிலும், கொங்கு நாட்டிலும் சடுகுடு என்ற பெயரில் தான் அழைக்கப்படுகின்றது. குமரி மாவட்டத்தில் கி.பி. 1970 வரை சடுகுடு விளையாட்டு என்றே இதனைக் குறிப்பிட்டு வந்தனர் என்று குமரி

ஆதவன்(2007:37) குறிப்பிடுகிறார். இந்த விளையாட்டினைச் சிறுவர்களும், பெரியவர்களும் விளையாடுகின்றனர். சம எண்ணிக்கையில் ஏழுபேர் இரு குழுவாகப் பிரிந்து விளையாடு கின்றனர். இதில் மூச்சடக்கிக் கபடி கபடி என்று பாடிச் செல்வர். அப்போது,

'கபடி விளையாடவே, காலு கை முறியவே
மட்ட வைத்து கெட்டவே, புட்டவித்து தட்டவே தட்டவே'

என்றும்,

'குடுகுடு சல்லி, கூண்டுச் சல்லி
கூண்டு மரைக்கால், மாராயம் மாராயம் மாறலாம்'

என்றும்,

'சடுகுடு சல்லி, குப்பன் சல்லி
இராகுத்தன் சல்லி, வேத்து வடியும் சாராயம்
காத்து இருந்து பூசை பண்ணும்
காவடிப் பண்டாரம்'.

என்று ஒவ்வொரு இடத்திலும் ஒவ்வொரு விதமாகப் பாடல்களைப் பாடி விளையாடுவதைக் காணமுடிகிறது.

சிலம்பாட்டம்

கையிலுள்ள கம்பினை வீசி ஒலியெழுப்பி விளையாடும் விளையாட்டிற்குச் சிலம்பாட்டம் என்பர். இதில் கம்பு வீசுதிறன், காலடி எடுத்து வைக்கும் முறை, வேகமாக வீசும் திறன் இம் மூன்றும் சிலம்பாட்டத்தின் அடிப்படைகளாகும். இவ்விளையாட்டு வீரத்தின் அடிப்படையில் எழுந்த விளையாட்டாகும்.

பதினைஞ்சாம் புலி

இவ்விளையாட்டினை ஆடுபுலி ஆட்டம் என்றும் கூறுவர். இருவர் பங்கு கொள்கின்ற இவ்வாட்டத்தில் ஆடாகயிருப்பவர் பதினைந்து காய்களையும், புலியாக இருப்பவர் மூன்று காய்களையும் வைத்து ஆடுவர். ஆடாக இருப்பவர் காய்களை வைத்துக்கொண்டே இருக்க புலியாக இருப்பவர் காய்களை நகர்த்திக் கொண்டே இருப்பார். ஒரு காய் வைக்கும் இடத்திலிருந்து ஒரு புள்ளி தள்ளி காய் இல்லா விட்டால் அந்தக் காயினை வெட்டலாம். புலியின் காயினை நகர்த்த முடியாத அளவிற்கு காய்களை வைத்து விட்டால் ஆடாக இருப்பவர் வெற்றி பெற்றவராவார். காய்களைப் பார்த்து அடைபடாமல் தப்பித்து எதிரியின் காய்களை வெட்டிமுடித்து விட்டால் புலியாக இருப்பவர் வெற்றி பெற்றவராவர். இவ்விளை

யாட்டினை வேலை இல்லாத காலத்தில் கிராமத்துப் பெரியவர்கள் பொது இடங்களில் விளையாடிக் கொண்டிருப்பதைக் காணலாம்.

பெண்கள் விளையாட்டு

பெண்கள் விளையாட்டுகளாக பல்லாங்குழி, தாயம், தட்டாங்கல் போன்றவற்றைக் குறிப்பிடலாம்.

பல்லாங்குழி

நிலத்தில் குழிகள் தோண்டி ஆடிய விளையாட்டு என்பதால் இதனை பண்ணைக் குழி என்பர். பண்ணை என்பது நிலத்தினைக் குறிக்கும். பின்னர் இது பண்ணாக்குழி எனத்திரிந்து இன்று பல்லாங்குழி என்று வழங்கப்படுகிறது. குழியினுள் முத்துக்களைப் பரப்பி ஆடும் விளையாட்டாகும். இதனை மலையாளத்தில் பல்லாங்குழி என்றும், தெலுங்கில் ஓமன கூடலு என்றும், கன்னடத்தில் சென்னமவே என்றும், துளுமொழியில் ஜோடுபெர்கா என்றும், பஞ்சாபி மொழியில் குட்கா போய்யா என்றும், ஓரியா மொழியில் கஞ்குடி என்றும் வழங்கப்படுகின்றன.

தாயம்

மகளிர் விளையாடும் விளையாட்டில் தாயம் முதன்மை பெறுகிறது. இவ்விளையாட்டிற்கு வரையப்படும் கட்டத்தினை தாயக்கட்டம் என்றும், உருட்டும் பகடையைத் தாயக்கட்டை என்றும் கூறுகின்றனர். இதில் சோளிகள் வைத்து விளையாடுகின்ற வழக்கம் உண்டு. தாயவிளையாட்டில் குறைந்தது இருவர் விளையாடலாம். நான்கு கட்டத்தாயம், எட்டுக்கட்டத் தாயம், பத்துக்கட்டத் தாயம் எனப் பலவகையுண்டு.

தட்டாங்கல்

கல்லை மேலே தூக்கிப் போட்டு அது கீழே வந்து விழுவதற்கு முன்பாக கையால் தரையில் உள்ள கல்லை ஒன்று இரண்டு முறையில் எடுத்து மேலே போட்ட கல்லை கீழே விழாமல் பிடிக்கும் விளையாட்டிற்கு தட்டாங்கல் விளையாட்டு என்பர். இலக்கியங்கள் குறிப்பிடுகின்ற கழங்காடுதலுக்கும் இதற்கும் தொடர்பு உண்டு என்பர்.

நாட்டுப்புற விளையாட்டுக்கள் மக்களிடையே ஒற்றுமை உணர்வினை ஏற்படுத்துவதாகவும், சிறுவர்களிடையே பகிர்ந்துண்ணல் பண்பையும், முடிவெடுக்கும் பண்பையும், போலச்செய்தல் பண்பையும் உருவாக்குவதாக அமைகின்றமை குறிப்பிடத்தக்கதாகும்.

9
வாழ்க்கை வட்ட சடங்குகள்

இனக்குழு மக்கள் தங்கள் வாழ்க்கை நிகழ்ச்சிகளான பிறப்பு, இறப்பு, பூப்பு, திருமணம் தொடர்பாகப் பல சடங்குகளைச் செய்து வருகின்றனர். தனி சாதி அல்லது குழுவில் வாழும் மக்களிடையே இச்சடங்குகளில் ஒற்றுமைக் கூறுகள் காணப்படுகின்றன.

சடங்கின் தோற்றம்

மனிதனானவன் ஒருமைப்பாடு, ஒழுங்கு, குறிக்கோள் ஆகியவற்றுடன் வாழத் தலைப்பட்ட போது ஏற்படுத்திக் கொண்ட சம்பிரதாயச் சாத்திரமே சடங்கு ஆகும். இதனைக் கம்பர், "மறையவன் சடங்கு காட்ட" (கம்.பா.87) என்று குறிப்பிடுகிறார். செந்தமிழ் அகராதி (1997:376) "சடங்கு என்பதற்குக் கிரியை அல்லது மதத் தொடர்பான செய்கை" என்றும் விளக்கம் அளிக்கின்றது. "மனிதன் கருவுயிர்த்தல் முதல் இறப்பு வரை பல படிகளைக் கடக்கிறான். ஒவ்வொரு படியின் முக்கிய நிகழ்ச்சியைக் குறிப்பதற்காகவும், அதன் சிறப்பையும், பண்பையும், பலனையும் நினைவூட்டுவதற்காகவும் பல சிறப்புச் செயல்கள் செய்யுமாறு ஒவ்வொரு இனத்தாரும் சில விதிகளை உண்டாக்கி இருக்கிறார்கள். அச்சிறப்புச் செயல்கள் பிரவேசச் சடங்குகள் (Rites de passage) எனப்படும். ஆரம்பத்தில் தேவதைகளும், இறந்த ஆவிகளும் மக்களுக்குக் கேடு செய்யக்கூடும் என்ற நம்பிக்கையில் சடங்குகள் நடத்தப்பட்டன என்று கலைக்களஞ்சியம் (1956.iv:392) குறிப்பிடுகிறது. "குறிப்பிட்ட நிகழ்ச்சிகள் தொடர்ந்து மக்களால் கையாளப்படுமானால் அவை சடங்குகள் என்று பெயர் பெறுகின்றன" என்று சக்திவேல்(1980:12) விளக்கம் தருகிறார்.

சடங்கின் தோற்றத்திற்குச் சாதி நிலைக்களமாக அமைகின்றது. ஒரு சாதியில் பிறந்த மனிதனை அந்தச்சாதியே சடங்குகளைச் செய்யும்படித் தூண்டுகிறது. இதனை, "சாதி என்பது ஒரு தனி மனிதன் பிறந்தது முதல் இறுதி வரை, தான் பிறந்த சாதியின் மணம், வாழ்வு, பிறப்பு, இறப்பு, பாவம், புண்ணியம் ஆகிய சடங்குகள் எவ்வெவ் வகையில் செயல்படுத்த வேண்டும் என்பதற்கு வழிகாட்டி மக்களை ஒன்று திரட்டி அச்சாதியினுள் இருப்பதற்கு வகை செய்தது" என்னும் வில்சனின் (1985:212) கூற்று ஏற்றுக் கொள்ளத்தக்கதாக அமைந்துள்ளது.

1. பிறப்புச் சடங்கு

பிறப்புச் சடங்குகள் இனத்திற்கு இனம், சமயத்திற்குச் சமயம் மாறுபட்டவையாக உள்ளன. இச்சடங்கு பெண் கருவுற்றது முதல் குழந்தைக்குப் பெயர் சூட்டப்படும் வரை நடைபெறுகின்றது. மனித வாழ்க்கையின் தொடக்க நிகழ்ச்சியாக அமைவது பிறப்பு ஆகும். தமிழ் இலக்கியங்கள் குழந்தைப் பேற்றின் அவசியத்தை வலியுறுத்தி யுள்ளன. குறிப்பாகத் 'தலைவி சூலுறும் பக்குவ காலத்தில் தலைவன் அவளைப் பிரிந்திருக்கக் கூடாது' என்ற கருத்தினைத் தொல்காப்பியர் குறிப்பிடுகிறார் *(தொல்.1132)*.

"மங்கலம் என்ப மனைமாட்சி மற்றுஅதன்
நன்கலம் நன்மக்கட் பேறு" **(திரு.60)**

என்று திருவள்ளுவரும் குழந்தைப் பேற்றிற்கு அக்கால சமுதாயம் தந்த முக்கியத்துவத்தை உணர்த்துகிறார். மானுட சமுதாயத்தில் குழந்தைப்பேறு உடையவர்களே பேறு பெற்றவர்களாகக் கருதப்படு கின்றனர். 'குழந்தையைப் பெற்றவர்களே இவ்வுலகில் புகழோடு வாழ்ந்து மறுமை அடைவர்' என்ற கருத்தினை அகநானூறும் வலியுறுத்துகின்றது. 'பிள்ளை பெறாதவர்களுக்குப் போரிலிருந்து உயிர்ப் பாதுகாப்பு அளிக்கப்பட்டது' என்று புறநானூறு சான்றளிக்கிறது. பெண்ணின் தலையாயக் கடமை குழந்தை பெற்றுத் தருவதே என்பதை, "ஈன்று புறந்தருதல் எந்தலைக் கடனே" *(புறம்: 312)* என்று புறநானூறு கூறுகிறது. தாலாட்டுப் பாடலில் தாய் குழந்தைக்காக ஏங்கியதை,

'சோறு தண்ணி குடியாம முப்பது நாள் உண்ணாம
எவருக்கும் தெரியாம நெஞ்சம் துவளாம
பெற்றெடுத்த தங்கமே!'

என்னும் பாடலடிகளால் உணரலாம். பிறப்புச் சடங்குகள் குழந்தை பிறப்புக்கு முன் உள்ள சடங்குகள், பேறுகாலச் சடங்குகள் மற்றும் குழந்தை பிறந்த பின் உள்ள சடங்குகள் என்று மூன்றாகப் பகுக்கப் பட்டுள்ளன.

குழந்தைப் பிறப்புக்கு முன் உள்ள சடங்குகள்

பெண் கருவுற்றிருப்பதைக் கர்ப்பமாகியிருக்கிறாள், முழுகாமல் இருக்கிறாள், குளியாமல் இருக்கிறாள், பிள்ளை உண்டாகியிருக்கிறாள், மசக்கையாயிருக்கிறாள், சூலியாகியிருக்கிறாள் என்று பலவாறு கூறுகின்றனர். இவ்வார்த்தைப் பிரயோகம் மற்றும் சடங்கு மாற்றங்கள் குறித்து, "பெண் கருவுற்றது முதல் குழந்தை பிறக்கும் வரையிலும் நடைபெறும் சடங்குகள் சாதிக்குச் சாதி, சமயத்திற்குச் சமயம்

வேறுபடுவதும் மாறுபடுவதும் இயற்கை" என்று சண்முகசுந்தரம் குறிப்பிடுகிறார் (1980:128). தற்போது அதிகமாக Pregnant ஆகி இருக்கிறாள் என்று ஆங்கிலத்தில் கூறுகின்றனர். பிறப்புக்கு முன் உள்ள சடங்காகக் கருவுற்றமை அறிதல், சீமந்தம் செய்து தாய் வீட்டிற்கு அழைத்துச் செல்லுதல் போன்றவை நடைபெறுகின்றன.

பெண் கருவுற்றமை அறிதல்

பெண்ணானவள், தாய்மையடைந்துள்ளதை அவள்தான் முதலில் அறிகிறாள். இதனை 'தாய்மைக்குத் தெரியாத சூலுண்டோ?' என்ற பழமொழி உணர்த்துகின்றது. பெண் கருவுற்றிருக்கிறாள் என்றறிந்ததும் தாய்வீட்டார் வந்து பார்ப்பார்கள். பெண் உணவு உண்ண இயலாமலும், வீட்டு வேலைகள் செய்ய முடியாமலும் துன்பமடைவாள். இதனை 'மசக்கை' என்று கூறுகின்றனர். இந்த மசக்கை காலம் கழியும் வரை கருவுற்றப் பெண்ணின் தாய் தன்மகளுடன் இருந்து நன்கு கவனித்துக் கொள்வாள். நன்றாக வேலை செய்ய முடியும் என்ற நிலை வந்தபிறகு தனது ஊருக்கு வந்து விடுவது வழக்கம்.

சீமந்தம்

கருவுற்றப் பெண்ணுக்கு ஏழாவது அல்லது ஒன்பதாவது மாதத்தில் சீமந்தச் சடங்கு செய்கின்றனர். அன்று பெண்ணுக்குத் திருமணப் புடவையைக் கட்டுமாறு செய்து கைகள் இரண்டிலும் கண்ணாடி வளையல்களைச் சுமங்கலி பெண்கள் அடுக்குகின்றனர். இதனை 'சூலிக்காப்பு' என்று கூறுகின்றனர். இச்சடங்கில் கலந்து கொள்ளும் எல்லாப் பெண்களுக்கும் கண்ணாடி வளையல்கள் கொடுக்கப்படுகின்றன. இந்தச் சீமந்தச் சடங்கு பெண்ணை மகிழ்ச்சிப் படுத்தும் நோக்கில் நடைபெறுகிறது.

தாய்வீட்டிற்கு அழைத்துச் செல்லுதல்

கணவன் வீட்டில் வைத்துச் செய்யக்கூடிய சடங்குகள் முடிந்த பின்பு ஏழாவது அல்லது ஒன்பதாவது மாதம் தாய்வீட்டிற்கு அழைத்துச் செல்லுகின்றனர். பெண்ணை அழைத்துச் செல்லும்போது கணவன், மனைவியைப் பார்க்கக் கூடாது என்று கூறுகின்றனர். அத்தோடு பெண்வீட்டார் 'போய் வருகிறோம்' என்று சொல்லாமல் சென்றுவிடுவது மரபு.

பேறுகாலச் சடங்குகள்

தலைப்பிள்ளையின் பேறுகாலம் பெண்ணின் தாய் வீட்டிலும், மற்ற குழந்தைகளுக்குக் கணவன் வீட்டிலும் மகப்பேறு நடைபெறுகின்றது.

பேறுகாலத்திற்காகத் தாய் வீட்டிற்கு வந்தபின் குழந்தை பிறப்பதற்கு முன்னால் கணவன் வீட்டிற்குத் திரும்பக்கூடாது என்ற வழக்கம் காணப்படுகின்றது.

ஆரம்பகாலத்தில் பெரும்பாலும் வீட்டில் வைத்தே பேறுகாலம் பார்த்துள்ளனர். தற்போது மருத்துவமனையிலேயே பேறுகாலம் நடைபெறுகின்றது.

குழந்தை பிறந்தபின் செய்யும் சடங்குகள்

குழந்தை பிறந்த பின்னர் சேனை கொடுத்தல், இழைகட்டுதல், பெயரிடுதல், கணவன் வீட்டிற்கு அழைத்துச் செல்லுதல், முடி எடுத்தல் முதலிய சடங்குகள் நடைபெறுகின்றன.

சேனை கொடுத்தல்

குழந்தை பிறந்து சிறிது நேரத்திற்குப் பிறகு சேனை கொடுக்கும் பழக்கம் காணப்படுகிறது. சேனையாக விளக்கெண்ணெய், கருப்பட்டி, வெள்ளைப்பூண்டு, நீத்தண்ணீர், பனங்கற்கண்டு ஆகியனவற்றைச் சேர்த்துக் குழைத்துக் குழந்தையின் நாக்கில் தடவுகின்றனர். வயதானவர்கள் முதலில் குழந்தைக்குச் சேனை கொடுக்கின்றனர். சேனை கொடுப்பது ஒரு மருந்தாகவும், ஒரு சம்பிரதாயமாகவும் நடக்கிறது. சேனை கொடுப்பதால் குழந்தையின் வயிற்றில் உள்ள மலம் எளிதாக வெளியேறவும் பயன்படுகிறது. பேறுகாலத்தில் பத்திய மருந்துகளையே அதிகமாகச் சாப்பிடக் கொடுக்கின்றனர்.

இழைகட்டுதல்

குழந்தை பிறந்த பதினேழாவது நாள் குழந்தையின் இடுப்பில் கருப்புக் கயிறு அல்லது தங்கக் கொடியினைக் கட்டுகின்றனர். அன்று பெண்வீட்டார் குழந்தைக்கு மோதிரம், கோடி (புதுத்துணி), வளையல் முதலியவற்றை அணிவிப்பார்கள். குழந்தை பிறந்த மகிழ்ச்சியினைக் கொண்டாடுவதற்காக இச்சடங்கு நடத்தப்படுகின்றது.

பெயரிடுதல்

பிறந்த குழந்தையினைச் சுட்டி அழைப்பதற்குப் பெயரிடுதல் மிகவும் முக்கியமான நிகழ்வாக அமைந்துள்ளது. பண்டைய காலத்திலேயே குழந்தைக்குப் பெயர்சூட்டிக் கொண்டாடி உள்ளனர். சிலப்பதிகாரத்தில்,

"மாமுது கணிகையர் மாதவி மகட்கு
நாம நல்லுரை நாட்டுதுமென்று
தாமின்புறூஉற் தகை மொழி கேட்டாங்க" (சிலம்பு- அடை, 25-27)

என்ற பாடலடிகள் மூலம் குழந்தைக்குப் பெயரிடும் தன்மையினை அறியமுடிகிறது. குழந்தைக்குப் பெயர் வைக்க வேண்டும் என்று நினைத்தவுடனே குடும்பத்தில் உள்ள தாத்தா, பாட்டி, அல்லது இறந்தவர்களின் பெயர்களை அவர்களின் நினைவாக வைக்க எண்ணுவார்கள். இறந்த முன்னோர்களின் பெயர்களை இடும் வழக்கம் காணப்படுகிறது. இறந்தவர்கள் மீண்டும் தங்களுடைய குடும்பத்தில் பிறக்கின்றனர் என்ற நம்பிக்கையின் காரணமாக முன்னோரின் பெயரை வழங்குகின்றனர்.

கணவன் வீட்டிற்கு அழைத்துச் செல்லுதல்

குழந்தைப் பேற்றிற்காக ஒன்பதாம் மாதத்தில் அழைத்துவரப்பட்டப் பெண்ணை மகப்பேறு முடிந்து நாற்பத்தொன்றாம் நாள் தாய் வீட்டில் இருந்து கணவன் வீட்டிற்கு அழைத்துச் செல்வார்கள். அப்போது கணவன் வீட்டார் பெண்ணின் வீட்டில் வைத்து விருந்து வைக்கின்றனர். பெண் தனது குழந்தையுடன் கணவன் வீட்டிற்குச் செல்லும்போது தாய் வீட்டிலிருந்து அவளுக்கும், குழந்தைக்கும், புத்தாடை எடுத்துக் கொடுக்கின்றனர். குழந்தைக்கு அணிகலன்கள் அணிவித்தும் அனுப்புகின்றனர்.

முடி எடுத்தல்

குழந்தை நோய் நொடியின்றி நீண்ட காலம் வாழ வேண்டும் என்னும் காரணத்தினால் முடியினைக் கோவிலுக்குக் காணிக்கையாக வழங்குகின்றனர். தாங்கள் நேர்ந்து கொண்ட தெய்வத்தின் முன்னிலையில் வைத்து முடி எடுப்பதை மரபாகக் கொண்டுள்ளனர். குழந்தைக்கு ஒரு வயது ஆனதும் முடி எடுக்கும் பழக்கம் எல்லா மக்களிடமும் காணப்படுகிறது.

2. பூப்புச் சடங்கு

மனிதன் தன் வாழ்க்கை வட்டத்தில் பலவிதமான சடங்குகள் செய்தாலும் 'சடங்கு' என்ற பெயரால் நடத்தப்படுவது 'பூப்புச்சடங்கு' ஆகும். இச்சடங்கு பெண்களுக்குரியது என்பதால் 'சடங்கு' என வழங்கப்பட்டது. பெண்ணின் பருவங்கள் ஏழு என்று கூறுவர். அவற்றுள் ஒன்று மங்கைப் பருவமாகும். பெண் பூப்பின்போது மங்கைப் பருவத்தை அடைகிறாள். பெண் பூப்படைதல் என்பது மணவாழ்க்கைக்குத் தயாராகிவிட்டாள் என்பதைக் குறிப்பதாகும். பூப்படைவதைச் சமைந்துவிட்டாள், சடங்காகிவிட்டாள், வயதுக்கு வந்துவிட்டாள், பெரியவளாகிவிட்டாள் என்றும் கூறுகின்றனர்.

பெண் பூப்படைந்த நாள் முதல் பதினாறு நாள் வரையில் பல சடங்குகளைச் செய்கின்றனர். சிலர் முப்பது நாட்களுக்குப் பின்னர் இச்சடங்கினைக் கழிக்கின்றனர்.

மனிதர்களிடையே இன்று வருங்காலத்தைப் பற்றித் தெரிந்து கொள்ளும் ஆர்வம் மிகுதியும் காணப்படுகிறது. எனவேதான் ஜாதகம் எழுதப்படுகிறது. பெண்களுக்குப் பிறப்புச் சாதகத்தை விடவும், பூப்புச் சாதகம் மிகவும் முக்கியமானதாகக் கருதப்படுகிறது. எனவே பூப்படைந்த நாள், நேரம், நட்சத்திரம் முதலியவற்றைக் குறித்து வைக்கின்றார்கள். இந்தப் பூப்பு சாதகப்படியே திருமண வாழ்வு அமையும் என்றும் நம்புகின்றனர்.

தாய்மாமன் சீர்

பெண் தான் பூப்படைந்த செய்தியைத் தன் தாய்க்குச் சொல்லுவது இல்லை. பெண்ணின் தாய் தன் மதிநுட்பத்தினால் தெரிந்து கொள்வாள். அல்லது வயதான பெண்கள் மூலம் கேட்டுத் தெரிந்து கொள்கிறாள். பூப்படைந்தவுடன் தாய்மாமனுக்கு முதலில் தகவல் கூறுகின்றனர். அதன்பின்பு பிறருக்குத் தெரிவிக்கின்றனர். பெண் பகல் பொழுதில் எப்போது பூப்படைந்தாலும் மாலையில்தான் அவளுக்குத் தண்ணீர் ஊற்றி நீராட்டுகின்றனர். தாய்மாமன் செய்தி அறிந்து பெண்ணிற்குப் புடவை, பூ, மாலை, அலங்காரப் பொருட்கள், வெற்றிலை, பாக்கு, பழம், மஞ்சள், தேங்காய் முதலியவற்றையும் சீர்களாகக் கொண்டு வரும் வழக்கம் காணப்படுகின்றது.

தண்ணீர் ஊற்றுதல்

பெண் பூப்படைந்த அன்று மாலை தாய்மாமன் சீர் கொண்டு வந்தபின்பு உறவினர்கள் எல்லோரையும் 'தண்ணீர் ஊற்றப் போகிறோம் வாருங்கள்' என்று பெண்ணின் தாய் அழைப்பாள். எல்லோரும் வந்த பிறகு தண்ணீர் ஊற்றுவதற்குரிய ஏற்பாடுகள் நடைபெறும். தண்ணீர் ஊற்றும் இடத்தில் பெண்கள் மட்டுமே இருப்பார்கள். வருகின்ற பெண்கள் பழம், வெற்றிலை, பாக்கு, பூ, மஞ்சள், முட்டை, எண்ணெய் முதலான பொருள்களைக் கொண்டு வருவர். பூப்பெய்திய பெண்ணைக் கிழக்குத்திசை பார்த்து ஒரு பலகையில் அமரச்செய்து பெண்ணின் மதனி அல்லது மாமிமுறை உள்ளவர்களில் ஒருவர் தலைக்குத் தண்ணீர்விடுவாள். பெண்கள் எல்லோரும் குரவையிடுவர். தண்ணீர் ஊற்றிய பின் தாய்மாமன் கொண்டு வந்த புதிய ஆடைகளைக் கொடுத்து அலங்காரம் செய்து ஒரு டம்ளர் பாலும், கோழி முட்டையும், சிறிது நல்லெண்ணெயும் சேர்த்துப் பெண்ணை உண்ணச் செய்வார்கள். தொடர்ந்து சிலநாள்கள்

மேற்கூறிய உணவினையும் கொடுப்பர். எல்லா குடும்பத்திலும் பூப்பெய்திய நாளே மாமன் கோடி (புதுத்துணி) எடுத்துக் கொடுப்பது இல்லை. சடங்கு நடக்கும் அன்று கோடி எடுத்துக் கொடுக்கும் வழக்கமும் உள்ளது.

விலக்கி வைத்தல்

பூப்படைந்த நாள் முதல் பெண்ணைத் தனியே ஒரு மூலையில் அமரச் செய்கின்ற வழக்கம் காணப்படுகிறது. இதனைச் சக்திவேல் (1980:62) "பழைய பழங்குடி மக்கள் பெண்கள் பருவம் அடைந்தவுடன் தனிக்குடிசையில் வைக்கின்றனர்" என்று குறிப்பிடுகிறார். தனியாக இருக்கும் பெண்ணின் அருகில் இரும்பு பொருட்கள் மற்றும் உலக்கையையும் போட்டுப் பெண்ணைக் காண வருகிறவர்கள் அவளைத் தொடாமல் பார்த்துக் கொள்வர். "பூப்பெய்திய பெண் தீய சக்திக்கு ஆட்பட்டவள் என்ற நிலையில் தீண்டத்தகாதவர் களாகவும் கருதப்படுகிறார். இப்பெண்ணைப் பதினாறு நாட்கள் வரை வீட்டில் ஒரு தனியிடத்திலோ, வீட்டின் திண்ணையிலோ திரையால் மறைத்துத் தனியாக வைத்துப் பின்னர் நீராட்டிக் குடும்பத்தோடு இணைத்துக் கொள்வர்" என்று காந்தி குறிப்பிடுகிறார் (1980:90,91). இம்முறை யினைத் தற்போதும் எல்லாவிதமான மக்களிடமும் காணமுடிகிறது.

பூப்புனித நீராட்டுவிழா

பெண் பூப்படைந்து பதினாறு நாள் கழித்துத் தீட்டு நீங்கி வீட்டிற்குள் சேர்த்துக் கொள்ளப்படுகிறாள். அதற்காகப் 'புனித நீராட்டு விழா' நடத்துகின்றனர். சிலர் முப்பதாவது நாளிலும், சிலர் வசதியின்மையால் சில மாதங்கள் கழித்தோ, திருமணத்தன்றோ இவ்விழாவை நடத்துகின்றனர். இவ்விழாவைக் குறிப்பிட்ட நாளில் எந்த நேரத்தில் நடத்துவது என்பது பற்றிச் சோதிடரிடம் கேட்டு வருவார்கள். அழைப்பிதழ்கள் அச்சடித்து உறவினர்களை அழைக்கின்றனர். அழைப்பிதழ் 'பூப்புனித நீராட்டு விழா' அல்லது 'மஞ்சள் நீராட்டு விழா' என்று அச்சடிக்கப்பட்டிருக்கும். சில நேரங்களில் வாய்மொழியாக அழைப்பு விடுத்தலும் உண்டு. விழாவிற்கு வரும் உறவினர்கள் பரிசுப்பொருட்கள் கொண்டு வருவார்கள். தாய்மாமன் பெண்ணிற்குப் பட்டாடைகளுடன், பழக்குலை, வெற்றிலை, பாக்கு, பூ, மஞ்சள், அழகுசாதனப் பொருட்கள், நகைகள் போன்ற சீர்களைக் கொண்டு வருவார்.

தாய்மாமனும், உறவினர்களும் வந்த பின்னர் பூப்படைந்த பெண்ணை நீராட்டுகின்றனர். அதற்கு முற்றத்தில் நிறைக் குடங்களில் நீர் வைக்கப்பட்டிருக்கும். பெண்ணின் மதனிமுறை உள்ளவள்

பெண்ணை அழைத்து வந்து முற்றத்தில் ஒரு பலகையில் கிழக்குத் திசை நோக்கி உட்கார வைத்து முதலில் தண்ணீர் ஊற்றுவாள். பின்னர் மற்ற பெண்களும் தண்ணீர் ஊற்றுவார்கள். அப்பெண்ணின் உடம்பு முழுவதும் மஞ்சள் பூசிக் குளிக்கச் செய்வர். நீராட்டும்போது பெண்கள் குரவையிடுவார்கள்.

சடங்கு கழித்தல்

பெண்ணை நீராட்டிய பிறகு அலங்காரம் செய்வர். பெண்ணின் மதனியே அலங்காரம் செய்கிறாள். தாய்மாமன் எடுத்து வந்த புடவையினைக் கட்டி, பெண்ணிற்கு மாலை அணிவித்து வீட்டின் முன்னால் அமைக்கப்பட்டிருக்கும் மேடையில் அமரச் செய்வார்கள். சிறு வயதுடைய பெண்ணின் அத்தை மகனை அல்லது மகளை மாப்பிள்ளை போன்று அலங்காரம் செய்து மேடையில் பெண்ணிற்கு அருகில் அமரச் செய்வார்கள். பெண்ணின் மதனி ஒரு தட்டில் சோறும், இன்னொரு தட்டில் பாயாசமும் வைத்து அத்தட்டுகளைப் பெண்ணின் தலையை மூன்று முறை சுற்றுவாள். இந்தச் சோறும், பாயாசமும் வண்ணாரிடம் கொடுக்கப்படும். தாய்மாமன் வந்து பெண்ணிற்குத் திருநீறுபூசி அன்பளிப்பு கொடுப்பார். பெண் பெரியவர்கள் காலில் விழுந்து வணங்குவாள். தற்போது அந்தணர்களை அழைத்தும் இச்சடங்கு நடத்தப்படுகிறது. இந்த நிகழ்ச்சியையே 'சடங்கு கழித்தல்' என்கிறார்கள். இவ்வாறு சடங்கு கழிப்பதன் மூலம் தீட்டு நீங்கிவிட்டதாக நம்புகின்றனர். பெண் மணவாழ்க்கைக்குத் தயாராகி விட்டாள் என்பதால் இந்நிகழ்ச்சி மங்கலமாகக் கருதப்படுகிறது.

3. திருமணச் சடங்கு

திருமணம் என்பது ஓர் ஆணும், பெண்ணும் இணைந்து வாழ்வதற்காகச் சமுதாயத்தால் ஏற்படுத்தப்பட்ட ஏற்பாடு ஆகும். திருமணம் எல்லா இன மக்களாலும் ஏற்றுக் கொள்ளப்பட்ட ஒன்றாகும். ஒவ்வொரு இன மக்களிடமும் மாறுபட்ட ஒன்றுபட்ட திருமணச் சடங்கு முறைகள் காணப்படுகின்றன. இதனைத் "திருமணம், மதம், இனம், பண்பாடு, மனப்பாங்கு ஆகியவற்றிற்கு ஏற்ப மாறுபடும் இயல்பானது" என்று காந்தி(1980:11) குறிப்பிடு கிறார். "மனித மனம் தன்பால் உந்துதலை ஒரு நிறுவன அமைப்பிற்குள் நிறைவு செய்து கொள்ள ஏற்படுத்திய முறையே திருமணமாகும்" என்று பக்தவத்சலபாரதி(1990:368) குறிப்பிடுகிறார்.

திருமணம் என்ற சொல்லுக்குத் தமிழ்ப் பேரகராதி 'தெய்வீகக் கூட்டம்' எனப் பொருள் தருகிறது. இன்று பேச்சு வழக்கில் 'கல்யாணம்' என்று சுட்டியுரைக்கின்றனர். மணமுறையினைப் பண்டைத் தமிழர் 'வதுவை' (அகம்,86), மன்றல் (கலி, 28) என்ற சொற்களால்

குறிப்பிட்டுள்ளனர். தொல்காப்பியர், "மறையோர் தேயத்து மன்றல் எட்டினுள்" (தொல் பொருள், 89) என்று எண்வகை மணங்களாகப் பிரம்மம், பிரசாபத்தியம், ஆரிடம், தெய்வம், காந்தருவம், அசுரம், இராக்கதம், பைசாசம் ஆகியவற்றைக் குறிப்பிட்டுள்ளார். தமிழர் களிடையே மூன்று விரும்பத்தக்க மணமுறைகள் நிகழ்கின்றன. அவை,

1. அக்கா மகளை மணப்பது.
2. அத்தை மகளை மணப்பது (தந்தையின் சகோதரியின் மகளை மணப்பது).
3. தாய்மாமன் மகளை மணப்பது (தாயின் சகோதரன் மகளை மணப்பது).

இவர்கள் மூவரும் உரிமைப் பெண்கள், முறைப் பெண்களு மாவர். இந்த மூன்று வகையான திருமண முறைகளும் அடிப்படையில் முறை மணத்தை மையமாகக் கொண்டவையாகும் என்று பக்தவத்சல பாரதி(2002:41) தமிழர் திருமணமுறைகளைக் குறிப்பிட்டுள்ளார்.

திருமணச் சடங்குமுறை

திருமணச் சடங்குகளை, 1. திருமணத்திற்கு முன் நடைபெறு பவை, 2. திருமணத்தன்று நடைபெறுபவை, 3. திருமணத்திற்குப் பின் நடைபெறுபவை என்று மூன்றாகப் பகுக்கப்பட்டுள்ளன.

திருமணத்திற்கு முன் நடைபெறுபவை

பெண் வயதுக்கு வந்தவுடன் அவளுக்கு ஏற்ற மாப்பிள்ளையைப் பார்க்கும் பணியைத் தொடங்குகின்றனர். ஜாதகம் பார்க்கும் வழக்கம் சில சமூகத்தில் காணப்படுகின்றது. மாப்பிள்ளைக்கும், பெண்ணுக்கும் பொருத்தம் இருக்கிறதா? என்று பார்க்கின்றனர். பொருத்தம் இருந்தால் மட்டுமே திருமணம் உறுதி செய்யப்படுகிறது. அதன்பிறகே வரதட்சணை பற்றிப் பேசுகின்றனர். வரதட்சணை அவரவர் தகுதிக் கேற்ப நிலமாகவோ, பணமாகவோ, நகையாகவோ வழங்கப்படு கின்றது.

நிச்சயம் செய்தல்

திருமணத்திற்கான முயற்சிகள் மேற்கொண்ட பின்னர் "நிச்சயதார்த்தம்" செய்யப்படுகிறது. நிச்சயதார்த்தமானது 'பட்டுக் கட்டுதல்', 'நிச்சயதாம்பூலம்''வெற்றிலை கைமாறுதல்' என்ற சொற்களால் வழங்கப்படுகின்றது. நிச்சயதார்த்தம் பெண்வீட்டில்

வைத்துதான் நடைபெறுகிறது. அன்று திருமண நாளைப் பஞ்சாங்கம் பார்த்துக் குறித்து, மண ஓலையினை வாசிக்கின்றனர். இரண்டு தாம்பாளத்தட்டில் மஞ்சள், வெற்றிலை, குங்குமம், பழங்கள் வைத்து மணமகனின் தந்தையும், மணமகளின் தந்தையும் தாம்பாளத்தை மாற்றுகின்றனர். மாப்பிள்ளையின் சகோதரி பெண்ணை அலங்கரித்து நிச்சயதார்த்தப் பட்டினைக் கட்டி அழைத்து வருவாள். மாப்பிள்ளை பெண்ணின் விரலில் மோதிரம் அல்லது காப்பு இடுவார். பின்னர் கால்நாட்டும் நிகழ்ச்சி நடைபெறுகிறது. அதன்பின்னர் அழைப்பிதழ்கள் அச்சிடப்படுகின்றன.

திருமணத்தன்று நடைபெறுபவை

திருமணம் மணமகள் வீட்டில் அல்லது மணமகன் வீட்டில் வைத்து நடைபெறும். திருமணத்தை ஐயர் முன்நின்று நடத்தி வைக்கிறார். மணவறையில் குத்துவிளக்கு, சாணிபிள்ளையார், நிறைநாழி, பச்சரிசி, புழுங்கலரிசி ஐந்து கும்பம் முதலியவற்றை வைத்து பிள்ளையாருக்கு வழிபாடு செய்வர்.

மாமன்குறை தீர்த்தல்

ஐயர், மாப்பிள்ளையின் தாய்மாமனை அழைத்து அவர் கழுத்தில் இரண்டு மாலைகளை அணிவிப்பார். தாம்பாளத்தில் வேட்டியும் துண்டும் வைத்துக் கொடுக்க, அவற்றை அணிந்து கொண்டு மணவறையில் இருப்பார். ஐந்து முளைப்பாரியில் மூன்று முளைப்பாரியை ஐயர் முக்காலியின் மேல் வைப்பார். தாய்மாமன் கையில் நவதானியத்தைக் கொடுத்து அதை அவர் மணமகனிடம் கொடுக்க அதை மணமகன் முளைப்பாரியின் மேல் வைப்பார். இதே சடங்கு மணமகளுக்கு அவளது தாய்மாமனால் நடத்தப்படுகிறது.

ஒரு தாம்பாளத்தில் முகூர்த்த வேட்டி, துண்டு, சட்டை, ஆகியவற்றை வைத்து மணமகனின் கையில் கொடுக்க, மண மகளுடைய பட்டுப்புடவையை மணமகளிடம் கொடுத்துவிட மணமகனின் அக்கா மணமகளை அலங்காரம் செய்து அழைத்து வருவாள். பின்னர், ஓமகுண்டம் வளர்த்து அக்னி சாட்சியாகத் திருமணம் நடைபெறுகிறது.

தாலி கட்டுதல்

திருமணத்தில் தாலி கட்டும் வழக்கம் தமிழரது பண்பாடாகும். பழங்காலத்திலிருந்தே இப்பழக்கம் இருந்துள்ளது. ‘ஈகை யரிய இழையணி மகளீர்’ (புறம்-127) என்பது தமிழ்ப் பெண்கள்

தாலியணியும் வழக்கத்தைக் குறிக்கும் சங்கநூல் சான்றாகும். தங்கத்தாலியைப் பற்றி ஔவையார், 'பொற்றாலி யோடெவையும் போம்' என்றும், 'வலியுடை யுரத்தின் வான்பொற்றாலி' என்று பெருங்கதையும், (பெருங்கதை, 1813) 'காயிற்கடை யொழுகிய காமர் தூமணி செயத்தகு கோவை' என சிலப்பதிகாரத்திலும் (சிலம்பு, 6) தாலியைப் பற்றிய செய்திகள் இடம்பெற்றுள்ளன. ஒவ்வொரு சமுதாய மக்களும் ஒன்றுபட்ட வேறுபட்ட தாலியினைப் பயன்படுத்து கின்றனர். சிலர் தாலியின் நடுவில் பிள்ளையாரும் இரண்டு பக்கமும் நட்சத்திரச் சிறகும் கொண்ட அமைப்பிலும், சிலர் அரச இலை வடிவத் தாலியையும் பயன்படுத்துகின்றமை காணமுடிகிறது. ஐயர் தாம்பாளத்தில் வைத்து தாலியினை ஆசீர்வாதம் வாங்கி வரச்செய்து; அக்னி சாட்சியாகத் திருமாங்கல்யத்தை எடுத்து மாப்பிள்ளையிடம் கொடுக்க அவர் மணமகள் கழுத்தில் மூன்று முடிச்சுப் போடுகிறார். பெரியவர்கள் மணமக்களை வாழ்த்துகின்றனர்.

கன்னி தானம்

மணமகளின் தந்தை மாப்பிள்ளையின் கையைக் கீழும் மணமகளின் கையை மேலும் வைத்து 'என் மகளைத் தருகிறேன்' என்று தண்ணீர் ஊற்றி தாரை வார்த்து 'கன்னி தானம்' செய்கிறார். இரண்டு பேரின் கைகளையும் பட்டுத் துணியால் கட்டி வைக்கின்றார். மணவறையினை மைத்துனர் மாப்பிள்ளை கையைப் பிடித்து மூன்றுமுறை சுற்றி வலம் வருவார்கள். பின்னர், மணமக்களை வீட்டின் உள் அழைத்துச் செல்கின்றனர். அப்போது சில சமூகத்தில் வீட்டு நடையில் பெண்ணின் முறை மாப்பிள்ளைகள் உள்ளே விடாமல் நடை செறுத்து நடைப் பணம் கேட்பர். உடனே மணமகன் அவர்கள் கேட்கும் பணத்தைக் கொடுக்க வேண்டும். பணம் பெற்றவுடன் முறை மாப்பிள்ளைகள் வழி விடுவார்கள். அதன்பிறகு மணமகன் வீட்டிற்கு மணமகள் வந்தவுடன், வீட்டின் கன்னிமூலையில் குத்துவிளக்கு ஏற்றி வைத்து வணங்குகிறாள். தொடர்ந்து 'சட்டி பானை' தொடுதல் நிகழ்ச்சி நடைபெறுகிறது. அதாவது மணமகள் மணமகன் வீட்டில் உள்ள உப்பு, புளிப்பானை, மிளகு, பழைய சட்டி போன்றவற்றைத் தொடச் செய்கின்றனர்.

பொழுதுபோக்கு விளையாட்டுகள்

திருமணம் முடிந்த அன்று மாலையில் மணமக்கள் ஒருவரை ஒருவர் நன்கு பழகிக் கொள்ளவும், அவர்களிடம் உள்ள தயக்கத்தைப் போக்கவும் பல விளையாட்டுக்களை வைக்கின்றனர். இவை இன்று சடங்காக நிலைபெற்றுள்ளன. அவை பல்லாங்குழி, பூப்பந்து,

பப்படம் அடித்தல், நலுங்கு, எண்ணெய்ச் சடங்கு, ஒலுசைச் சடங்கு என்பனவாகும்.

பல்லாங்குழி

இது முத்துக்களை வைத்து விளையாடும் விளையாட்டு ஆகும். மரப்பலகையில் ஏழு குழிகள் இருக்கும். அதில் முத்துக்களைப் போட்டு மணமக்கள் மட்டுமே விளையாடுவார்கள். இருவருக்கும் உதவியாக நண்பர்கள் உடன் இருப்பார்கள். இறுதியில் மணமகனை வெற்றியடையச் செய்வதே வழக்கமாகக் காணப்படுகிறது.

பூப்பந்து

பூவினைப் பந்து போன்று சுருட்டி மணமக்களை எதிரெதிரே இருக்குமாறு செய்து கையில் கொடுப்பர். அவர்கள் ஒருவர் மீது ஒருவர் பூப்பந்தினை வீசி விளையாடுவார்கள். இதனைப் பூப்பந்து விளையாட்டு என்று கூறுகின்றனர்.

பப்படம் அடித்தல்

நன்கு பொரிந்த பப்படத்தை (அப்பளத்தை) மணமக்கள் இருவரின் கையிலும் கொடுத்து ஒருவர் தலையில் மற்றொருவர் மாறி மாறி அடித்து உடைத்து விளையாடுவது ஆகும்.

நலுங்கு

மணமக்கள் எதிரெதிரே அமருவர். இவர்களுக்கிடையே தேங்காயினை இருவரும் மாறி மாறி உருட்டி விளையாடுவர். இதுவே நலுங்கு விளையாட்டு ஆகும்.

எண்ணெய்ச் சடங்கு

மணமக்கள் இருவரும் ஒருவர் தலையில் மற்றவர் எண்ணெய், சீயக்காய் பவுடர் தேய்த்து விளையாடுவதாகும். விளையாடி முடிந்த பிறகு இருவரும் குளிக்கச் செல்கின்றனர்.

ஒலுசைச் சடங்கு

மணமக்கள் குளித்த பின்பு ஒலுசைச் சடங்கு நடைபெறுகிறது. ஒலுசை என்றால் மணமகள் கொண்டு வந்த சீர்களை மணவறையில் வைத்து எல்லோரும் கூடி நிற்க கணக்கிடுவதாகும். இந்தப் பொழுதுபோக்கு விளையாட்டுகள் எல்லாம் மணமக்களிடையே நெருக்கத்தை ஏற்படுத்தும் நோக்கத்தில் நடைபெறுகிறது. இவ்விளை யாட்டுக்கள் ஒருசில சமூகத்திலே காணப்படுகின்றன.

திருமணத்திற்குப் பின் நடைபெறுபவை

திருமணம் முடிந்த மறுநாள்காலையில் வீட்டின் முன் மணமக்கள் பொங்கலிடுகின்றனர். மறுவீடு செல்லுதல், மாமியார் வீடுகாணச் செல்லுதல் போன்ற நிகழ்வுகள் நடைபெறுகின்றன.

திருமணம் முடிந்த ஏழாம் நாள் திருமாங்கல்யம் பிரித்துக் கட்டும் நிகழ்ச்சி சில சமுதாயத்தில் நடைபெறுகிறது. அதாவது, மஞ்சள் கயிற்றில் கட்டியிருந்த தாலியினைப் பிரித்துத் தங்கச்செயினில் கோர்த்துப் போடுவதாகும். சுமங்கலிப் பெண்கள் குரவையிட்டுக் கொண்டே செய்கின்றனர். சுமங்கலிப் பெண்களுக்கு மஞ்சள், குங்குமம், வெற்றிலை, பாக்கு கொடுக்கப்படுகிறது.

4. இறப்புச் சடங்கு

இறப்புச் சடங்குகள் சமுதாயத்திற்குச் சமுதாயம், நாட்டுக்கு நாடு, இடத்திற்கு இடம் மாறுபாடுகளுடன் காலங்காலமாகப் பின்பற்றப் பட்டு வருகின்றன. நாட்டுப்புற மக்கள் இறப்பினைத் துக்கம், துட்டி, கருமாந்திரம், சிவலோக பதவி அடைதல், மரித்தல், செத்துப் போதல், அமரரானார், இறைவனடி சேர்ந்தார். இன்னுயிர் நீத்தார் எனப் பல சொற்களால் கூறுகின்றனர். உயிர்போகும் நிலையில் உள்ளவர்களை மன அமைதி செய்ய உறவினர்கள் பால் ஊற்றுவார்கள்; சிலருக்கு இளநீர்க் கொடுக்கின்றனர். அதனை குடித்தவுடன் அவர்கள் உயிர் போய்விடும். உயிர் வதைத்துக் கொண்டிருப்பவர்களுக்கு இளநீர் விஷம் போன்றது என்று களஆய்வில் தகவலாளிகள் கூறுகின்றனர்.

உயிர் பிரிந்தவுடன் செய்வன

இறந்தவுடன் இறப்புச் செய்தியினை ஊரார்க்கு அறிவிக்கின்றனர். இறந்தவரின் பிள்ளைகள் வெளியூரில் இருந்தால் அவர்களுக்கும் இறப்புச் செய்தியினை அறிவிக்கின்றனர். இறப்புச் செய்தியினைக் கூறுவதைத் 'துட்டி சொல்லி விடல்' என்கின்றனர். இதனை இராமநாதன்(1982:203) "பறையர்கள் வாயிலாக உற்றார் உறவினர்க்குச் செய்தி அனுப்பப்படும். அவ்வாறு செய்தி கொண்டு வரும் பறையருக்கு இறந்தவரின் உறவினர்கள் நெல், கம்பு போன்ற தானியங்களைக் கொடுப்பர்" என்கிறார்.

விளக்கேற்றுதல்

இறந்தவரின் நாடி, கால் கைகளைக் கட்டிய பின்பு வீட்டின் ஒரு மூலையில் படுக்க வைப்பர். அதன் பக்கத்தில் நிறைநாழி நெல் வைத்துக் குத்துவிளக்கினையும் ஏற்றி வைப்பர். வெற்றிலை, பாக்கு,

பழம், தேங்காய் முதலியவற்றை ஒரு தட்டில் அல்லது இலையில் வைத்து விளக்கின்முன் வைப்பர். தெய்வத்தையும், இறந்தவரையும் வணங்கித் தேங்காயினை உடைத்து விளக்கின் முன் வைப்பர். அதன்பிறகே இறந்தவரின் மனைவி, மகன்கள் பிணத்தின் கால்மாட்டில் அமர்ந்து அழுவார்கள். இந்த அழுகை ஒலியினைக் கேட்டுப் பக்கத்து வீட்டார்களும் வந்து, கட்டிப் பிடித்து அழுவார்கள். இறந்தவரின் பெண் பிள்ளைகள் மாலையுடன் மேளம் அடித்துக் கொண்டே வருவர். இந்த மேளத்தைத் 'துட்டி மேளம்' என்று கூறுவர். பிணத்தைச் சுடுகாட்டிற்குக் கொண்டு செல்லும் வரை இந்த மேளம் அடிக்கப்படும். தற்போது இவ்வழக்கம் நடைமுறையில் இல்லை. இவ்வாறு வரும்போது வாய்க்கரிசி போடுவதற்கான தானியமும், இறந்தவரைக் குளிப்பாட்டுவதற்குரிய எண்ணெயும், சீயக்காயும் கொண்டு வருவார். சிலர் ஒரு கூடையில் நெல், இளநீர் கொண்டு வருவதும் உண்டு. இதனை 'வாய்க்கரிசிக்கூடை' என்று கூறுவர். இறந்தவர்களுக்கு மச்சான்மார் புத்தாடை எடுத்து வருவர். இதனைக் 'கோடி' என்று கூறுவர். கோடி எடுத்துவருவது சிறப்பாகப் பேசப்படுகின்றது. இதுகுறித்து, "மிக நெருங்கிய உறவினரின் கோடி பிணத்திற்கு உடுத்தப்படும். ஏனையவை மேலே போர்த்தப்படும்" என்று இராமநாதன்*(1982:204)* குறிப்பிடுகிறார். குமரி மாவட்டத்தில் பிணத்தின்மீது கோடி உடுத்தப்படுவதில்லை. நீர்மாலை எடுக்கச் செல்லும்போது மகன்களுக்கு இக்கோடியானது உடுக்கக் கொடுக்கப் படுகின்றது.

நீர்மாலை எடுத்தல்

இறந்த வீட்டிற்கு உறவினர்கள் அனைவரும் வந்து சேர்ந்த பின்பு நீர்மாலை எடுக்கச் செல்கின்றனர். இறந்தவரின் ஆண் மக்கள் ஆற்றிலோ, குளத்திலோ குளித்துவிட்டு விபூதி பூசி, கோடியினை உடுத்தி குடத்தில் நீர் எடுத்து வருவார்கள். இதனை 'நீர் மாலை எடுத்தல்' என்கின்றனர். அந்த நீர்க் குடத்தில் கொண்டுவரும் நீரினைக் கொண்டே இறந்தவரை நீராட்டுவார்கள்.

நீராட்டுதல்

நீர்மாலைத் தண்ணீரை வீட்டிற்குக் கொண்டு வந்தபிறகு இறந்தவரை வீட்டின் வெளியே கொண்டு வந்து உட்கார வைத்துக் கொள்வார். இறந்தவர் ஆணாக இருந்தால் இறுதியாக முகச்சவரம் செய்வர். இறந்தவரின் தலையில் உறவினர் ஒருவர் எண்ணெய் வைத்து தண்ணீர் ஊற்றுவார். இறந்தவர் ஆணாக இருந்தால் மூத்தமகள் தான் எண்ணெய் வைப்பாள். இறந்தவரின் தீட்டினைப் போக்குவதற்காகவும்,

இறுதியாக இவ்வுலக இன்பத்தை முடித்துப் புனிதராகிப் போகிறார் என்பதற்கு அடையாளமாகவும் 'குளிப்பாட்டுதல்' சடங்கினைச் செய்கின்றனர். நீராட்டிய பின் இறந்தவருக்குப் புது ஆடையை அணிவிப்பர். இறந்தவர் பெண் என்றால் முதலில் பிறந்த இடத்துக் கோடியை அணிவிப்பர். பின் நெற்றியில் சந்தனம் பூசுவர். நாலணாக் காசை பொட்டாக வைத்தும், கழுத்தில் பூமாலை அணிவித்தும் அலங்காரம் செய்கின்றனர்.

வாய்க்கரிசி போடுதல்

நீராட்டி முடிந்ததும் பெண்கள், உறவினர்கள் கொண்டு வந்த நெல்லினை அரிசியாக்கி, மஞ்சள் தடவி இறந்தவரின் வாயில் போடுவர். இதனை 'வாய்க்கரிசி போடுதல்' என்கின்றனர். பெண்கள் பிணத்தைச் சுற்றி நின்று மாரடித்துப் பாடுகின்ற வழக்கமும் உண்டு.

பாடை கட்டுதல்

இறந்தவரை சுடுகாட்டிற்குத் தூக்கிச் செல்லுவதற்குப் பாடை கட்டப்படுகிறது. இதனைப் பலவிதமாகக் கட்டுகின்றனர். அவை, பாடை, தேர், சப்பரம் என்பனவாகும். குமரிமாவட்டத்தில் பாடைகட்டும் வழக்கமே மிகுதியாக உள்ளது. திருநெல்வேலி, மதுரை போன்ற மாவட்டங்களில் தேர் போன்ற அமைப்பில் பாடை கட்டுவர். தேரினைச் சுற்றி நால்புறமும் இளநீர், மாலை போன்றவற்றைக் கட்டித் தொங்கவிடுவர். பிணத்தை உட்கார்ந்த நிலையில் வைத்தே தூக்கிச் செல்வர். தற்போது அதிகமாகப் பாடை கட்டுவதே இல்லை; பிணத்தை கட்டில்களில் வைத்துத் தூக்கிச் செல்லுவதையே காணமுடிகிறது.

பாடையை எடுத்தல்

பாடையினை இறந்தவரின் மகன்கள், மருமகன், உடன் பிறந்தோர் தூக்குகின்றனர். பிணத்தைத் தோளில் தூக்கிக் கொண்டு தெருவைக் கடந்தவுடன் பின்னால் அழுது கொண்டு வரும் பெண்களை மற்றப் பெண்கள் தண்ணீர் தெளித்து வீட்டிற்கு அழைத்து வருவர். முச்சந்தி வரை பிணத்தின் தலை வீட்டை நோக்கியபடித் தூக்கிச் செல்வர். அதன்பின் தலைப்பாகம் சுடுகாடு நோக்கி இருப்பது போன்று மாற்றிப் பிடித்து தூக்கிச் செல்கின்றனர்.

இறந்தவர் ஆணாக இருந்தால் அவரது மனைவிக்குக் கோடி போடுபவர்கள் மட்டும் முச்சந்தியிலிருந்து திரும்பி வந்து அம்முறையை செய்துவிட்டு சுடுகாட்டிற்குச் செல்வர். கோடி போடும்போது இறந்தவரின் மனைவியைப் பெண்கள் குளிப்பாட்டி வீட்டின் முன் போடப்பட்டுள்ள பந்தலில் உரலைப் போட்டு அதன்மேல் உட்கார வைத்திருப்பர். இறந்தவரின் மனைவியின் சகோதரர் முதலில் கோடி

போடுகிறார்; இது பிறந்த இடத்துக் கோடி எனப்படும். பின்னர் மூத்த மகன் தாய்க்குக் கோடி போடுவார். இறந்தவரின் சகோதரரும் கோடி போடுவார்கள்; இது புகுந்த வீட்டுக் கோடி எனப்படும். இந்தக் கோடியினைக் கொண்டு வரும்போது எதிரில் யாரும் வரக்கூடாது என்று கூறுகின்றனர்.

சுடுகாட்டில் செய்வன

சுடுகாட்டிற்குச் சென்றதும் குழியினை மூன்றுமுறை சுற்றிவந்து பிணத்தைக் கீழே வைக்கின்றனர். பிணத்தின் நெற்றியில் உள்ள நாணயத்தை, இறப்புச் சடங்கினை முன்னின்று நடத்துபவர் எடுத்துக் கொள்வார். பிணத்தின் உடலில் அணிகலன்கள் இருந்தால் அவற்றையும் எடுத்து உறவினரிடம் ஒப்படைத்து விடுவர். சுடுகாட்டில் வந்திருப்பவர்கள் வாய்க்கரிசி போடுவார்கள். வாய்க்கரிசி போடப்படும் பணத்தை இறப்புச் சடங்கை முன்னின்று நடத்துபவர்கள் எடுத்துக் கொள்கின்றனர்.

இறந்தவர்களைப் புதைக்கின்ற வழக்கமும், எரிக்கின்ற வழக்கமும் காணப்படுகின்றது. புதைக்கும்போது இறந்தவர் பயன்படுத்திய பொருட்களையும் சேர்த்து குழியினுள் வைக்கின்றனர். பின்னர் மூத்த மகனிடம் முதலில் மண்ணை அள்ளிப் போடச் செய்வர். தொடர்ந்து உறவினர்கள் எல்லோரும் ஒவ்வொருவராக குழியில் மண்ணைப் போடுகின்றனர். அக்குழியினை முழுவதும் மண்ணால் மூடி மேடு அமைக்கின்றனர். பிணத்தை எரிப்பதற்குக் குழியில் கதம்பைகளை அல்லது விறகுக் கட்டைகளை அடுக்குகின்றனர். அதன்மீது ஈஞ்சையினைப் பரப்பி, பிணத்தை படுக்க வைப்பர்.

கொள்ளி வைத்தல்

இறந்தவரின் ஆண் மக்கள் கொள்ளி வைக்கும் சடங்கைச் செய்கின்றனர். இறந்தவருக்கு ஆண் பிள்ளை இல்லை என்றால் அவரது சகோதரனின் மகன் கொள்ளி வைப்பார். மகன் வயிற்றுப் பேரனும் கொள்ளி வைப்பதுண்டு. இறந்தவர் பெண் என்றால் அவள் கணவனும், மகனும் கொள்ளி வைக்கின்றனர். இதனை "இறப்புச் சடங்கின்போது சிதையைத் தீயூட்ட உரிமையுள்ள இறந்தவரின் மகனை அவன் கையில் ஒரு வெண்கலப் பாத்திரத்துடன் பிணத்தைச் சுற்ற வைத்து எரியூட்ட வேண்டிய குறிப்பிட்ட இடத்தைக் கனலாகி யிருக்கும் கரியை வைத்து அடையாளம் காட்டுகின்றார்கள்" என்று தர்ஸ்டன்(2003.V.40)குறிப்பிடுகிறார்.

மகன் கொள்ளி வைத்தால் பெற்றோர் மேலோகம் செல்வர் என்பது நம்பிக்கையாகக் காணப்படுகிறது. மகன் பெற்றோருக்கு முன் இறந்தால் தந்தை மகனுக்குக் கொள்ளி வைப்பார். இதனை,

'மூத்த மகன் கொள்ளி முழங்கி வரும் கைலாசம்
நடுவு மகன் கொள்ளி நடுங்கி வரும் கைலாசம்
இளைய மகன் கொள்ளி இரங்கி வரும் கைலாசம்'

என்ற பாடல் வரிகள்மூலம் மூத்த மகன் கொள்ளி வைத்தால் கைலாசம் முழங்கும் என்றும், நடு மகன் கொள்ளி வைத்தால் கைலாசம் நடுங்கும் என்றும், இளைய மகன் கொள்ளி வைத்தால் கைலாசம் இரங்கும் என்கிறது. எனவே கொள்ளி வைப்பதற்கு மூத்த மகனே உரியவன் என்பதை அறியமுடிகிறது.

பிணத்தை எரித்த பின், இறந்தவரின் மகன்கள் சுடுகாட்டிலேயே மொட்டை போட்டுக் கொள்வர். தந்தையோ, தாயோ இறந்து விட்டால் அவர்களுக்காக மொட்டை போடுதலை மூத்தமகன் தன் கடமையாகவும், பெருமையாகவும் கருதுகின்றான். எனவே, இறந்தவர்களுக்குக் கருமம் செய்வதற்காக மொட்டையிடும் வழக்கம் எல்லா சமுதாயத்திலும் காணப்படுகின்றது. இறந்தவர்கள் தெய்வத்திற்கு ஒப்பாவதால் தெய்வத்தின் முன்னால் மொட்டை யிடுவது போல இறந்தவர்களுக்காகத் தலைமுடியை எடுக்கின்றனர். மொட்டையடித்தலின் நோக்கத்தை, 'என் தாய் வயிற்றில் நீர் எங்களுக்குத் தந்த அந்த முடியையே உமக்குக் காணிக்கையாகத் தந்து இன்று முதல் எங்கள் தீட்டையும் மாற்றிப் புது ஜீவிதத்துக்குள் வருகிறோம்' என்று தகவலாளர்கள் கூறுகின்றனர்.

தாலி வாங்குதல்

இறந்தவருக்குக் கொள்ளி வைத்து வீடு திரும்பியதும் இறந்தவரின் மனைவியின் தாலியைக் கழற்றுவது ஒரு சடங்காகச் செய்கின்றனர். இறந்தவரைக் குளிக்க வைத்த இடத்தில் வைத்து மனைவியைப் பெண்கள் குளிப்பாட்டுவர். பின்னர் வீட்டின் முன் போடப்பட்ட உரலில் உட்கார வைத்துத் தாலியைக் கழற்றுகின்றனர். கணவன் மனைவி உறவினை அறுப்பதற்கு அடையாளமாக அவர் கட்டிய தாலியினை வயதான பெண்கள் அறுக்கின்றனர். இதனைத் 'தாலி வாங்குதல்' என்று கூறுகின்றனர். அப்போது அப்பெண்,

'ஆத்துக்குள்ளே கல்லுருட்டி அருவங்கொடிப் பந்தலிட்டு
தான் அருமை மகா தாலி வாங்க ஐவருக்கும் சம்மதமோ
குளத்துக்குள்ள கல்லுருட்டிக் கோவங் கொடிப் பந்தலிட்டு
நான் குழந்த மகா தாலி வாங்க நம்ம கோத்திரத்துக்கும் சம்மதமோ
தாலியிலே கல் பதிச்சி தலை வாசலில் பேரெழுதி
தாலி இழந்த எனக்குத் தகுந்த வயசாச்சோ
பீலியில கல் பதிச்சு எனக்குப் புறவாசலால் பேரெழுதி
பீலி கழத்தி வைக்க எனக்குப் பெரிய வயசாச்சோ'

என்று வருந்துகிறாள்.

இரண்டாம் நாள் சடங்கு

இறந்தவரை எரித்திருந்தால் அதற்கு அடுத்த நாள் அஸ்தி எடுக்கும் நிகழ்ச்சி நடைபெறுகிறது. காலையில் குழிக்கரைக்கு ஆண்கள் எல்லோரும் சென்று எரிந்த எலும்புகளைத் தலை, கால், இடை என்னும் மூன்று பகுதிகளிலிருந்தும் எடுக்கின்றனர். பின்னர் அதனைத் தண்ணீர், பால், இளநீர், கோமயம், பன்னீர், தேன் இவற்றினால் சுத்தம் செய்து பச்சை மண்பானையில் எடுத்து வீட்டிற்குக் கொண்டு வருவர். பிறகு அஸ்தியை வீட்டில் உள்ள பெண்கள் பால் ஊற்றி பூ போட்டு வணங்குவர். பின் கடலிலோ ஆற்றிலோ சென்று அதனைக் கரைக்கின்றனர். புனிதத் தலங்களுக்குக் கொண்டு சென்று கரைத்தால் இறந்தவர்களுக்குச் சிறப்பு எனக் கருதுகின்றனர். பிணத்தை எரிக்காமல் புதைத்திருந்தால் குழிக்கரைக்குச் சென்று புதைத்த இடத்தை மண்வெட்டியால் ஒழுங்குபடுத்தி மேலே சுண்ணாம்பு நீரைத் தெளிக்கின்றனர். குழியின் மேலே பத்தி ஏற்றி வைத்து மாலை போட்டு அதனைத் தொட்டு வணங்கி, நீராடிவிட்டு வீட்டிற்கு வருகின்றனர்.

இறந்த மறுநாள் மாலையில் வீட்டில் இறந்தவரை வைத்திருந்த மூலையில் விளக்கேற்றி வைத்து அவருக்குப் பிடித்தமான உணவுப் பண்டங்களைப் படையல் வைத்து வணங்குவர். இறந்தவரின் பெண் மக்கள் இச்சடங்கிற்கான செலவை ஏற்றுக் கொள்வர். இச்சடங்கு கருமாதிச்சடங்கு நடக்கும் வரை தினமும் மாலையில் நடைபெறும். அப்போது பெண்கள் ஒப்பாரி பாடுவர். இழவு வீட்டிற்குச் சென்றவர்கள் குளித்து விட்டு அல்லது கால்களைக் கழுவி விட்டுத்தான் தங்கள் வீட்டிற்குச் செல்கின்றனர். 'துட்டி வீட்டுப் பொருட்கள் கருமாதி முடியும் வரை தீட்டானவை' என்று எண்ணுகின்றனர். இவ்வாறு, பொருட்கள் வைப்பதை 'மூலைக்கு வைத்தல்' என்று கூறுகின்றனர். மூலைக்கு வைக்கும் சடங்கில் ஆண்கள் அதிகமாகக் கலந்து கொள்வதில்லை.

பதினாறாம் நாள் சடங்கு

இறப்பு நிகழ்ந்த வீட்டினர் அனைவரும் பதினாறு நாட்கள் முடியும் வரை தலையில் எண்ணெய் வைக்க மாட்டார்கள். கருமாதி அன்று அதாவது பதினாறாம் நாள் எண்ணெய் வைத்துக் குளிப்பர். முதலில் கொள்ளி வைத்தவர் தலையில் எண்ணெய் வைக்கின்றனர். பின்னர் வீட்டில் உள்ள எல்லோரும் எண்ணெய் வைத்துக் குளிக்கின்றனர். எண்ணெய் முழுக்குடன் தீட்டுக் கழிந்து விடும் என்று நாட்டுப்புற மக்கள் நம்புகின்றனர். பின் கோடியினை இறந்தவர் நினைவாக விளக்கின் முன் வைத்து வணங்கி எடுத்து கட்டிக்

கொள்வார்கள். இறுதியில் நல்ல விருந்து வைத்து அதை அனைவரும் உண்பார்கள்.

ஓராண்டுக்குப் பின் செய்வன

இறந்து ஒருவருடம் ஆன பின்பு இறந்த நாளில் இறந்தவரை நினைத்து வணங்குகின்றனர். இதனைத் 'திதி ஆண்டு' என்று கூறுவர். வீட்டினை வெள்ளை அடித்துத் தூய்மைப்படுத்துவர். இறந்தவரின் சமாதியைத் தூய்மைப்படுத்தி விளக்கேற்றி வணங்குவர். ஆண்டு அன்று வீட்டில் குத்துவிளக்கினை ஏற்றி அதன் முன்பு படையல் செய்து குடும்பத்தினர், உறவினர் எல்லோரும் வணங்குவர். இறந்தவரை வணங்குவதால் அவர்கள் தங்கள் குடும்பத்தை மேன்மை யடையச் செய்வார்கள் என்பது அவர்களின் நம்பிக்கையாக உள்ளது.

வாழ்வியல் சடங்குகள் அனைத்தும் ஒவ்வொரு இனக்குழு மக்களின் பண்பாட்டிற்கு ஏற்ப மாறுபட்டு காணப்படுகின்றமை குறிப்பிடத்தக்கதாகும். வாழ்வியல் சடங்குகளில் தாயின் வயிற்றில் குழந்தை உருவானது முதல் இறப்பு வரை நடக்கும் சடங்குகள் சங்கிலித் தொடர் போன்று அமைந்துள்ளன. உயிர் தோன்றுவதும், மறைவதும், மீண்டும் தோன்றுவதுமான ஒரு சுழற்சி முறையைக் கொண்டதே மானிடப் பிறப்பாகும். குழந்தைப் பருவம் மாறி விடலை, இளமைப் பருவம் மாறி முதுமை எனக் காணப்படுவது சுழற்சி முறையாகும். இச்சுழற்சிக் காலங்களில் தான் சடங்குகள் நிகழ்த்தப் பெறுகின்றன. இச்சடங்குகள் மாறாத நிகழ்ச்சிக் கூறுகளின் மூல வடிவமாக அமைந்துள்ளன. பிறந்த உயிரானது பிறப்பு முதல் இறப்பு வரை பயணம் செய்கிறது. அப்பயணம் வாழ்க்கையின் துவக்கத்தில் இருந்து படிப்படியாக வளர்ச்சியை நோக்கிய நிலையில் செல்கிறது. முழு உடல் வளர்ச்சியடைந்த பிறகு தொடங்குவது மணவாழ்க்கைப் பயணம். இஃது இனவிருத்தியாக அமைகிறது. இப்பயணத்திற்குத் தேவையான உணவு, உடை, தேடுதல் முயற்சிகள் தற்கால நாகரிக வளர்ச்சியாக வளர்ந்திருக்கிறது.

பிறந்து இறக்கும் இந்த வாழ்க்கைப் பயணம் பல கட்டங்களைத் தாண்டி வளர்வதால் இறப்புக்குப் பின் வாழ்வு உண்டு என்பதை மனிதன் நம்புகின்றான். இந்த நம்பிக்கை உலகம் முழுவதும் காணப்படுவதாகும். இந்நம்பிக்கையின் அடிப்படையில் தான் இறந்த பின் பல்வேறு விதமான சடங்குகளைச் செய்கின்றனர். இவ்வாறு சடங்குகள் ஒரு மனிதனின் வாழ்க்கைச் சுழற்சியில் பெரும்பங்கு வகிப்பதையும், அவை நம்பிக்கையாக மாற்றம் பெற்றுள்ளதையும் காணமுடிகின்றது.

10
நாட்டுப்புற மருத்துவம்

இயற்கையை நம்பி, இயற்கையோடு இயைந்து வாழ்ந்து வந்த ஆதிகால மனிதர்கள் நோய் ஏற்பட்ட போது, நோயைப் போக்கி, தங்கள் உடல்நலம் காக்க மருத்துவக் குணமுடைய செடி, கொடி, மரங்களை நாடியிருக்கின்றார்கள். பரவலாகப் பயன்படுத்தப்படுகின்ற பழமொழி, 'உடம்பை முறித்துக் கடம்புக்குக் கொடு' என்பதாகும். அதாவது கடம்பு என்பது ஒரு மரம். நன்றாக வேலை செய்து களைப்பு நீங்கக் கடம்ப மரத்தினால் செய்த கட்டிலில் ஓய்வு எடுக்க வேண்டும் என்று அனுபவ பழமொழி கூறுகிறது. இதனால் எந்த அளவுக்கு மரம் செடி கொடிகளின் மருத்துவக் குணங்களை மக்கள் அறிந்து வைத்திருந்தனர் என்பதை அறியலாம். அவர்கள் தானே உணர்ந்த உண்மையின் அடிப்படையிலும் பிறரின் அனுபவங்கள் வாயிலாகவும் நோய்களுக்கு மருந்தினைக் கண்டுபிடித்துள்ளார்கள்.

இயற்கையில் கிடைத்த பச்சிலைகளை மருந்தாகச் சாப்பிட்டு எந்த வித ஆபத்துகளும் இல்லை என்று தெரிந்ததும் அவற்றையே தொடர்ந்து பயன்படுத்தியுள்ளார்கள். இவ்வாறு தோன்றிய வாய்மொழி முறையை மக்கள் தொடர்ந்து வழிவழியாகப் பயன்படுத்தும் வகையில் செவிவழிச் செய்தியாகப் பரப்பினார்கள். இங்ஙனமே மருத்துவம் தோற்றம் பெற்றுள்ளன. இவை தோன்றிய காலத்தை வரையறுத்துக் கூற இயலாவிட்டாலும் மனிதன் சிந்திக்கவும் செயல்படவும் தொடங்கிய காலமே மருத்துவம் தோன்றிய காலம் என்று கூறலாம். நாட்டுப்புற மருத்துவம், நாட்டுப்புறவியலைப் போல விவசாயிகள் பண்பாட்டிலிருந்து (Peasant culture) தோன்றியதாகும் என்பார் சண்முகசுந்தரம் (1997:192). ஆகவே மக்களின் பண்பாட்டின் சிறப்பைக் கொண்டு இதன் தொன்மையைத் தெளிவாக உணரலாம்.

உயிர்கள் தோன்றிய போதே நோய்களும் தோன்றியுள்ளன. மனிதன் அந்நோயைப் போக்கிக் கொள்ள வழியைக் கண்டறிந்த போது, மருத்துவம் தோன்றலாயிற்று. மனித சமுதாயம் இயற்கை நிலையிலிருந்து உற்பத்தி, சேகரிப்பு என்ற நிலைக்கு மாற, காட்டுமிராண்டித்தனம், அநாகரீகம் போன்றவற்றிலிருந்து வளர்ந்து நாகரிகம் அடைந்தது. இக்காலகட்டத்தில் மருத்துவமும் வளர்ச்சி யடைந்தது.

மருத்துவம் தோன்றக் காரணம்

ஆதிகால மக்கள் ஓரிடத்தில் நிலையாக இருக்காமல் நாடோடி களாக வாழ்ந்தனர். தங்களுக்கென ஒரு இருப்பிடம் எதுவும் இல்லாமல் புல் தரைகளிலும், புதர் மறைவிலும், குகைகளிலும் மரங்களின் நிழல்களிலும் தங்கி இளைப்பாறினர். அவ்வாறு இருக்கும்போது உடல்நலக் குறைவுகள் ஏற்பட்டிருக்கலாம். அவ்விதம் நோயுற்றிருந்த போது அதனைக் குணமாக்கும் நோக்கில் பல முயற்சிகளில் ஈடுபட்டு அதில் வெற்றி கண்டதன் விளைவே இயற்கை மருத்துவமாகும்.

விலங்குகளும் உடல்நலக் குறைவாக இருக்கின்ற போது மருத்துவச் செடிகளைத் தேடி உண்பதும், உணவு உண்ணாமல் பட்டினி கிடப்பதும் நாம் கண்கூடாகக் காண்கிறோம். நாயானது தனது உணவுக்கோளாறு காரணமாகப் புற்களை உட்கொண்டு வாந்தி பண்ணி விடுவதை அறியலாம். ஆகவே எல்லா உயிர்களும் ஒரு வகையில் இயற்கை மருத்துவ முறையை வழிவழியாகக் கண்டுபிடித்து வந்துள்ளன. விலங்குகளின் தலைமை விலங்காகிய மனிதனிடம் இவ்வகை மருத்துவம் மிக வளர்ந்த நிலையில் காணப்படுகிறது. ஒத்துப் போகக்கூடிய ஒரு உணவு வாயிலாக, உடல்தேறி ஆரோக்கியம் பெற்றதும் அதனைத் தொடர்ந்து, தம் பிள்ளைகளும் பின்பற்ற தொடங்க, மருத்துவம் வளரக் காரணமாயிற்று. இவ்விதம் நாட்டுப்புற மருத்துவம் இயற்கைப் பொருட்களைக் கொண்டு தொடங்கப்பட்டு இன்று வளர்ச்சி பெற்றுள்ளது.

நோய் தோன்றுவதற்குக் காரணமாக அமைந்தது இயற்கையும் காலநிலையும் என்று கூறலாம். நாடோடி மனிதனுக்கு ஏற்படுகின்ற ஒவ்வாமைகளும் சுற்றுச்சூழல் மாசுகளும் அவனை நோய்வாய்ப்பட வைக்கிறது. அதனை நீக்குவதற்கு எடுக்கப்பட்ட முயற்சியே மருத்துவம் தோன்றக் காரணமாகி இருக்கிறது.

இலக்கியங்களில் மருத்துவச் செய்திகள்

இலக்கியம் என்பது உண்மையும் உணர்ச்சியும் நிரம்பிய சொற்களால் வாழ்க்கையைப் புலப்படுத்துவது. அது மனிதனது ஆன்மாவையும், உணர்ச்சிகளையும் சொல்வடிவில் வெளிப்படுத்து கிறது. ஆகவே தான் அது வாழ்க்கையின் கண்ணாடி என்று கூறப்படுகிறது.

அரசனுக்காகப் போரிடச் சென்று போரில் விழுப்புண்களைப் பெற்ற அவ்வீரனின் காயங்களுக்கு, அத்தி மரத்தின் பாலை எடுத்துப் போட்டனர். இதனை,

இறையுறு விழுமம் தாங்கி, அமர் அகத்து
இரும்புசுவைக் கொண்ட விழுப்புண் நோய் தீர்த்து
மருந்துகொள் மரத்தின் வாள்வடு மயங்கி
வடுவின்றி வடிந்த யாக்கையன். (புறம்., 180: 3-6)

என்ற புறநானூறு பாடல் கூறுகிறது.

இராமாயணப் போரில் இறந்தவர்களை உயிர்ப்பிக்க அறிவின் மிக்கவனான சாம்பவான், மாண்டாரை உய்விக்கும் மருந்து ஒன்றும், உடம்பு வெவ்வேறாகப் பிரிந்திட்டாலும் அதனைப் பொருந்தச் செய்வதொரு மருந்தும், படைக்கலங்களை வெளிப்படுத்துவதொரு மருந்தும், மீண்டும் தம்முருவை அடைய செய்யவல்ல மருந்து ஒன்றும் உள்ளன. அனுமானே நீ போய் அம்மருந்துகளைக் கொண்டு வா என அம்மருந்துக்கு உரிய அடையாளத்தோடும் கூறினான். இதனை,

"மாண்டாரை யுய்விக்கும் மருந்தொன்று மெய்வேறு வகிர்க
ளாகக், கீண்டாலும் பொருந்துவிப்ப தொரு மருந்தும் படைக்
கலங்கள் கிளப்ப தொன்றும், மீண்டேயுந் தம் முருவே யரு
யென வடையாளத் தொடுமுரைத்தானறிவின் மிக்கான்."
(கம். யுத்தகாண்டம், மருத்துவமலை படலம், பா. 27)

என்ற பாடல் தெளிவுபடுத்துகிறது.

அனுமான் மூலிகைகளை எடுப்பதற்கு மருந்து வாழ் மலைக்குச் செல்கிறான். மலையிலிருந்து கொண்டு வரவேண்டிய மருந்துகள் எது என்று ஆராயத் தொடங்கினான். இறுதியில் அம்மலையை வேருடன் பூமியிலிருந்து பெயர்த்து கையில் எடுத்துக் கொண்டு போர்க் களத்திற்கு வந்தான். அம்மருந்துகளின் காற்றுப் பட்டவுடனே போரில் இறந்தவர்களான இராமன் முதலானவர்கள் உயிர் பெற்றெழுந்தனர் (மேலது, பா. 63, 100, 101) என்று கம்பராமாயணம் கூறுகிறது. ஆக அம்மலையிலுள்ள மூலிகைகள் போரில் இறந்தவர்களுக்கும், காயம் அடைந்தவர்களுக்கும் மருந்தாகப் பயன்பட்டச் செய்தியை அறியமுடிகிறது.

இறைவனின் கண்ணிலிருந்து குருதி வருவதைப் பார்த்த கண்ணப்ப நாயனார் வனங்கள் எங்கும் சென்று வனத்திடை வளர்ந்த மூலிகைகளைப் பறித்து வந்து 'மருந்து பிசைந்து வார்த்தார்' என்று சேக்கிழார் குறிப்பிடுகின்றார். இதனை,

"கைச்சிலை விழுந்த தோரார் காளையார் மீள வந்தப்
பச்சிலை யோடு பூவும் பறித்திட்டு நீரும் வார்த்து

மச்சிது செய்தார் யாரோ வென்றலு மருங்கு நின்ற
வச்சிலை நாணன் றானு நானிது வறிந்தே னென்பான்".(பாடல்-108)

என்ற பாடல் குறிப்பிடுகின்றது.

வள்ளுவர் திருக்குறளில் மருந்து என்னும் அதிகாரத்தில் பழந்தமிழரின் மருத்துவம் பற்றி தெளிவாகக் கூறியுள்ளார்.

"மாறுபாடு இல்லாத உண்டி மறுத்துஉண்ணின்
ஊறுபாடு இல்லை உயிர்க்கு".(திருக். 945)

"மருந்தென வேண்டாவாம் யாக்கைக்கு அருந்தியது
அற்றது போற்றி உணின்".(திருக். 942)

முன்னோர்கள் நோய் ஏற்பட்ட காலத்தில் அந்நோய்களை நீக்க வெயிலிற் காய்தல், எண்ணெய் முழுக்கு, பட்டினியிருத்தல், உணவு முறைகளில் மாற்றம் செய்தல் போன்ற முறைகளால் நிவாரணம் பெற்றனர் எனத் தெரிந்து கொள்ள முடிகிறது.

பதினெண் கீழ்க்கணக்கு நூல்களில் ஒன்று திரிகடுகம் என்பது. திரிகடுகம் என்பது சுக்கு, மிளகு, திப்பிலி ஆகிய மருந்துப் பொருட்களைக் கொண்டு உடல் நோயை நீக்கும் மருந்தாகும். இது போன்று இந்நூலில் ஒவ்வொரு பாடலிலும் கூறப்பட்டுள்ள மூன்று கருத்துக்கள் உள்ள நோயை நீக்கப் பயன்படுகிறது என்பதனை,

"உலகில் கடுகம் உடலின்நோய் மாற்றும்
அலகில் அகநோய் அகற்றும் - நிலைகொள்
திரிகடுகம் என்னும் திகழ்தமிழ்ச் சங்கம்
மருவு நல்லாதன் மருத்து".(திரிகடுகம், 1)

என்ற பாடல் உணர்த்துகிறது. பழைய உணவைச் சாப்பிடாது தினமும் உணவைத் தயார் செய்து சாப்பிடவும், குழந்தைகளுக்குத் தாய்ப்பால் ஊட்ட வேண்டும் என்பதனையும், குளித்த பின்னர் உணவைச் சாப்பிட வேண்டும் என்பதனையும் திரிகடுகம் கூறுகின்றது.

பிற்கால கவிதைத் தொகுப்பான சஞ்சீவி பர்வதத்தின் சாரல் என்ற நூலில் பாரதிதாசன் மூலிகைகள் பற்றிய செய்திகள் கூறியுள்ளார். இதில் கூறப்பட்டுள்ள மூலிகைகளில் ஒன்றைத் தின்றால் உலக மக்கள் பேசுவது கேட்கும் என்றும் மற்றொன்றை வாயில் போட்டால் மண்ணுலகக் காட்சி காணும் என்பதாகவும் கூறப்பட்டுள்ளது. இதனை,

"ஒன்றைத் தின்றால் இவ்வுலக மக்கள் பேசுவது
நன்றாகக் கேட்கும்மற் றொன்றைவா யில்போட்டால்

மண்ணுலகக் காட்சி எலாம் மாற்றிங் கிருந்தபடி
கண்ணுக் கெதிரிலே காணலாம்".(சஞ்சீவி பர்வதத்தின் சாரல் 1978: 2)

"மூலிகையில் ஓர் இனத்தை முன்னே இருவருமாய்
ஞாலத்துப் பேச்சறிய நாக்கிலிட்டுத் தின்றார்கள்" (1978:4)

என்னும் பாடல் கற்பனை சார்ந்த உயர்வு நவிற்சியாக விளங்கினாலும் மூலிகையைக் குறித்து இருந்த நம்பிக்கையை வெளிப்படுத்துகிறது.

நாட்டுப்புற மருத்துவத்தின் பெயர்கள்

நாட்டுப்புற மருத்துவம் என்பது நாட்டுப்புற மக்களால் மரம், செடி, கொடி முதலியவற்றின் இலை, பூ, காய், கனி, பட்டை, வேர், கிழங்கு ஆகியவற்றைக் கொண்டு செய்யப்படுவதால் இப்பெயர் வழங்கலாயிற்று. நாட்டுப்புற மருத்துவம், இனம்சார் மருத்துவம், மக்கள்சார் மருத்துவம், மக்கள் நலப்பண்பாட்டு இனவியல், இனவியல் எனும் பல பெயர்களால் அழைப்பர் என்கிறார் சக்திவேல் *(1992:253)*. இம்மருத்துவத்துக்கு வீட்டு வைத்தியம் (Home Remedies) என்ற மற்றொரு பெயரை அளித்தவர் டான்யாடர் என்று சரசுவதி வேணுகோபால் *(1982:76)* கூறுகிறார்.

நாட்டுப்புற மருத்துவத்தை வீட்டு வைத்தியம், நாட்டு வைத்தியம், கைமுறை வைத்தியம், கைமருந்து வைத்தியம், பாட்டி வைத்தியம், சிடுகா மருந்து என்று பல்வேறு பெயர்களில் அழைக்கின்றனர் என்று சண்முகசுந்தரம் *(1994:140)* கூறுகிறார். நாட்டுப்புற மருத்துவமானது, நாட்டுப்புறங்களில் கிடைக்கும் மருந்துப் பொருட்களைக் கொண்டு செய்யப்படுவதால் 'நாட்டு வைத்தியம்' என்றும், வீட்டில் வைத்து இம்மருந்து தயாரிக்கப்படுவதால் 'வீட்டு வைத்தியம்' என்றும் கையினால் மூலிகைகளை நசுக்கி, கசக்கி சாறு எடுத்து நோயின் மருந்தாக உபயோகிப்பதால் 'கைமுறை மருத்துவம்' என்றும், கைதேர்ந்தவர்களால் செய்யப்படுவதால் 'கை மருத்துவம்' என்றும், வீட்டுப்பெரியவர்களால் செய்யப்படுவதால் 'பாட்டி வைத்தியம்' என்றும், மக்கள் பயன்படுத்தும் மருந்துச் செடி, கொடிகளை பச்சிலை என்பர். இம்மருத்துவமானது பச்சிலை எனப்படும் மூலிகைச் செடி, கொடிகளைக் கொண்டு செய்யப்படுவதால் 'பச்சிலை மருத்துவம்' அல்லது'மூலிகை மருத்துவம்' என்றும், இம்மருந்துகளைப் பாமர மக்கள் அதிகமாகப் பயன்படுத்துவதால் 'பாமரர் மருத்துவம்' என்றும், பாமர மக்களால் வழிவழியாகப் பின்பற்றப்பட்டு வருவதால் 'பாமரமக்களின் பரம்பரை மருத்துவம்' என்றும், மருந்துப் பொருட்களின் துகள்களைக் (பொடி) கொண்டு செய்யப்படுவதால் 'சிடுகா மருந்து' என்னும் பல்வேறு பெயர்களைப் பெற்றுள்ளன.

நாட்டுப்புற மருத்துவத்தின் சிறப்பு

உலகம் முழுவதும் உணவுப்பழக்கம் வேறுபடுவதைப் போல நாட்டுப்புற மருத்துவம் இனக்குழுக்களுக்கு இடையே வேறுபட்டும் காணப்படுவது உண்டு. ஆனால் உலகெங்கிலும் இவ்வனுபவ மருத்துவம் உண்டு என்பதை, உலகில் எங்கு நீங்கள் நோய்வாய்ப் பட்டாலும் நோயைத் தீர்க்க அங்கு இயற்கை மருந்து இருப்பதைக் காண்பீர்கள் என்று ஜார்விஸ் (1982:76) என்பவர் கூறுவது மேலும் இதன் சிறப்பை உணர்த்துவதாக உள்ளது.

நாட்டுப்புற மருத்துவம் நோய்களை நிரந்தரமாகக் குணமாக்கும் ஆற்றல் படைத்தது. இதனால் எதிர் விளைவும், ஆபத்தும் இல்லை. அறிவியல் ரீதியாக மருந்து கண்டுபிடிக்கப்படுகின்ற சில மருந்துகளும் இந்த இயற்கை மருத்துவத்தில் இருந்தே கண்டுபிடிக்கப்படுகின்றன என்பதற்கு ஒரு எடுத்துக்காட்டாக மஞ்சள்காமாலைக்குக் கொடுக்கப் படுகின்ற Liv. 52 என்னும் மருந்தைக் கூறலாம். இது கீழ்காய்நெல்லி எனும் கீழாநெல்லியை அரைத்துப் பாலில் கலந்து தொடர்ந்து நோயாளிக்குக் கொடுத்து வர மஞ்சள்காமாலை குணமாகும் என்பது நாட்டுப்புறப் பாட்டி மருத்துவம் கூறும் செய்தி.

உலக நாடுகளில் நாட்டுப்புற மருத்துவமே நவீன மருத்துவத்துக்கு அடிப்படை உந்துதலாக அமைந்துள்ளது. அரேபியா, சீனா, மலேயா, எகிப்து நாடுகளில் பரவலாகப் பாமர மக்களால் பல்வேறு நோய் களுக்கும் பின்பற்றப்பட்டு வந்த நாட்டுப்புற மருத்துவமுறைகளை, உலக மருத்துவ ஆய்வாளர்கள் பலர் அறிவியல் முறையில் சோதனை செய்து வெற்றி கண்டனர் என்பார் வெங்கடேசன் (1976:140).

19, 20-ஆம் நூற்றாண்டுகளில் ஐரோப்பாவிலும், அமெரிக்கா விலும் நாட்டுப்புற மருத்துவத்தில் ஒப்பீட்டு ஆராய்ச்சிகள் பலவற்றைச் செய்துள்ளனர். இதிலிருந்து உலகளவில் நாட்டுப்புற மருத்துவம் செல்வாக்குப் பெற்றுள்ளமையினை அறியமுடிகிறது. இதற்குக் காரணம் நாட்டுப்புற மருத்துவமானது எளிதில் நோய்களைக் குணப்படுத்து கிறது. உண்ணும் மருந்துப் பொருள்களின் மருத்துவக்குணம் நீண்ட நாட்கள் உடலில் இருந்து, நோய்கள் மறுபடியும் ஏற்படாதவாறு எதிர் பாதுகாப்பு தருகிறது. இதனால் உடலில் நோயின் எதிர்ப்பு சக்தி அதிகமாகிறது. உடலை ஆரோக்கிய நிலைக்கு விரைவாகக் கொண்டு வருவதோடு, ஒரு நோய்க்கு மருந்து சாப்பிட்டால் அந்நோய் குணமாகுமே தவிர, ஆங்கில மருத்துவ மருந்துகளைப் போன்று வேறு பல நோய்களைத் தோற்றுவிப்பது இல்லை. எனவே இது பக்க விளைவுகளை ஏற்படுத்துவது இல்லை என்பதாகும்.

நாட்டுப்புற மருத்துவர்கள்

நாட்டுப்புற மருத்துவர்களில் அதிகமானவர்கள் வயது முதிர்ந்த மக்களே ஆவார். ஆண், பெண் என்னும் பாகுபாடு இன்றி இருபாலரும் மருத்துவத் தொழிலைச் செய்கிறார்கள். நாட்டுப்புறங்களில் நோய் ஏற்பட்டவர்கள் முதலில் வைத்தியரிடமே கொண்டு செல்லப்பட்டு மருத்துவம் செய்யப்படுகின்றனர். அல்லது நோயாளியின் இல்லத்திற்கு மருத்துவர் அழைத்து வரப்பட்டு நன்கு பரிசோதித்து, பின்னரே மருத்துவம் செய்கின்றார். காய்ச்சல், தலைவலி, வாந்தி, பேதி, உடல்வலி எனப் பல்வேறுபட்ட நோய்களுக்கும் நாட்டுப்புற மருத்துவர்கள் மருத்துவம் செய்கின்றனர்.

மருத்துவன் என்பவன் நோயுற்றோருக்குத் தன்னுடைய விருப்பத்திற்கு மருந்து கொடுக்காமல் நோய்க்கு ஏற்ற மருந்து எது என ஆராய்ந்து கொடுத்தான் என்பதை,

"அரும்பிணி உறுநர்க்கு வேட்டது கொடா அது
மருந்தாய்ந்து கொடுத்த அறவோன் போல"(நற். 136:2-3)

என்ற பாடல் வரிகள் கூறுகின்றன. இங்கு அறவோன் என்ற சொல் மருத்துவனைக் குறிக்கிறது.

மருத்துவர்கள் நோயாளிக்கு ஆயுள் மருந்து தந்து, நோய் தீர்க்கும் வைத்தியர்கள். இவர்களில் பெண் மருத்துவர்களை மருத்துவத்தி என்று கூறப்பட்டதாக அபிதான சிந்தாமணி (1981:1270) கூறுகிறது. நாட்டுப்புறங்களில் ஆண் மருத்துவர்களை வைத்தியர், வைத்தியன், மருத்துவர், பண்டிதர், பண்டுவர், ஆசான் என்னும் மாற்றுப் பெயர்களாலும், பெண் மருத்துவர்களை 'மருத்துவச்சி' வைத்திச்சி என்றும் கூறுவர். பேச்சு வழக்கில் நாட்டுப்புற மருத்துவர்களை வைத்தியர் 'ஐயா' என்றும் ஆங்கில மருத்துவர்களை டாக்குடர், 'டாக்குடரையா' என்றும் தூர இடத்து மருத்துவர்களைச் 'சீமை வைத்தியன்' என்றும் கூறுகின்றதைக் காணலாம். சங்க இலக்கியத்தில் மருத்துவர் என்ற சொல்லுக்கு வைத்தியர் என்ற பொருள் வழங்கப்பட்டுள்ளது. வைத்தியன் என்ற சொல் கழக அகராதியில் (1981:884) 'பண்டிதன்' என்று கூறப்பட்டுள்ளது.

நாட்டுப்புற மருத்துவர்கள் பரம்பரை மருத்துவர்களாகவோ அல்லது பிறரிடமிருந்து மருந்துகளைக் கற்று, கேட்டறிந்து கொண்டு மருத்துவம் செய்பவர்களாகவோ இருப்பார்கள். நாட்டுப்புறங்களில் இவர்கள் சிறந்து விளங்குகின்றனர். மருத்துவம் ஒன்றே கற்றவன் வைத்தியன். அவன் நீற்றுவகை அறிந்திருக்க வேண்டும். சாற்றுகின்ற

முப்பூவை அறிதல் வேண்டும். கைமுறைகள், சுத்திமுறை போன்ற வற்றை அறிந்தவன் வைத்தியன் ஆவான் என்கிறார் ஆண்டியப்பன் (1983:36). இதிலிருந்து மருத்துவன் என்பவன் மருத்துவ முறைகளைப் பற்றி தெரிந்தவனாக இருக்க வேண்டும் என்பது புலனாகிறது.

நாட்டுப்புற மருத்துவர்களுள் சிலர் ஆடு மாடுகளுக்கும், கோழிகளுக்கும் வைத்தியம் பார்த்து வருகின்றனர். இவர்கள் சில கிராமங்களில் பண்டுதாரர் என்னும் பெயரில் அழைக்கப்படுகின்றனர். எனினும் எல்லா மருத்துவர்களும் ஆடு, மாடுகளுக்கும், கோழிகளுக்கும் மருத்துவம் செய்வதில்லை. ஆடு, மாடுகளுக்கு மருத்துவம் செய்பவர்கள் மாட்டு மருத்துவர் என்னும் பெயரால் அழைக்கப்படுகின்றனர். மனிதர்களுக்கு மட்டும் மருத்துவம் செய்பவர்களே அதிகமாகக் காணமுடிகிறது. அதிலும் குழந்தைகளுக்கு மருத்துவம் செய்பவர்கள் சிசு வைத்தியர், பிள்ளை வைத்தியர், குழந்தை மருத்துவர் என்னும் பெயர்களில் அழைக்கப்படுகின்றனர். குழந்தைகளுக்கு மருத்துவம் செய்பவர்கள் ஒவ்வொரு ஊர்களிலும் வயதான மருத்துவர்கள் உள்ளனர். ஆனால் தற்போது இவர்களை பார்ப்பது அரிதாகவே உள்ளது.

நாட்டுப்புற மருத்துவத்தின் வகைகள்

நாட்டு மருத்துவத்தை ஆய்வு செய்த ஆய்வாளர்கள் அதனை பல வகைகளாகப் பாகுபடுத்தியுள்ளனர். டான்யோடர்(Don Yoder) நாட்டுப்புற மருத்துவத்தை 1. இயற்கை மருத்துவம்(Natural Folk Medicine), 2. மத-மாந்திரீக மருத்துவம்(Magico Religious Medicine) என இரண்டாகப் பகுப்பதைக் காணலாம். இவரது பாகுபாடு அமெரிக்க நாட்டுப்புற மருத்துவ முறையை ஒட்டியதாகும். தமிழக நாட்டுப்புற மருத்துவ முறையில் சில தனித்தன்மைகள் இடம்பெற்றுள்ளன.

நாட்டுப்புற மருத்துவத்தை சண்முகசுந்தரம் (1994:143) அவர்கள் 1. இயற்கை மருத்துவம், 2. மத-மாந்திரீக மருத்துவம், 3. நம்பிக்கை மருத்துவம், 4. திட்டமிட்ட மருத்துவம், 5. முரட்டு மருத்துவம் என ஐந்தாகப் பகுத்துள்ளார்.

இயற்கை மருத்துவமானது மனிதனின் நோய்களுக்கு இயற்கையில் கிடைக்கின்ற மூலிகைகளிலும், தாவரங்களிலும், தாதுக்களிலும், விலங்குப் பொருட்களிலும் உள்ள குணங்களை அறிந்து பயன்படுத்துவதாகும். இவ்இயற்கைப் பொருட்களை மருந்தாகக் கொள்வதைவிட உணவாகக் கொள்வதே சிறந்ததாகும். களஆய்வில் கிடைத்த மருத்துவத் தரவுகளை முறையே, 1. வீட்டு மருத்துவம், 2. நம்பிக்கை மருத்துவம், என்று பகுக்கப்பட்டுள்ளது.

வீட்டு மருத்துவம்

வீட்டின் பெரியவர்கள் கையாளும் மருத்துவ முறையானது, தலைமுறை தலைமுறையாகப் பின்பற்றப்படுகிறது. இதனை வீட்டு சிகிட்சை முறை(Home Remedies) எனலாம். நாட்டுப்புற மக்கள் தம் நாகரிகமும் பண்பாடும் மரபு மீறாமல் பழங்காலம் தொட்டு போற்றப்படுவதும், நாட்டுப்புற பண்பாட்டில் அடங்கும் (1992:78) என்று குணசேகரன் கூறுகிறார். பண்டைய பண்பாட்டுடன் கலந்த இம்மருத்துவ முறையைப் பாட்டி வைத்தியம் எனச் சொல்வதும் உண்டு. இயற்கைப் பொருட்களை அடிப்படையாகக் கொண்டு காணப்பட்டது. மூலிகைகளின் இலைகள், வேர், பட்டை, தண்டு போன்ற இயற்கையான தாவரங்களிலிருந்து மருத்துவமுறையை அமைத்துக் கொள்வதாகும். இதனை மூலிகை மருத்துவம் அல்லது பச்சிலை மருத்துவம் என்று கூறுவதும் உண்டு.

இயற்கை மற்றும் பயன்பாட்டுப் பொருட்களை (சுக்கு, மிளகு போன்றன) அடிப்படையாகக் கொண்டு மனிதன் இந்த நோய்க்கு இன்ன மருந்து என உருவாக்கிக் கொண்டான். இதனைப் பண்டைய முதல் மனிதனின் மருத்துவ முறை எனலாம். இதில் தான் உணர்ந்த உண்மைகளின் அடிப்படையிலும், அனுபவங்களின் அடிப்படையிலும் அமைத்துக் கொண்ட மருந்தே பாட்டி மருத்துவம் ஆகும். இதில் மூலிகைகள், விலங்குப் பொருட்கள் ஆகியனவும் அடங்கும் என்பதால் இயற்கை மருத்துவத்தோடு தொடர்புடையதே. வீட்டு மருத்துவத்தை முறையே, 1. பாட்டி மருத்துவம் எனவும், 2. ஒடிவு முறிவு மருத்துவம் எனவும் பிரிக்கலாம்.

பாட்டி வைத்தியம்

வயது முதிர்ந்த பெரியவர்களால் மேற்கொள்ளப்படும் மருத்துவ முறையே, 'பாட்டி வைத்தியம்' எனப்படும். இது வாய்வழியாகக் கூறப்படுகின்ற எளிய மருத்துவமுறை ஆகும். இம்மருத்துவம் மக்களின் பட்டறிவில் தோன்றி, அனுபவத்தில் வாழ்ந்து வருவதால் இதன் மீது மக்கள் நம்பிக்கை வைத்துள்ளனர். நாட்டுப்புற மருத்துவம் பல நாட்டுப்புற நம்பிக்கைகளுக்குத் தாய் ஆகும் என்பது சக்திவேலின் (1992:173) கருத்தாகும். இதனை மருத்துவத்தின் தாய் என்று கூறுவது பொருத்தமாக உள்ளது. குழந்தைகளுக்காகச் செய்யப்படும் மருத்துவ முறைகளில் மிகவும் சிறப்பு வாய்ந்தது பாட்டி மருத்துவமாகும்.

இம்மருத்துவ முறைகளைக் கல்வியறிவில் குறைந்த பெரும்பாலும் பரம்பரை வைத்தியக் குடும்பத்தைச் சார்ந்தவர்கள் செய்து வந்தாலும் வீடுகளில் பெரியவர்கள் வயது பாகுபாடின்றி

அனைவரும் தெரிந்துள்ளனர். இவர்கள் பரம்பரை மருத்துவர்களாக இருக்க வேண்டும் என்ற கட்டாயம் இல்லை. பிறரிடமிருந்து கேட்டறிந்தும், தமது பட்டறிவாலும் செய்கின்றனர். பாட்டி மருத்துவம் மேற்கொள்பவர்கள் வேர்களையும், செடி கொடிகளையும் கொண்டு மருந்து தயாரிக்கத் தெளிந்த அறிவு பெற்றவர்களாக இருக்கின்றனர். சிலர் குலத்தொழிலைப் போலவும் இதனைக் கொண்டுள்ளனர். இவர்கள் நோயின் தன்மையையும் அறிகுறிகளையும் உணர்ந்து கொண்டு, நோய் இன்னதென்று கண்டுபிடித்து மருந்து கொடுப்பர். இதையே வள்ளுவரும்,

"நோய்நாடி நோய்முதல் நாடி அதுதணிக்கும்
வாய்நாடி வாய்ப்பச் செயல்"(திருக். 948)

என்கிறார். ஆனால் இம்மருத்துவமானது காலத்தால் முந்தியும், திறமையால் மிகுந்தும், விலையால் குறைந்தும், கையாள்வதற்கு எளிதாகவும் இருக்கிறது. எனினும், தற்போது தன் சிறப்பை இழந்து கொண்டே வரும் எழுதப்படாத மருத்துவம் இதுவாகும்.

தாய்வழி மகள் எனச் செவிவழி செய்தியாகச் செய்யப்படும் இவ்வைத்திய முறையைப் படித்த பெண்கள் தற்போது கைவிட்டு விட்டனர். ஆனாலும் சிற்றூர்களில் எல்லாக் குடும்பங்களில் வாழும் மக்களும் இன்றும் செயல்படுத்திக் கொண்டே இருக்கின்றனர். அனேகமாக வீடுகளில் நோய்க்கு மருந்தாகக் கொடுக்கப்படும் முதல் மருத்துவம் இதுவாக விளங்குகிறது. அதில் குணமாகாத நிலையில் தான் பிற மருத்துவத்தை நாடுவர். இவ்விதம் மேற்கொள்ளும் முதல் மருத்துவமே பாட்டி மருத்துவமாகும்.

நாட்டுப்புற மக்களில் பெரும்பாலானோர் மருத்துவம் செய்யும் முறையை அறிந்து வைத்திருந்தாலும் எல்லாரும் மருத்துவராக இருந்து மருத்துவம் செய்வதில்லை. ஒரு சிலரே பாட்டி மருத்துவத்தினைச் செய்து வருகின்றனர். பாட்டி மருத்துவம் சமுதாயத்தாரால் ஒதுக்கப்படு கின்ற விதவைப் பெண்களாலும், கைவிடப்பட்ட பெண்களாலும் கூட செய்யப்பட்டு வருகின்றது என்பதைக் களஆய்வு மூலம் அறிந்து கொள்ள முடிந்தது. இவர்கள் தங்கள் மருத்துவம் செய்யும் திறத்தால் வாழ்வும், பயனும், சிறப்பும் பெறுகின்றனர். இவர்களுக்கெனத் தனி மதிப்பும் மரியாதையும் சமூகத்தில் இருந்து வருகின்றது.

நாட்டுப்புற மருத்துவம் பற்றியும், ஏட்டுக் குறிப்புகள் பற்றியும், மருந்துக் குறிப்புகள் பற்றியும் பல நூல்கள் தமிழில் தொகுத்து வெளியிடப்பட்டுள்ளன. பல பத்திரிகைகளும் மருத்துவச் செய்தி களுக்கு முக்கியத்துவம் வழங்கி வருகின்றன.

மூலிகை மணி, அமுது, நந்தி, முதல் சித்தன், ராணி, நல்வாழ்வு, நல்வழி போன்ற வார, மாத, ஆண்டு பத்திரிகைகளும், நாளிதழ்களின் தினமலரின் ஞாயிறு இணைப்பான மருத்துவ மலர், தினகரனின் வசந்தம், கதிரவனின் சூரியகாந்தி போன்றவைகளும் அவ்வப்போது மருத்துவச் செய்திகளைத் தாங்கி வருகின்றன. இவை எளிய மருத்துவம் குறித்த செய்திகளைத் தந்து நாட்டுப்புறவியல் துறைக்கு நற்றொண்டாற்றி வருகின்றன.

ஒடிவு முறிவு மருத்துவம்

குழந்தைகள் முதல் பெரியவர்கள் வரை நடக்கும் போதோ, ஓடும் போது விழுந்து அதன்மூலம் ஏற்படுகின்ற ஒடிவு முறிவுகளை மருத்துவர்கள் பலமாக நிமிர்த்தி, நேராகக் கட்டி, மருத்துவம் செய்யும் முறை ஒடிவு முறிவு மருத்துவமாகும். இம்மருத்துவத்தைப் பரம்பரை பரம்பரையாக வைத்தியக் குடும்பத்தைச் சார்ந்தவர்களே செய்து வருகின்றனர். இம்மருத்துவர்கள் தனது கல்வியை 'ஆசான்' எனப்படும் குருவிடம் முறையாகக் கற்று வருகின்றனர். குரு தன் மாணவர்களுக்கு உடலில் காணப்படும் வர்மங்களையும், நோய் ஏற்பட்டால் இதை நீக்கும் மருத்துவ முறைகளையும், எண்ணெய், கசாயம், குளிகை, தைலம் போன்ற மருந்துப் பொருட்களைத் தயாரிக்கவும் குருகுலக் கல்வி முறையில் கற்பிக்கின்றனர். இவர்கள் இதனைக் குலத்தொழிலாகவே கொண்டிருக்கின்றனர்.

ஒடிவு முறிவு கொண்ட நோயாளிக்கு நோயின் தன்மையைப் பொறுத்து எண்ணெயில் மூழ்கச் செய்தும், தடவியும் உள் மருந்தாக தைலம், கஷாயம் முதலியவற்றைக் கொடுத்தும் நிவாரணம் அளிக்கின்றனர். இந்நோயினின்று குணமாகப் பல நாட்கள் வரை ஆக வாய்ப்பு உண்டு என்பதால் மருத்துவருடைய வீட்டிலேயே பெரும் பாலும் நோயாளியை அழைத்துச் செல்வது வழக்கம். குழந்தைகள் விளையாடும்போது ஒடிவு முறிவு ஏற்பட்டால் ஒடிவு முறிவு மருத்துவர்களிடமே அழைத்துச் செல்கின்றமை காணமுடிகிறது.

நம்பிக்கை மருத்துவம்

நாட்டுப்புற மக்கள் சில நோய்களுக்கு நம்பிக்கையின் அடிப்படையில் மருத்துவத்தினைச் செய்கின்றனர். இச்செயல் மூடத்தனமாக இருந்தாலும் நம்பினோர் கைவிடப்படார் என்பதின் அடிப்படையில் மருத்துவம் செய்து நோயைக் குணப்படுத்துகின்றனர். நம்பிக்கை மருத்துவ முறையானது, 1. மத-மாந்திரீக மருத்துவம், 2. முன்னெச்சரிக்கை மருத்துவம், 3. முரட்டு மருத்துவம், 4. அதிர்ச்சி

மருத்துவம், 5. பிற நம்பிக்கை மருத்துவம் என்ற அடிப்படையில் பகுக்கப்பட்டுள்ளது.

மத-மாந்திரீக மருத்துவம் தனக்கு ஏற்பட்ட நோயைத் தீர்ப்பதற்கு மதத்தையும், மந்திரவாதத்தையும், மாந்திரீகத்தையும் ஏற்றுக் கொள்வதாகும். பொதுவாக உணவு, உழைப்பு, உறக்கம், உடலுறவு, உள்ளம் (மனம்) போன்ற பல காரணங்களால் நோய்கள் ஏற்படுகின்றன. அந்நோய்களை,

காரணம்		தீர்வு
1. தெய்வத்தின் சினம்	-	நேர்ச்சை, இறைவழிபாடு
2. தீய ஆவிகளின் செயல்	-	காது குத்தல் (குறை ஏற்படுத்துதல்)
3. மந்திரவாதிகளின் செயல்	-	செய்வினை, பேய் ஓட்டுதல்
4. தீய பார்வை	-	கண்ணேறு, கொதி

போன்றவற்றால் ஏற்படுவதாகக் கருதி தீர்வு காண, சில மந்திர மருத்துவமுறையை மேற்கொள்கின்றனர்.

திட்டமிட்ட மருத்துவம் என்பது நோய்கள் ஏற்படுவதற்கு முன் அவை ஏற்படாமலிருக்க முன்னெச்சரிக்கையாக தங்கள் உணவுப் பொருட்களுடன் சிலவற்றைச் சேர்த்து பயன்படுத்துதல் திட்டமிட்ட மருத்துவம் என்பதாகும். இதனை முன்னெச்சரிக்கை மருத்துவ மெனவும் கூறலாம். இம்மருத்துவ முறையைத் தற்போதும் காணலாம். சான்றாக, சர்க்கரை நோய் ஏற்படுவதற்கு முன் பாகற்காயை உணவில் சேர்த்து கொள்வதைக் கூறலாம்.

முரட்டு மருத்துவம் என்பது சில மருத்துவ முறைகளை முரட்டுத் தனமாகக் கையாண்டு வருவது உண்டு. இதனை முரட்டு மருத்துவம் என்பர். முரட்டு மருத்துவமாகப் பேய் ஓட்டுதல், சூடு வைத்தல், இரும்பு கம்பியினால் அடித்தல் போன்றவற்றைக் கூறலாம்.

அதிர்ச்சி மருத்துவம் என்பது அதிர்ச்சி கொடுத்து நோய் அகற்றுவது ஆகும். அதிர்ச்சி மருத்துவமாகத் தலையில் தட்டுதல், காதில் ஊதுதல் போன்றவற்றைக் கூறலாம்.

11

நாட்டுப்புற வழிபாடுகளும் விழாக்களும்

ஆதிகால மனிதன் தன்னுடைய சக்திக்கு அப்பாற்பட்ட மற்றொரு சக்தி காணப்படுகின்றது என்றும் அச்சக்தியே உலகினை ஆட்டிப்படைப்பதாகவும் கருதினர். எனவே இயற்கைச் சீற்றங்களுக்கு பயந்து அவைகளைப் போற்றி வழிபடுகின்ற வழக்கத்தை (பண்பை) மேற்கொண்டான். இதனை சுப்ரமணியம் *(1982:41)*, மனிதன் தன்னுடைய ஒவ்வொரு செயலுக்கும் நிகழ்ச்சிக்கும் ஒவ்வொரு சக்தி காரணம் என நம்பினான். அச்சக்தியை பண்டைத் தமிழர் அணங்கு, சூர், பேய், கடவுள், தெய்வம் என்றனர் என்று கூறுகிறார். இவ்வுலகில் தெய்வத் தன்மை வாய்ந்தது ஒன்று உண்டு என்பது கருதி அதனுடன் தொடர்பு கொண்டு தனித்தனியாக மனிதன் அடையும் உணர்ச்சியும், நடத்தும் செயல்களுமே வழிபாடாகும் என்று ஞானசேகரன்*(2002:5)* குறிப்பிடுகிறார்.

பண்டைத் தமிழர்கள் தங்களைச் சுற்றி காணப்படுகின்ற இயற்கை பொருட்களில் எண்ணற்ற தெய்வங்கள் உறைந்துள்ளதாக நம்பினர். மலை (பாறை), காடு, மரம், நீர்நிலைகள் முதலியவற்றில் தெய்வங்கள் உறைந்துள்ளதாக நம்பினர். இதனை,

காடே கடவுள் மேன புறவே ஒள்ளிழை மகளிரோடு
மள்ளர்மேன ஆறே அவ்வனைத்து (பதி.13: 20-23)

அணங்கொடு நின்றது மலை (நற். 165:3)

என்ற பாடல்கள் சான்றுபகர்கின்றன. மரத்தில் தெய்வம் உறைந்துள்ள நம்பிக்கை இன்றும் நாட்டுப்புற மக்களிடம் காணப்படுகின்றன. ஆலமரம், அரசமரம், வேப்பமரம் முதலிய மரங்களை மக்கள் வழிபட்டு வருகின்றமை கண்கூடு. பழந்தமிழர்களிடமும் இத்தகைய நம்பிக்கை இருந்துள்ளது. இதனை,

எம்ஊர் வாயில் உண்துறைத் தடைஇய
கடவுள் முதுமரத்து உடன் உறை பழகிய (நற். 83: 1-2)

தெய்வம் சேர்ந்த பராரை வேம்பு (அகம். 309:4)

என்ற பாடல்கள் மூலம் தெரியலாம். பயத்தின் காரணமாக ஏற்பட்ட தெய்வம் குறித்த சிந்தனைகள் விளைவாக பழந்தமிழர்கள் தாங்கள் வாழுகின்ற நிலத்திற்கு ஏற்றவாறு தெய்வத்தினை பிரித்துக் கொண்டு வழிபடுகின்ற முறையும் வழக்கில் இருந்திருக்கிறது. தொல்காப்பியர் நால்வகை நிலத்திற்குரிய தெய்வங்களை,

> மாயோன் மேய காடுறை யுலகமும்
> சேயோன் மேய மைவரை யுலகமும்
> வேந்தன் மேய தீம்புன லுலகமும்
> வருணன் மேய பெருமண லுலகமும்
> முல்லை குறிஞ்சி மருதம் நெய்தலெனச்
> சொல்லிய முறையாற் சொல்லவும் படுமே (தொல்.பொருள் நூ. 5)

என்று சுட்டிக் காட்டுகிறார். இயற்கையிடமும் மரணத்திற்குப் பின்வரும் நிலையிடமும் மனிதன் கொண்ட அச்சமே வழிபாட்டிற்கு அடிப்படைக் காரணம் என்று சிக்மண்ட் பிராய்டு குறிப்பிடுகிறார்.

வழிபாட்டின் வகைகள்

நாட்டுப்புற மக்களிடம் கோயில் இல்லாத ஊரில் குடியிருக்க வேண்டாம் என்ற பழமொழி காணப்படுகிறது. அவர்கள் நல்லது நடந்தால் தெய்வத்தின் அருள் என்றும்; தீயவை நடந்தால் தெய்வத்தின் கோபம் என்றும் நம்புகின்றனர். எனவே நாட்டுப்புற மக்கள் தெய்வத்தினை அச்சத்துடனும் நம்பிக்கையுடனும் வழிபடுகின்றனர். அவர்களின் வழிபாட்டு முறையினை,

1. இயற்கை வழிபாடு
2. ஆவியுலக வழிபாடு
3. வீட்டு தெய்வ வழிபாடு
4. குல தெய்வ வழிபாடு
5. ஊர்த் தெய்வ வழிபாடு

என்று ஐந்தாக வகைப்படுத்தலாம்.

இயற்கை வழிபாடு

ஆதிகால மனிதனின் வாழ்க்கை இயற்கையோடு இயைந்தே காணப்பட்டது. இதனால் இயற்கை சீற்றங்களான இடி, மின்னல், மழை போன்றவற்றால் பாதிக்கப்பட்டான். அவைகள் அவனுக்கு வியப்பினையும், அதிர்ச்சியையும் ஏற்படுத்தின. அதனால் ஏற்பட்ட அச்சத்தின் காரணமாக வழிபட ஆரம்பித்தான். நாட்டுப்புற மக்களிடம் இன்றும் இயற்கையினை வழிபடுவதைக் காணலாம். நிலவைக் கும்மியடித்து வழிபடுவதையும், மழைக்காக பல்வேறு சடங்குகள் செய்து வழிபடுவதையும், சூரியனை வழிபடுவதையும் காண்கிறோம்.

கதிரவனுடைய இயக்கமும், சந்திரனின் இயக்கமும், பருவ நிலைகளின் மாறுதல்களும், இயற்கைப் பாதிப்புகளும் மனிதனின் மனதில் ஒருவிதமான பயத்தினை (அச்சத்தினை) ஏற்படுத்தியமையால் அவைகளை வழிபடவேண்டும் என்ற எண்ணத்தை ஏற்படுத்தியுள்ளது.

ஆவியுலக வழிபாடு

நாட்டுப்புற மக்களிடம் ஆவி குறித்த நம்பிக்கைகள் அதிகளவில் காணப்படுகின்றன. இறந்த முன்னோர்களின் ஆன்மாவை ஆவி என்று கூறுகின்றனர். இதனை டைலர் என்பவர் சமயத்தின் தொடக்கம் ஆவிகளின்பாற் ஏற்பட்ட நம்பிக்கையிலிருந்து தோன்றியது என்கிறார். ஆதிகால மனிதன் ஆவிகளின் சீற்றத்தைத் தணிக்க அந்த ஆவிகளையே வழிபடத் தொடங்கினான். ஆவிகள் தான் தங்களுடைய செயல்களை கட்டுப்படுத்துவதாகவும் நம்பினான். பெரும்பாலான பழங்குடி மக்கள் ஆவியுலகக் கோட்பாட்டினை உடையவராக உள்ளனர்.

பழந்தமிழர்களும் ஆவி வழிபாட்டினை உடையவர்களே இதனை பழந்தமிழ் இலக்கியங்கள் சான்று பகர்கின்றன. தமிழக நாட்டுப்புற கதைப்பாடல்களில் கதைத் தலைவர்கள் இறந்து உயிர்பெற்று தெய்வமாவதைக் காணமுடிகிறது. கொடூரமாக, சமூகஅநீதியால் கொலை செய்யப்பட்ட தலைவர் அல்லது தலைவியின் ஆவியின் சினத்தை தணிப்பதற்காக பூசையிட்டு வழிபடுகின்றமை காணப்படு கிறது. இத்தகைய தலைவர்களுக்கு அல்லது தலைவிகளுக்கு கிராமப்புறங்களில் கோயில்கள் அமைக்கப்பட்டு வழிபாடுகள் செய்யப் படுகின்றமை குறிப்பிடத்தக்கதாகும். இவைகள் ஆவியுலக வழிபாட்டின் அடிப்படையில் எழுந்தவையாகும்.

வீட்டு தெய்வ வழிபாடு

வீட்டில் வைத்து இறைவனுக்கு வழிபாடு செய்வது வீட்டு தெய்வ வழிபாடாகும். இதனை முன்னோர் வழிபாடு என்றும் கூறலாம். நாட்டுப்புற மக்கள் இறந்த முன்னோர்களது ஆவியானது தெய்வங்களாக தங்களது வீட்டில் இருக்கிறது; அவை தங்களது ஒவ்வொரு செயலையும் பார்க்கிறது; தங்களைக் காக்கிறது; வழிநடத்துகின்றது; நல்லது செய்கிறது என்று நம்புகின்றனர். இதன் வெளிப்பாடாக இறந்த தங்களது முன்னோர்களை வீட்டில் வைத்து வழிபடுகின்றனர்.

வீட்டு தெய்வ வழிபாட்டினை இரண்டாக வகைப்படுத்தலாம். 1. இறந்த ஒவ்வொருவரையும் அவர் இறந்த நினைவு நாளன்று சிறப்பாக நினைத்து வழிபடுவது. 2. திருமணமாகாமல் சிறுவயதில் இறந்தவர்களை (கன்னி வழிபாடு) நினைத்து வழிபடுவது.

வீட்டில் இறந்த முன்னோர்களின் நினைவு நாளன்று வீட்டினை தூய்மை செய்து அவருடைய புகைப்படம் இருந்தால் அதற்கு மாலைகள் அணிவித்து வைப்பர். புது ஆடையினையும் எடுத்து வைத்து அவருக்கு பிடித்தமான உணவு வகைகளையும் படைத்து வைத்து அதற்கு முன்னால் அனைவரும் நின்று வழிபடுவர்.

இவ்வாறு வழிபடும் போது இறந்தவரின் ஆவி யாராவது ஒருவர் மீது இறங்கி அருள்வாக்கு கூறுவதும் உண்டு. இந்த அருள்வாக்கு உண்மையாக இருக்கும் என்பது நாட்டுப்புற மக்களின் நம்பிக்கை யாகும்.

வீட்டில் திருமணம் ஆகாமல் இறந்தவர்கள் ஆவிகளை கன்னி என்று கூறுவர். அவர்கள் வீட்டில் தங்களுக்கு பாதுகாப்பாக இருப்பார்கள் என்று நம்புகின்றனர். எனவே வீட்டில் ஏதேனும் நிகழ்வுகள் நடைபெறும் போது கனவில் வெளிப்படுவார்கள் என்றும் கூறுகின்றனர். இவர்களுக்கு வருடத்திற்கு ஒரு முறை புது ஆடை யினை எடுத்து வைத்து அதனை ஓலைப்பெட்டியில் பாதுகாப்பாகக் கட்டி தொங்கவிடுகின்ற வழக்கம் உள்ளது. இவர்களை வாரத்தில் புதன்கிழமை மற்றும் சனிக்கிழமைகளில் படையல் வைக்கின்ற மரபு காணப்படுகிறது. அப்போது பாலும் பழமும், பலகாரங்கள், வெற்றிலை பாக்கு முதலியவை படைக்கப்படுகிறது.

குலதெய்வ வழிபாடு

இயற்கையாக இறக்காமல் பல்வேறு சமூக பொருளாதார, அரசியல், கலாச்சார காரணங்களினால் திடீரென்று இறந்தவரை (தற்கொலை, போர், கொலை, விபத்து போன்றவற்றால் இறந்தவரை) தெய்வமாக வழிபடுவது தான் குலதெய்வ வழிபாடு என்று அழைக்கின்றனர் என்று மாற்கு (2001:91) குறிப்பிடுகிறார்.

இந்தக் குலதெய்வ வழிபாடானது நட்புணர்வின் அடிப்படை யிலும், அச்சத்தின் அடிப்படையிலும் நடைபெறுவதைக் காணமுடி கிறது. இறந்தவரை இறந்தவரின் சாதியினர் நட்புணர்வுடன் வழிபடுவர். இறந்தவரை அவர் இறப்பதற்குக் காரணமாக இருந்த சாதியினர் தங்களுக்கு எதாவது தீமைகள் வந்துவிடுமோ என்ற அச்சத்தில் இறந்தவரை அமைதிப்படுத்தும் நோக்கில் பயத்தில் வழிபடுவதுண்டு. உதாரணமாக மதுரைவீரன் தெய்வத்தினைக் குறிப்பிடலாம்.

குலதெய்வத்திற்கு பொதுவான இடத்தில் பீடமோ அல்லது சிலையினையோ வைத்து வழிபடுகின்றனர். இத்தெய்வத்திற்கு

வருடத்திற்கு ஒரு முறை அனைவரும் ஒன்றுகூடி வழிபாடு செய்கின்றனர். பொதுவாக மாசிமாதம் வரும் அமாவாசை அன்று வழிபடுகின்றனர். இது இனம்சார்ந்து மக்களின் எண்ணங்களின் அடிப்படையில் வேறுபடுவதும் உண்டு. வீட்டில் திருமணம் போன்ற முக்கிய நல்ல நிகழ்வுகள் நடைபெறுவதாக இருந்தால் குடும்பமாகச் சென்று குலதெய்வத்தை வழிபட்ட பின்புதான் நல்ல காரியத்தை ஆரம்பிக்கின்ற வழக்கம் காணப்படுகிறது.

ஒவ்வொரு சமூதாய மக்களிடமும் குலதெய்வ வழிபாடு காணப்படுகிறது. ஆனால் குலதெய்வத்தின் வரலாறு குறித்த சிந்தனைகள் தெரியாமலும், மறைக்கப்பட்டும் உள்ளமை குறிப்பிடத்தக்கதாகும்.

ஊர்த் தெய்வ வழிபாடு

பல குடும்பங்கள் ஒன்றாகக் கூடி வாழ்வது ஊர் என்பர். இவர்கள் ஒரே இனத்தைச் சார்ந்த மக்களாக இருக்கலாம். அல்லது பல்வேறு இனத்தைச் சார்ந்தவர்களும் இருக்கலாம். இவர்கள் ஊருக்காக ஒரு கோயில் வைக்கப்பட்டிருக்கும். அது சிறுதெய்வ கோயிலாகவும் இருக்கலாம் பெருந்தெய்வக் கோயிலாகவும் இருக்கலாம். இவ்வழி பாட்டிற்கு ஊர் மக்கள் அனைவரிடமும் வரியாக பணம் பெற்று வருடத்திற்கு ஒரு முறை திருவிழா நடத்துகின்றனர். திருவிழாவானது மூன்று நாள் முதல் பத்து நாட்கள் வரை நடைபெறும். திருவிழாவினை கொடை என்றும், பொங்கல் வைத்தல் என்றும், சாமி கும்பிடுதல் என்றும் அழைக்கின்றனர்.

ஒவ்வொரு ஊருக்கும் தலைவர் ஒருவர் இருப்பார் அவர்தான் ஊர்த்திருவிழாவினை முன்னின்று நடத்துவார். இவர் ஊர் மக்கள் அனைவரும் கோயிலுக்கு வருமாறு அழைப்பு விடுத்து ஊர்க்கூட்டம் நடைபெறும். ஊர்க்கூட்டத்தில் திருவிழா நிகழ்வுகளை எவ்வாறு செய்யலாம் என்று கலந்துரையாடல் நடைபெறும். ஊர்த் திருவிழாவின் போது வெளியூர்களில் உள்ளவர்களும் ஊருக்கு வந்துவிடுவர். வழிபாட்டு முறையினை,

1. கால்நாட்டுதல்
2. விரதமிருத்தல்
3. குடி அழைப்பு
4. காப்பு கட்டுதல்
5. கொடை நிகழ்ச்சிகள்
6. மத்தியான பரண்
7. சாமக் கொடை
8. திரளை எறிதல்

9. படைப்பு
10. பரண் வெட்டு
11. இரத்தத் துடைப்பு

என்று திருநெல்வேலி மாவட்ட ஊர்த் தெய்வ வழிபாட்டு முறையினை சக்திவேல் (1983:232) குறிப்பிடுகிறார். ஊர்த் தெய்வ வழிபாட்டு முறைகள் ஊருக்கு ஊரு தெய்வத்திற்குத் தெய்வம் வேறுபட்டு காணப்படுகின்றன. ஊர்த் தெய்வம் சிறு தெய்வமாக இருந்தால் ஆட்டினை பலிகொடுக்கின்ற வழக்கமும் காணப்படுகின்றது. அவ்வாறு பலியிடும் போது நேர்ச்சை ஆடும், ஊர் ஆடும் வெட்டப்படும்.

சிறுதெய்வ வழிபாடு

நாட்டுப்புற தெய்வங்களைத்தான் சிறுதெய்வங்கள் என்று அழைக்கிறோம். சிறு தெய்வங்கள் வேதக்கடவுளோடு பெரும்பாலும் தொடர்பு கொள்ளாதவை. முழுமுதற்கடவுளாக கொண்டு வணங்கப்படாதவை. இவற்றிற்கு பூசை, திருவிழா முதலியவற்றில் திட்டவட்டமான வரையறை இருப்பதில்லை. பிராமணர் அல்லாதோர் பூசாரியாக இருப்பர். கோயில் போன்ற அமைப்பு பெரும்பாலும் கிடையாது. அச்சத்திற்காகவும் வளமைக்காகவும், நோய்களைத் தடுக்கவும் இயற்கைச் சீற்றம் தணியவும் நாட்டுப்புற தெய்வங்களை வழிபடுகின்றனர். நாட்டுப்புற தெய்வங்கள் மக்களின் வாழ்வியலோடு பின்னிப்பிணைந்து விட்டன. நாட்டுப்புற தெய்வங்களே நாட்டுப்புற கலை வளர்ச்சிக்குக் காரணமெனில் அது மிகையாகாது.

தமிழகம் முழுவதும் மாரியம்மன் வழிபாடு காணப்படுகிறது. ஆருகடன் நின்றாலும் மாரிகடன் ஆகாது என்ற நம்பிக்கை மக்களிடம் காணப்படுகிறது. மாரியம்மனை வேண்டுவது போன்று காளியம்மனையும் வேண்டுகின்றனர். மாரியம்மன் வழிபாட்டைப் போன்றே அய்யனார் வழிபாட்டையும் காணலாம். அய்யனார், வீரன், சுடலைமாடன் போன்ற தெய்வங்கள் காவல் தெய்வங்களாகக் கருதப்படுகின்றன.

பெருந் தெய்வ வழிபாடு

நாட்டுப்புற மக்கள் பெருந் தெய்வங்களையும் வழிபடுகின்றனர். சிவன், திருமால், முருகன், பிள்ளையார் போன்றவை பெருந் தெய்வங்கள் ஆகும். பெருந்தெய்வங்கள் வேதத்தோடு தொடர்பு கொண்ட தெய்வங்களாகக் கருதப்படுகின்றன. இவைகளுக்கு ஆகம விதிப்படி கோயில்களும், திட்டவட்டமாக வரையறைப்படுத்தப்பட்ட

பூஜைகளும் திருவிழாக்களும் உண்டு. வழிபாட்டு முறையில் பிராமணிய முறை பின்பற்றப்படுவதோடு திருவிழாக்களும் குறித்த காலத்தில் நடைபெறுகின்றன.

தெய்வங்களில் சிறுதெய்வத்திற்கும் பெருந்தெய்வத்திற்கும் இடையே மிகுந்த வேறுபாடுகள் காணப்படுகின்றன. இன்று சிறுதெய்வங்களும் மேல்நிலையாக்கம் பெற்று காணப்படுகின்றன. பெருந்தெய்வ கோயில்கள் போன்று கோயில்களும் பிராமணிய வழிபாட்டு முறையும் பின்பற்றப்படுகின்றமை காணமுடிகிறது.

நாட்டுப்புற மக்களின் வாழ்வில் ஏற்படும் இன்ப துன்பங்களுக்கும் நோய்களுக்கும் நாட்டுப்புற தெய்வங்களையே தஞ்சமடைகின்றனர். தெய்வத்திற்கு பலியையும் படையலையும் செலுத்தி தங்கள் வேண்டுதல்களை நிறைவேற்றிக் கொள்கிறார்கள். இதனால் பெருந்தெய்வ கோயில்களை விட நாட்டுப்புற தெய்வங்கள் அதிகளவில் காணப்படுகின்றன. நாட்டுப்புற தெய்வங்களை பிடிமண் எடுத்து புதியதோர் இடத்தில் எளிதில் கொண்டு செல்ல முடிவதால் பரவலாக்கம் அதிகளவில் நடைபெறுகின்றமை காணமுடிகிறது.

நாட்டுப்புறத் திருவிழாக்கள்

ஆண்டு முழுவதும் உழைத்த மனிதன் ஓய்வு நேரத்தில் மகிழ்ச்சியாக இருக்க விரும்புவது இயல்பு. அம்மகிழ்ச்சியை கொண்டாடுவதற்கு திருவிழாக்கள் நடத்தப்படுகின்றன. விழாக்கள் பெரும்பாலும் மதச் சார்புடையனவாகவோ தொழில் சார்புடையன வாகவோ இருக்கும். தொழில் சார்புடைய விழாக்கள் தொழில் சிறப்படைய வேண்டும் என்ற எண்ணத்தில் கொண்டாடப் படுவனவாகும். சமய சார்புடைய விழாக்களில் தெய்வ வழிபாடு கலந்திருக்கும். அவை பொழுது போக்காக மட்டுமின்றி பயன் கருதியும் நடத்தப்படுகின்றன. நாட்டுப்புற விழாக்களின் மூலம் நாட்டுப்புற மக்களின் பண்பாடும் நாகரிகமும் பழக்கவழக்கங்களும் வெளிப்படுகின்றன.

விழாக்களை வருடாந்திர விழாக்கள் கோயில் விழாக்கள் என்று வகைப்படுத்தலாம். இவ்விழாக்களில் சிறுபாரம்பரிய மரபும் பெரும் பாரம்பரிய மரபும் கலந்து காணப்படுகின்றன. இவ்விழாக்களை முழுக்க முழுக்க நாட்டுப்புற விழாக்கள் என்று கூறமுடியாது. ஆனால் நகர்ப்புற மக்கள் மட்டுமின்றி கிராமப்புற மக்களும் இவ்விழாக்களை கொண்டாடுகின்றனர். விழாக்களைக் குறித்து சுருக்கமாகக் காண்போம்.

தமிழ் வருடப்பிறப்பு

சித்திரை மாதம் முதல் நாள் தமிழ் வருடப் பிறப்பாகக் கொண்டாடப்படுகின்றது. அன்று புத்தாடை அணிந்து கோயிலுக்கு சென்று வழிபட்டு விருந்துண்டு மகிழ்ச்சியாகக் கொண்டாடுகின்றனர். வருடத்தின் முதல் நாள் மகிழ்ச்சியாக இருந்தால் ஆண்டு முழுவதும் மகிழ்ச்சி நிலவும் என மக்கள் நம்புகின்றனர்.

சித்திரா பௌர்ணமி

சித்திரை மாதம் வரும் பௌர்ணமி அன்று சிறப்பாகக் கருதப்படு கிறது. அன்று சித்திரகுப்தனை வழிபட்டால் வாழ்வு வளம்பெறும் என்று நம்புகின்றனர். எனவே அன்று கோயிலுக்கு செல்வதை சிறப்பாகக் கருதுகின்றனர்.

வைகாசி விசாகம்

வைகாசி மாதம் முழு நிலாவன்று முருகன் கோயிலில் மிக விமரிசையாக கொண்டாடப்படுகிறது. ஏனெனில் அன்று முருகப் பெருமான் பிறந்த நாளாகக் கூறுகின்றனர். உலகம் போற்றும் புத்தர் பிறந்ததும் இந்நாளே. இந்தியா முழுவதும் வைகாசி விசாகம் புத்த பூர்ணிமா என்ற பெயரில் கொண்டாடப்படுகிறது.

ஆடி பதினெட்டாம் பெருக்கு

ஆடி மாதம் வரும் பதினெட்டாம் நாளில் காவிரிக் கரையில் வாழும் மக்கள் காவிரித் தாய்க்கு விழா எடுப்பர். ஆடிப்பட்டம் தேடி விதை என்பதற்கு ஏற்ப உழவர்கள் உழவுத் தொழிலைத் தொடங்கும் காலமாகும். ஆடி மாதத்தில் காவிரி ஆற்றில் வெள்ளம் பெருக் கெடுத்து ஓடும். பதினெட்டாம் நாளில் ஆணும் பெண்ணும் காவிரித் தாயை மலர் தூவி வணங்கி வழிபடுவர். புதிதாக திருமணமான தம்பதியர்கள் தங்களின் மணமாலையினை காவிரியில் விட்டு வணங்குவர்.

இச்சடங்கின் முக்கிய நோக்கம் ஆறாகிய மணமகனுக்கு தானியம் விளையும் மணமகளைத் திருமணம் செய்து வைப்பதாகும். இதனால் வயலானது ஆற்று நீரால் வளப்படுத்தப்படும் என்ற நம்பிக்கையாகும். விவசாயத்தில் நல்லபலன் கிடைக்கவேண்டும் என்பதே இதன் நோக்கமாகும்.

வரலெட்சுமி விரதம்

இது பெண்கள் இலட்சுமியை வழிபடும் விழாவாகும். இவர்கள் தங்களுக்காகவும் கணவன், குழந்தைகளுக்கு நல்லாசி வேண்டி

வணங்கும் விழாவாகும். இதனை ஆடி மாதம் கடைசி வெள்ளிக் கிழமை அன்று விரதமிருந்து கொண்டாடுவர்.

பிட்டுத் திருவிழா

இவ்விழா ஆவணி மாதத்தில் மூல நட்சத்திரத்தில் கொண்டாடு கின்றனர். சிவபெருமான் பிட்டுக்கு மண் சுமந்து வைகையாற்றின் வெள்ளத்தைத் தடுத்து நிறுத்தியதாக மக்களிடையே நம்பிக்கை நிலவுகின்றது. இவ்விழாவினை மதுரையில் சிறப்பாகக் கொண்டாடு கின்றனர். அன்று பிட்டினைத் தயார் செய்து உண்பர். இவ்விழா வினைப் பிட்டுத் திருவிழா என்பர்.

விநாயக சதுர்த்தி

ஆவணி மாதம் வளர்பிறையில் சதுர்த்தி அன்று விநாயகருக்கு சிறப்பான வழிபாடு செய்யப்படுகிறது. வட இந்தியாவில் விநாயக சதுர்த்தி விமரிசையாகக் கொண்டாடுவார்கள். பிற்காலத்தில் அவ்வழிபாட்டு முறை தமிழகத்திற்கும் வந்து விட்டது. விநாயகர் உருவத்தை செய்து வைத்து கொழுக்கட்டை, அவல், பொரி, சுண்டல் வெற்றிலைப் பாக்கு வைத்து வழிபட்டு பின்னர் ஆற்றில் அல்லது கடலில் கொண்டு கரைத்து விடுவர்.

நவராத்திரி

நவ என்றால் ஒன்பது என்று பொருள். நவராத்திரி விழா ஒன்பது இரவுகளைக் கொண்டதாகும். சக்தியின் பெருமையினை உலகுக்கு உணர்த்தவும் வாழ்வில் மகிழ்ச்சி பெறவும் கொண்டாடப்படுகிறது. நவராத்திரி விழாவின் போது கொலு வைக்கின்ற வழக்கம் உள்ளது. இந்த ஒன்பது நாட்களும் தேவி ஊசியின் மீது தவம் இருப்பதாக மக்கள் நம்புகின்றனர்.

சரசுவதி பூஜை

நவராத்திரியின் ஒன்பதாவது நாள் சரசுவதி பூஜை கொண்டாடப் படுகிறது. சரசுவதி பூஜை அன்று வீடுகளில் புத்தகங்களை வைத்து வழிபடுவர். இது ஐப்பசி மாதம் கொண்டாடப்படுகிறது.

தீபாவளி

தீபாவளியினை கிராமப்புற மக்களை விடவும் நகர்ப்புற மக்கள் மிகவும் விமரிசையாகக் கொண்டாடுகின்றனர். இது மகாவிஷ்ணு அவதாரம் எடுத்து நரகாசுரனைக் கொன்ற நாளாகும். அன்று எண்ணெய் தேய்த்து நீராடி, புத்தாடையினை அணிந்து பலகாரங்களை உண்டு

வெடி வெடித்து மிக விமர்சையாகக் கொண்டாடுகின்றனர். இந்தியா முழுவதும் கொண்டாடப்படும் விழா இதுவாகும்.

கந்த சஷ்டி

ஐப்பசி மாதம் வரும் கந்த சஷ்டி முருகன் கோயிலில் மிகவும் விமர்சையாகக் கொண்டாடுகின்றனர். ஏனெனில் முருகன் அசுரனான சூரனை வதம் செய்து அழித்த சூரசம்ஹாரம் செய்த நாளாகும். அன்று முருகன் கோயிலில் சூரனை வதம் செய்யும் நிகழ்வு செய்து காட்டப்படும்.

கார்த்திகை தீபம்

கார்த்திகை மாதம் முழுநிலா நாளன்று கார்த்திகை தீபம் கொண்டாடுகின்றனர். அன்று வீடுதோறும் விளக்கேற்றி அலங்கரிப்பர். கார்த்திகை மாதம் முழுவதும் விளக்கேற்றுபவர்களும் உண்டு. கிராமங்களில் சுளுந்து சுற்றுவர். சோளத்தட்டையை ஒன்றாகக் கட்டியும் சுளுந்து சுற்றி பின்பு ஓரிடத்தில் வைத்து நெருப்பூட்டி அதனை மக்கள் தாண்டுவர். அச்சாம்பலை எடுத்துச் சென்று நிலங்களில் இடுவர். நிலங்கள் நன்கு விளையும் என நம்புகின்றனர். இச்சாம்பலை வீட்டில் வைத்துப் பாதுகாத்தால் பேய், பிசாசு வராது என நம்புகின்றனர் என்று சக்திவேல் குறிப்பிடுகிறார்.

குமரி மாவட்டத்தில் கார்த்திகை தீபம் அன்று வீடுகளில் விளக்கேற்றி கொழுக்கட்டை செய்து வழிபடுவர். இதுமட்டுமின்றி சொக்கப்பனை செய்து அதனை ஊர் முழுவதும் இழுத்து பின்னர் எரியூட்டுவர். இது ஊரினை தூய்மை செய்யும் நோக்கில் செய்யப்படுகின்றமை குறிப்பிடத்தக்கதாகும்.

வைகுண்ட ஏகாதசி

மார்கழி மாதத்தில் வருகின்ற வளர்பிறை ஏகாதசி திதி அன்று வைகுண்ட ஏகாதசி திருவிழா நடைபெறும். அன்று விரதம் இருந்து இரவு முழுவதும் கண்விழித்திருப்பர். அன்றுதான் சொர்க்கவாசல் திறக்கும் என்ற நம்பிக்கை மக்களிடம் உள்ளது. ஸ்ரீரங்கத்தில் வைகுண்ட ஏகாதசி சிறப்பாக நடைபெறும்.

பொங்கல் விழா

தமிழர்கள் அனைவராலும் மிகச்சிறப்பாகக் கொண்டாடப்படும் விழா பொங்கல் விழாவாகும். இதனை மக்கள் சூரியனுக்கும், மழைக்கும், மாடுகளுக்கும் நன்றி சொல்லும் விழாவாகக் கொண்டாடு கின்றனர். மார்கழித் திங்களின் இறுதிநாளை போகி விழாவாகக்

கொண்டாடுகின்றனர். பழைய பொருட்களை போக்கி புதிய பொருட்களால் வீட்டை அலங்காரம் செய்வர். மகராசன் பொங்கல் வந்தால் வயிறுநிறைய சோறு தின்னலாம் என்பது நாட்டுப்புறப் பழமொழியாகும். பொங்கல் விழாவினை தைத்திங்கள் முதல்நாள் கொண்டாடப்படுகின்றது. இதனை தமிழர் திருநாள் என்றும் உழவர் திருநாள் என்றும் அழைக்கின்றனர். அன்று வேளாண்மைப் பெருக்கத் திற்குக் காரணமான ஞாயிற்றை வணங்குகின்றனர். புதுப்பானையில் பொங்கலிட்டுப் பொங்கலோ பொங்கல் என்று முழங்குவர். கதிரவனுக்கு பொங்கலைப்படைத்து உண்டு மகிழ்வர்.

தைத்திங்கள் இரண்டாம் நாள் மாட்டுப் பொங்கலாகும். அன்று மாடுகளைக் குளிப்பாட்டி, கொம்புகளுக்கு வண்ணம் தீட்டி, குங்குமம் இட்டு மாலைசூட்டிச் சோறு படைப்பர். அன்று வீர விளையாட்டான சல்லிக்கட்டு ஒரு சில இடங்களில் நடைபெறுவதும் உண்டு. தமிழக அரசு இந்நாளை திருவள்ளுவர் திருநாளாகக் கொண்டாடி வருகின்றது.

மாட்டுப் பொங்கலுக்கு மறுநாளை காணும் பொங்கல் என்று அழைக்கின்றனர். அன்று பெரியவர்களை கண்டு வாழ்த்து பெறுவர். இதனை காணும் பொங்கல் என்றும் கன்னிப்பொங்கல் என்றும் அழைக்கின்றனர்.

மகா சிவராத்திரி

மாசி மாதத்தில் வரும் அமாவாசை இரவுக்கு மகாசிவராத்திரி என்று பெயர். சிவபெருமான் அசுரன் ஒருவனுக்கு வரம் கொடுத்தார். நீ யாரை சுண்டுகிறாயோ அவர்கள் தலை துண்டாகும் என்று வரத்தினை வாங்கிய அசுரன் சிவபெருமனை பரிசோதிக்க ஆசைப்பட்டான். இதனால் சிவபெருமான் அவனுக்கு பயந்து ஒரு இரவு முழுவதும் ஓடி ஒளிந்தார். கடைசியாக திருமால் காப்பாற்றியதாக புராணம் கூறுகின்றது. அவர் தூங்காமல் ஓடி ஒளிந்த இரவினையே மகாசிவராத்திரி என்று கூறுகின்றனர். அன்று தூங்காமல் விரதமிருந்து சிவனை வழிபடுகின்றனர். குமரி மாவட்டத்தில் சிவலாய ஓட்டம் நடைபெறுகிறது. 12 சிவன் கோயிலுக்கு பக்தர்கள் கோவிந்தா கோபாலா என்று கூறிக் கொண்டே ஓடுகின்றமையைக் காணமுடிகிறது.

பங்குனி உத்திரம்

பங்குனி மாதத்தில் வரும் உத்திரம் நட்சத்திரம் சிறப்பாகக் கருதப்படுகிறது. அன்று இராமர் கோயில்களில் மிக விமர்சையாக நடைபெறும். பங்குனி உத்திரத்திற்கு அடுத்த நாள் இடும்பன் விழா நடைபெறும்.

12

நாட்டுப்புறக் கலைகள்

ஆரம்ப காலமனிதன் தன்னுடைய அனுபவங்களையும் எண்ணங்களையும் பிறருடன் பகிர்ந்து கொள்ள வேண்டும் என்ற எண்ணம் ஏற்பட்ட போதே கலைகள் தோன்றி விட்டன எனலாம். இவைகள் மக்களிடம் இயல்பாகத் தோன்றி இயற்கையோடு இயைந்து அழகுணர்ச்சிகளின் உறைவிடமாய் மக்களை களிப்படையச் செய்யும் நிகழ்வுகளை நாட்டுப்புறக் கலைகள் எனலாம். ஒருவரின் மௌனச் செய்தியும், சுகதுக்கங்களின் அனுபவத்தையும் மற்றொருவனுக்கு வெளிப்படுத்துவது கலையாகும். கலைகளை பிறருக்கு மகிழ்ச்சியூட்டி வெளிப்படுத்துபவன் கலைஞன் ஆவான். கலைஞன் எப்போதும் தனிமனிதனாக இருக்க வேண்டிய அவசியம் இல்லை. பலர் ஒன்று கூடியும் கலையினை நிகழ்த்தவோ படைக்கவோ செய்யலாம். இயற்கையோடு இயைந்து கலைகளை நிகழ்த்திய தன்மை மறைந்து காலப்போக்கில் சமயத்துடனும் சமூகத்துடனும் இணைந்து கலைகள் காணப்படுகின்றன. இதன் காரணமாக பல கலைகள் மறைக்கப்பட்டு மறைந்து விட்டன.

வழிபாட்டுச் சடங்குகளில் ஒரு பகுதியாகவும் அழகுணர்ச்சியின் வெளிப்பாடாகவும் பொழுதுபோக்கிற்காகவும் மக்களால் உருவாக்கப் படும் நிகழ்த்தப்படும் மரபுவழிக் கலைகளை நாட்டுப்புறக் கலைகள் என்று குறிப்பிடலாம் என்று இராமநாதன் *(2007:460)* குறிப்பிடுகிறார்.

நாட்டுப்புறக் கலைகளின் வளர்ச்சி நிலையினை சக்திவேல் அவர்கள் மூன்றாக பிரித்துக் கூறுகிறார். அவை, 1. தொன்மைக் கலைகள், 2. நாட்டுப்புறக் கலை, 3. செம்மைக்கலை என்பனவாகும். இதில் தொன்மைக்கலை பழங்குடி மக்களிடையேயும் நாட்டுப்புறக் கலை நாட்டுப்புற மக்களிடையேயும் செம்மைக்கலையை உயர்குடி மக்களிடையேயும் காணலாம் என்கிறார்.

நாட்டுப்புறக் கலைகளின் தோற்றம்

கலைகளின் தோற்றம் குறித்து உறுதிபடக் கூற இயலாது எனினும் ஓரளவு அறிந்து கொள்ள இயலும். ஆதிகால மனிதன் வேட்டைக்கு செல்லும் போது விலங்குகளைப் போன்று வேடம் அணிந்து வேட்டைக்கு செல்வது வழக்கம். அவ்வாறு வேட்டைக்கு செல்லு வதற்கு முன்பு தம்முடைய குழுவினர் முன்னால் ஆடிய வேட்டை நடனங்கள் குறிப்பிடத்தக்கதாகும். இவ்வாறு விலங்குகளை

வேட்டையாடுவது போன்று பாவனை நடனத்தை ஆடிய பின்னர் வேட்டைக்கு சென்றால் அதிகளவு வேட்டை கிடைக்கும் என்பது அவர்களின் நம்பிக்கையாகும்.

வேட்டையில் விலங்குகளை வீழ்த்துவது போன்ற குகை ஓவியங்களும் இந்த நோக்கில் வரையப்பட்டதாகக் கருதப்படுகிறது. வேட்டை நடனத்தின் எச்சங்களாகப் புலியாட்டம், காளையாட்டம், கரடியாட்டம் முதலிய ஆட்டங்களை சிந்தித்துப் பார்க்க முடிகிறது. தெய்வ வழிபாட்டுச் சடங்கில் இருந்து பின்னாளில் கலைவடிவம் பெற்றவைகளாக கரகாட்டம், காவடியாட்டம், சேர்வையாட்டம் முதலிய ஆட்டங்களைக் கூறலாம். இவ்வாறு கலைகளின் தோற்றம் குறித்து ஊகிக்க முடிகிறதேயன்றி அவற்றின் தோற்றம் குறித்து தெளிவாக அறிந்து கொள்ள முடியவில்லை.

நாட்டுப்புறக் கலைகளின் வகைபாடு

நாட்டுப்புறக் கலைகளைக் குறித்து ஆய்வு செய்த அறிஞர்கள் அவற்றைப் பலவாறு வகைப்படுத்தியுள்ளனர். பானர்ஜி என்பவர் நாட்டுப்புறக் கலைகளை மூன்றாகப் பகுத்துள்ளார். அவை,

1. சமூகச் சார்புக் கலைகள்

2. சமயச் சார்புக்கலைகள்

3. போர் இயல்புக் கலைகள்

என்பனவாகும். கிருஷ்ணய்யர் அவர்களும் மூன்றாக வகைப்படுத்தியுள்ளார். அவை,

1. குடும்ப விழாக்கள், சமூக விழாக்கள், கோயில் விழாக்களில் ஆடும் நடனங்கள்.

2. தொழில் நடனங்கள்.

3. பழங்குடி நடனங்கள்

என்பனவாகும். ஏ.என். பெருமாள் அவர்கள் இரண்டாக வகைப்படுத்தியுள்ளார். அவை,

1. சமூகச்சார்புக் கலைகள்

2. சமயச்சார்புக் கலைகள்

என்பனவாகும். சக்திவேல் அவர்கள் இரண்டாக வகைப்படுத்தியுள்ளார். அவை,

1. நிகழ்த்துக் கலைகள்
2. நிகழ்த்தாக் கலைகள் (பொருட் கலைகள்)

என்பனவாகும். சு. சக்திவேல் அவர்களும் ஆறு. இராமநாதன் அவர்களும் கீழ்க்கண்டவாறு வகைப்படுத்தியுள்ளனர்.

1. சாதி	: கணியான் ஆட்டம், தேவராட்டம்
2. ஆடும்முறை அல்லது பண்பு	: ஒயில்கும்மி
3. பாடுபவர்	: கோடாங்கியாட்டம்
4. நேரம்	: பகல் வேடம்
5. பொருட்கள் அடிப்படை	: மரப்பாவைக் கூத்து, தோற்பாவைக் கூத்து, பொய்க்கால் குதிரையாட்டம், கரகாட்டம், காவடியாட்டம், கோலாட்டம், கழைக்கூத்து.
6. இசைக்கருவி	: வில்லுப்பாட்டு
7. வேடம்	: புலியாட்டம், கரடியாட்டம், மயிலாட்டம், காளியாட்டம்
8. இசைக்கருவியும் வேடமும்	: உறுமிக் கோலாட்டம்
9. நிகழ்த்தும் இடம்	: தெருக்கூத்து

வகைபாடு

கலையினை மூன்றாக வகைப்படுத்தலாம். அவை

1. நிகழ்த்துக்கலைகள்,
2. பொருட்கலைகள்,
3. தற்காப்புக்கலைகள்

என்பனவாகும். நிகழ்த்துக்கலையினை கதைத்தழுவியவை, கதைத் தழுவாதவை என்று பாகுபடுத்தலாம். பொருட்கலைகளை வழிபாட்டுக் கலைகள், பிற கலைகள் என்று பாகுபடுத்தலாம்,

1. நிகழ்த்துக்கலைகள்

நிகழ்த்துக்கலை என்பது பார்வையாளர்களின் முன்னால் ஏதேனும் ஒன்றை நிகழ்த்திக் காட்டுவதாகும். இது மரபான நாடகமாகவே சம காலத்திய நாடகமாகவே இருக்கலாம். நிகழ்த்திக்

காட்டுதல் என்பது நடிப்பது என்பதையும் தாண்டி விரிந்த பொருட்பரப்பை உள்ளடக்கியது. நிகழ்த்துதல் என்பதை அடிப்படைப் பண்பாகக் கொண்டே நாட்டுப்புறக் கலைகள் விளங்குகின்றன. கலைகளில் முழுமையான கலை நிகழ்த்துக்கலையாகும். மனிதனின் வாழ்வில் வருகின்ற இன்ப துன்பங்கள் மன உணர்வுகளை மற்றவர் களும் உணரும் விதமாக உடலசைவுகளால் வெளிப்படுத்துவதாகும். இவ்வாறு அபிநயங்கள் வெளிப்படும் போது ஆடலும் பிறக்கிறது. அவ்வாடல் ஒவ்வொன்றும் ஒவ்வொரு கலைகளாக உருவெடுக் கின்றன. இக்கலைகள் சமூகம் சார்ந்த, சமயம் சார்ந்த, தொழில் சார்ந்த, வீரம் சார்ந்த கலைகளாக நிகழ்த்தப்படுகின்றன.

நிகழ்த்துக்கலை கதைத்தழுவியவை

நிகழ்த்துக் கலையில் கதைத்தழுவிய கலைகளாக தெருக்கூத்து, வில்லுப்பட்டு, பாவைக்கூத்து, உடுக்கடிப்பாட்டு, நாடகம், வழிபாட்டுக் கூத்துக்கள் என்பனவாகும்.

நாடகம் - கூத்து

நாடகம் கூத்து இந்த இரண்டு சொற்களுக்கும் இன்று வெவ்வேறு பொருள் உண்டு. பாடல்கள் பெருகி உரைநடை அருகி, மேடை அலங்காரங்கள் முதலிய வசதிகள் குறைந்தது கூத்தாகும். பாடல்கள் அருகி, உடைநடை பெருகி, அழகிய மேடை, காட்சிக்கேற்ற சோடனைகள், ஒலிஒளி அமைப்பு முதலிய வசதிகள் நிறைந்தது நாடகம் என்றும் பொருள் கொள்ளலாம்.

கூத்தின் ஒரு பிரிவாகவே நாடகம் கருதப்பட்டு வந்தது. சந்திக் கூத்தின் நான்கு வகைகளுள் நாடகமும் ஒன்றாகக் கருதப்பட்டது. நாடகம் என்பதற்கு கதைத் தழுவிய கூத்து என்று உரையாசிரியர்கள் பொருள் கூறியுள்ளனர்.

தமிழ் நாடகத்தை, சங்ககாலத்திற்கும் முன்னும் பின்னும் இருந்த நாடகம், இடைக்கால நாடகம், இக்கால நாடகம் என்று மூன்றாகப் பிரிக்கலாம். இதில் முதல் இரண்டு பிரிவுகளிலும் நாடகம் என்று குறிக்கப்படுவது கதை தழுவி வரும் கூத்தையே என்றும் பத்தொன்பதாம் நூற்றாண்டு வரை தமிழில் நடத்தப்பட்ட நாடகங்கள் எல்லாம் கதை தழுவிய கூத்துகளே என்றும் கலைக்களஞ்சியம் *(தொகுதி-6, 366-367)* கூறுகிறது

பத்தொன்பதாம் நூற்றாண்டிற்குப் பின்னர் கூத்தில் ஏற்பட்ட மாறுதல்களும் வளர்ச்சிகளுமே நாடகம், கூத்து என்ற சொற்களைப் பிரித்து, வெவ்வேறு பொருள் கொள்ளத் தூண்டியது. எனவே

இன்றைய இலக்கியங்களைப் பொறுத்தவரை இரண்டு சொற்களுக்கும் வெவ்வேறு பொருள் உண்டு. ஆனால் நாட்டுப்புற மக்களிடையே நாடகம், கூத்து என்ற இரண்டு சொற்களுக்கும் ஒரே பொருளையே காணமுடிகிறது.

கூத்து ஆசிரியர்கள் நாடக வாத்தியார் என்றும் நாடகப் பேராசிரியர் என்றும் வழங்கப்படுகின்றனர். அதேபோன்று கூத்தின் பெயர்கள் இராம நாடகம், சிறுத்தொண்டர் நாடகம், அரிச்சந்திர நாடகம் என்று வழங்கப்பட்டுள்ளமை குறிப்பிடத்தக்கதாகும்.

கூத்து

கூத்து பழமையின் சின்னமாக, பண்பாட்டின் எச்சமாக விளங்கு கின்றது. தெருக்கூத்தின் வளர்ச்சிதான் நாடகமெனில் மிகையாகாது. கிராமப்புறங்களில் திறந்த வெளிகளில் நடைபெறும் கூத்து மக்களுக்காக நிகழ்த்தப்படுவதாகும். நாட்டுப்புறக் கலைஞர்களே இக்கூத்துகளை நிகழ்த்துகின்றனர். இதனை கிராமிய நாடகமாகவும் கருதலாம்.

கூத்தாடி கிழக்கே பார்ப்பான்
கூலிக்காரன் மேற்கே பார்ப்பான்

என்ற முதுச்சொல் கூத்தானது விடியும் வரை நடைபெறும் என்பதையே காட்டுகிறது.

கூத்தின் வகைகள்

சங்க காலத்தில் குரவைக் கூத்து பெரும்பாலும் இருந்தது என்றும் இதன் கிளையாக ஆய்ச்சியர் குரவை, குன்றக் குரவை போன்றவை திகழ்ந்ததாகக் கூறப்படுகிறது. சிலப்பதிகாரம் பதினோருவகைக் கூத்துக்களைக் கூறுகின்றது. அவை அல்லியம், கொடுகொட்டி, குடை, குடம், பாண்டுரங்கம், மல், துடி, கடையம், பேடு, மரக்கால், பாவை என்பன பதினோரு ஆடலாகும். இவைகளில் முதல் ஆறும் நின்று ஆடுவனவாகும். பின் ஐந்தும் வீழ்ந்து ஆடுவனவாகும். கூத்துக்கள் பல வகைப்படும் அவை,

1. தெருக்கூத்து
2. பாவைக்கூத்து
3. கழைக்கூத்து

என்பனவாகும். இதில் பாவைக்கூத்து பாவை செய்யப்பட்ட பொருளின் அடிப்படையில் தோற்பாவைக்கூத்து, மரப்பாவைக் கூத்து என்று பகுக்கலாம்.

தெருக்கூத்து

தெருவில் நடத்தப்படும் கூத்து தெருக்கூத்து எனப்படும். நாடக மேடையோ காட்சித் திரைகளோ இல்லாமல் எளிய முறையில் தெருவிலும் திறந்தவெளி அரங்கிலும் இரவு முழுவதும் நடைபெறும் கூத்து தெருக்கூத்தாகும். வேடம் புனைந்து கொண்ட நடிகர்கள் சிலரால் தெருக்களிலும் வயல்வெளிகளிலும் இரவு தொடங்கி விடியும் வரை கதை தழுவி ஆடப்படும் நாடகமே தெருக்கூத்தாகும்.

தமிழகத்தின் மிகப் பழமையான கலைகளுள் ஒன்று தெருக்கூத்து. நாட்டுப்புறக் கலைகளான பள்ளு, குறவஞ்சி, நொண்டி நாடகங்களுக்கு முன்னோடியான தெருக்கூத்து மிகமிகக் காலத்தினால் பழமையானது என்று அறிவுநம்பி *(வேர்களைத் தேடி, 2004:66)* குறிப்பிடுகிறார்.

தெருவில் நிகழ்த்தப்படும் கூத்து தெருக்கூத்து. மேடையும் திரையும் கிடையாது. மக்களின் நடுவிலே தெருக்களில் ஒப்பனையுடன் ஆடிப்பாடிச் செல்வது என சண்முகசுந்தரம் குறிப்பிடுகிறார்.

நாடக மேடையோ காட்சித்திரையோ இல்லாமல் எளிய முறையில் தெருவிலும், திறந்த வெளிகளிலும் இக்கூத்து பெரும்பாலும் மக்களுக்குத் தெரிந்த காப்பிய, இதிகாச அல்லது புராணக் கதைகளை அடிப்படையாகக் கொண்டிருக்கும் என்றும், பொது மக்களுக்குத் தெருக்கூத்து ஒரு நல்ல பொழுதுபோக்காக அமைந்திருப்பதோடு நீதி புகட்டும் வாயிலாகவும் உள்ளது என்று கலைக்களஞ்சியம் குறிப்பிடுகிறது.

தெருக்கூத்து நடைபெறுவதற்கான காரணங்கள்

தெருக்கூத்தினை கிராமப்புறங்களில் இன்றும் நம்பிக்கையின் அடிப்படையிலும் மக்களின் நலனுக்காகவும், ஊரின் தேவைகளுக்காகவும் நடத்தப்படுகிறது. மழையினை வேண்டுவோர் விராட பருவக் கூத்தையும், திருமணம் நடைபெற வேண்டும் என்று வேண்டுவோர் மீனாட்சி கல்யாணக் கூத்தையும், குழந்தைப் பேற்றினை விரும்புவோர் சத்தியவான் சாவித்திரி கூத்தையும் நடத்துவர். கூத்தில் சில மரபு முறைகள் பின்பற்றப்படுகின்றன. அவை, துதி, கட்டியங்காரன் வரவு, கதாபாத்திரங்கள் திரைக்குள்ளிலிருந்து பாடல், திரைக்கு வெளியே பாடல், அறிமுகப்படுத்திக் கொள்ளல், கதை கூறல், மங்களம் பாடுதல் என்பனவாகும்.

தெருக்கூத்தின் கதைப்பொருளானது இதிகாசங்கள், புராணங்கள், சரித்திர நிகழ்ச்சிகள், குடும்பச் சிக்கல்கள் முதலியன அடிப்படையில்

கதை புனையப்படுகின்றன. பொதுவாக சண்டை, சம்காரம் தொடர்பான கதைகளே முதலிடம் பெறுகின்றன. அடுத்தடுத்த இடங்களை பக்தி, காதல் முதலியன பெறுகின்றன. சமுதாயக் கதைகள் பொதுவாக இரண்டு பெண்டாட்டிக்காரனின் நிலைபாட்டினை விளக்குவதாக உள்ளன.

தெருக்கூத்தில் ஒப்பனை

தெருக்கூத்து இதிகாசங்கள், புராணங்கள் தொடர்பான கதைகளைப் பாடுபொருளாகக் கொண்டிருப்பதால் பாத்திரங்களுக்கேற்ப ஒப்பனை செய்ய வேண்டியது அவசியமாகும். ஒப்பனைப் பொருட்களில் கிரீடம், புஜகீர்த்தி, வைக்கோல் பாவாடையும் முக்கியமானவையாகும். ஒப்பனை ஆடைகள் வெள்ளை, மஞ்சள், சிவப்பு, நீலம், கருப்பு, காவி போன்ற வண்ணங்களில் அமைந்திருக்கும். அணிகலன்கள் மரக்கட்டை அல்லது தாளால் (காகிதத்தால்) செய்யப்பட்டு அதன் மீது கண்ணாடி, பாசி மணிகள் பதிக்கப்பட்டிருக்கும். இதில் பயன்படுத்தப்படும் மரம் புன்னை, அத்தி, கல்யாண முருங்கை போன்ற இலேசான மரங்களாகும். பாத்திரங்களின் தன்மைக்கு ஏற்ப ஆடையணிகலன்கள் அமைந்திருக்கும்.

கட்டியங்காரனுடைய ஒப்பனைக்கு வரையறை கிடையாது. தெருக்கூத்தில் பெண்கள் நடிப்பதில்லை. ஆண்களே பெண் வேடம் புனைந்து நடிக்கின்றனர். பெண் வேடம் புனைபவர் பெரும்பாலும் சேலை அணிந்து சாதாரணமாக வருகின்றமை காணமுடிகிறது.

கட்டியங்காரன்

கட்டியங்காரன், கோமாளி, தொப்பக்கூத்தாடி, பபூன், காமெடியன் என்று பலவாறு வழங்கப்படும். இந்தப் பாத்திரம் தெருக்கூத்தின் வெற்றிக்குத் துணை செய்யும். இப்பாத்திரத்தை ஏற்பவரின் வேலை மிகப்பெரியதாகும். இவர் மக்களை வரவேற்று வணக்கம் கூறுதல், பாத்திரங்களை அறிமுகப்படுத்துதல், துணைப்பாத்திரம் ஏற்று நடித்தல், நகைச்சுவையினை வழங்கி மக்களின் சோர்வினைப் போக்குதல், அறிவுரைகளைப் பக்குவமாகவும் நகைச்சுவையுடனும் கூறுதல், இசைக்கலைஞர்களை உற்சாகம் ஊட்டி தயார்ப்படுத்தல் போன்றவை இவருடைய வேலையாகும். பாட்டு கட்டும் கலையினையும் உடையவராக இருப்பர்.

இயற்கை சார்ந்து மக்களை மனமகிழ்ச்சிப்படுத்தும் கலையான தெருக்கூத்து தமிழகத்தில் தோன்றி இருந்தாலும் பிற மாநிலங்களில் செல்வாக்குப் பெற்ற கலையாகத் திகழ்கின்றமை குறிப்பிடத்தக்கதாகும்.

முற்காலத்தில் பரவலாக மாசி, பங்குனி, சித்திரை, வைகாசி ஆகிய நான்கு மாதங்களும் தெருக்கூத்து நடைபெற்றது. தற்போது விழிப்புணர்வு செய்திகளை வெளிப்படுத்த பயன்படுத்தப்படுகிறது. அரசிடமிருந்து வருகின்ற விழிப்புணர்வு கருத்துக்கள், துயரச் செய்திகள், இயற்கை அழிவுகள், அரசியல் செய்திகள் போன்றவை தற்போது தெருக்கூத்தாக நடத்தப்படுகிறது.

தெருக்கூத்துக் கலைஞர்கள் நிகழ்ச்சி இல்லாத காலங்களில் பெரும்பாலும் விவசாயத் தொழில்களையே செய்கின்றனர். தெருக் கூத்தில் கலைஞர்கள் நடிக்கும் போது தாம் ஏற்கும் பாத்திரமாகவே மாறி விடுவதாகக் கூறுகின்றனர்.

பாவைக்கூத்து

கதையாடலுக்கும் நாடக நிகழ்த்துதலுக்கும் பொருட்களைப் பயன்படுத்தும் பண்பாட்டு மரபுகளுள் மிகவும் பழமையானது பாவை கூத்தாகும். மானுடக் கைகளால் உயிரற்ற பொருட்களை இயக்கி உயிர்பெற வைத்துக் கதை சொல்லும் மரபுக்குப் பாவைக் கூத்து சிறந்த சான்றாகும்.

பாவைகளை மரத்தாலும் தோலாலும் செய்து அவற்றை நூலில் கட்டி ஒரு திரைக்குப் பின்னால் இருந்து ஒருவர் கதையினை விளக்கிக் கூறி அதற்கு ஏற்ப பாவைகளை ஆட்டியசைக்கும் நாட்டுப்புறக் கலைக்குப் பாவைக் கூத்து என்பர். இக் கூத்துக்களை நிழலாட்டம், பொம்மலாட்டம் என்று கூறுவர். நிழலாட்டம் என்பதற்கு கலைக்களஞ்சியம் சிறுதோல் பதுமைகளை ஒரு விளக்குக்கும் ஒரு வெள்ளைச்சீலைத் திரைக்கும் நடுவே வைத்து ஆட்டி அவற்றின் நிழல் திரையில் விழும்படி செய்தல் என்று விளக்கமளிக்கிறது.

வகைபாடு

பாவைகளை செய்கின்ற பொருட்களை அடிப்படையாகத் கொண்டு இரண்டாக வகைப்படுத்தலாம், 1. தோற்பாவைக் கூத்து, 2. மரப்பாவைக் கூத்து என்பனவாகும். பாவைக்கூத்து என்றால் இருவகை கூத்துக்களையும் குறிப்பிடுவது தான். மரத்தால் பொம்மைகள் செய்து அவற்றைக்கொண்டு கூத்து நடத்துவது மரப்பாவைக் கூத்து என்றும், தோலில் ஓவியம் வரைந்து அவற்றைக் கொண்டு கூத்து நடத்துவது தோற்பாவைக் கூத்து என்பர். திரைக்கு வெளியே பாவைகளைக் குதிக்கச் செய்து கூத்து நடத்துவது மரப்பாவைக் கூத்தாகும். திரைக்குள்ளே தோல்பாவைகளை காட்டி, ஆட்டி பார்வையாளர்கள் பார்க்கும்படிக் கூத்து நடத்துவது

தோற்பாவைக் கூத்தாகும். தோற்பாவைக் கூத்தில் பாவையின் நிழலைத்தான் பார்வையாளர்கள் திரையில் காணமுடியும். எனவேதான் இதனை நிழற்கூத்து என்றும் கூறுகின்றனர்.

தோற்பாவைக் கூத்து

தோலினால் செய்யப்பட்ட பாவைகளின் நிழல்கள் மூலம் இக்கூத்தை நடத்துவதால் தோற்பாவை, நிழற்பாவை என்கின்றனர். கி.பி. ஒன்பதாம் நூற்றாண்டு இலக்கியமான மாணிக்கவாசகரின் திருவாசகத்தில்,

சீலமின்றி நோன்பின்றிச்
செறிவே இன்றி அறிவின்றித்
தோலின் பாவைக் கூத்தாட்டாய்ச்
சுழன்று விழுந்து கிடப்பேனை (ஆனந்தமாலை: 3)

என்னும் பாடல் வரிகளினால் தோற்பாவை நிழற்பாவை கூத்துக்கள் அக்காலத்திலேயே சிறப்புற்று விளங்கியதை அறியலாம்.

தோற்பாவைக் கூத்தினை ஆந்திராவில் தோலு பொம்மலாட்டா என்றும், மைசூரில் தொகலு பொம்மே ஆட்டா அல்லது சக்கல கொம்பே ஆட்டா என்றும், கேரளாவில் தோல்பாவைக் கூத்து அல்லது நிழற்காட்சி என்றும் கூறுவர். தோற்பாவைக் கூத்தில் மூன்று முதல் ஆறு கலைஞர்கள் இருப்பார்கள். பாவைகளை இருவர் ஆட்டுவிப்பர். இருவர் கதையினைப் பாடுவர். திறந்த வேளி அரங்கில் வெள்ளைத் திரைகட்டி நடுவில் விளக்கு தொங்க விட்டிருப்பர். விளக்கிற்கும் திரைக்கும் நடுவில் பாவைகள் இயக்கப்படும். காலில் கட்டையினை அணிந்து கதையின் போக்கிற்கு ஏற்ப ஒலி எழுப்புவர்.

நிகழ்த்து முறை

பாவையின் கை, கால், தலை, இடுப்பு போன்றபகுதிகளை அசைத்து ஆட்டுகின்ற - ஆட்டுவிக்கின்றமைக்கு ஏற்ப பாவையில் பல்வேறு இடங்களில் நூல்களால் அல்லது கம்பிகளினால் கட்டப் பட்டிருக்கும். பாவையினை இயக்குபவர் நூலினை அசைத்து பாவையினை இயக்கி கூத்தினை நடத்துவார்.

நிகழ்த்தப்படும் கதைகள்

பாவைக்கூத்தில் இராமாயணத்தின் சிறு கூறுகளான சீதை சிறையெடுப்பு, சீதா கல்யாணம், வாலிவதை, இலங்கா தகனம், இராமன் பட்டாபிஷேகம் போன்ற பகுதிகளையும், நல்லதங்காள்கதை, ஞானசவுந்தரி கதை போன்றவற்றையும் இயக்கிக் காட்டுகின்றனர்.

பொதுக் கூறுகள்

தோற்பாவைக் கூத்தினை நடத்தும் போது பொதுமையான சில கூறுகளைக் காணமுடிகிறது. அவை, 1. கடவுள் வாழ்த்து, 2. கோமாளி தன்னறிமுகப் பாடல், 3. கூத்து அறிமுகம், 4. நகைச்சுவைக் காட்சி, 5. கதை ஆரம்பப்பாடல், 6. கதை நிகழ்ச்சி, 7. நகைச்சுவைக் காட்சி, 8. கதை முடிவு என்ற எட்டு வகையான சிறுசிறு கூறுகளைக் காணமுடிகிறது.

தோற்பாவைக் கூத்தினை நடத்துபவர்கள் மராட்டிய ராவ்ஜீக்களாவர். தமிழகத்தில் இக்கலை மக்களை நம்பித்தான் வளர்ந்து வருகிறது. இராமாயணம், நல்லதங்காள் கதை, அரிச்சந்திரன் கதை போன்றவற்றைத் தோற்பாவைக் கூத்து மூலம் நடத்தினால் மழை பெய்யும் என்று நாட்டுப்புற மக்கள் நம்புகின்றனர். முதன்முதலில் பாவைக் கூத்து சீனாவில் நடத்தப்பட்டதாகவும் பின் இந்தோனேசியா வழியாக இந்தியா வந்ததாகவும் கூறுவர். கி.பி. 12 ஆம் நூற்றாண்டு முதல் இந்தியாவில் பாவைக்கூத்து இருந்ததாக அறியமுடிகிறது என்று சக்திவேல் குறிப்பிடுகிறார்.

பாத்திரங்கள்

பாவைக்கூத்தில் பாத்திரங்கள் கதையமைப்பிற்கு ஏற்ப காணப்படும். இதில் குறிப்பாக நகைச்சுவைப் பாத்திரங்கள் பெரும்பங்கு வகிக்கின்றன. மக்களிடம் நகைச்சுவை உணர்வினையும் சிந்தனையினையும் உருவாக்கும் விதமாக உச்சிக்குடும்பன், உழுவத்தலையன், மொட்டையன் போன்ற பாத்திரங்கள் இடம்பெறு கின்றன. இப்பாத்திரங்களைக் கொண்டே சமூகத்தைக் கேலிசெய்து சமூகச்சிக்கல்களை வெளிப்படுத்துகின்றமை காணமுடிகிறது.

கலைஞர்கள்

தோற்பாவைக் கூத்தினை நடத்துகின்ற கலைஞர்கள் பல்வேறு திறமைகளை தன்னுள் கொண்டவராக இருத்தல் வேண்டும். பெரும்பாலும் ஒரே குடும்ப உறுப்பினர்கள் சேர்ந்து கூத்தினை நடத்துகின்றமை காணமுடிகிறது. இக்கலை ஆந்திரா, கர்நாடகா, ஒரிசா, மராட்டியம் போன்ற பல்வேறு இடங்களில் வளர்ச்சி பெற்றுள்ளன.

இக்கலையினை தொழிலாகக் கொண்டுள்ள கலைஞர்கள் பாவை பொம்மையினை இயக்குபவராகவும் பாத்திரத்திற்கேற்பக் குரலை மாற்றி உரையாடுபவராகவும், பாடல்களைப் பாடுகின்ற பாடகராகவும், இசைக்காக மத்தளம் வாசிப்பவராகவும், காலில் கட்டையைக் கட்டிக்கொண்டு பாவைகள் சண்டை போடும் போது ஒலி எழுப்பு

கின்றவராகவும் என்று பல்திறன் வாய்ந்தவராக செயல்படுகின்றமை குறிப்பிடத்தக்கதாகும். மேலும் மேடைக்கு வெளியே பாவை செய்கின்ற தோலின் தன்மையினையும் நுணுக்கங்களையும் அறிந்தவ ராகவும், சிறந்த ஓவியராகவும், நிர்வாகியாகவும் செயல்படுகின்றார்.

முன்பு அதாவது சரபோஜி மன்னர் காலத்தில் கலைஞர்களுக்கு நிலபுலன்கள், உதவிப்பணங்கள் கொடுத்து வந்ததனால் தோற்பாவை நிழற்கூத்துக் கலைஞர்கள் சிறப்பாக வாழ்ந்து வந்தனர். பிரிட்டிஷ் ஆட்சியில் எந்த உதவியும் கிடைக்காததால் தங்களுடைய உடைமைகளை இழந்தனர். எனவே இவர்களின் முன்னைய சமூக மதிப்புநிலை மாறியது. முன்பு ஊர்ப்பொதுவில் கூத்தை நடத்தி மக்கள் தருகின்ற உணவினை உண்டு விட்டு இறுதி நாளில் அவர்கள் தருகின்ற துணிமணிகளையும் பண்டங்களையும் பெற்றுச் சென்றனர்.

இவ்வாறு எவ்வித கட்டுப்பாடே மறைப்புகளே இல்லாமல் நடத்திக் கொண்டிருந்த கூத்தினை பணம் தருபவர்களுக்காக மறைப்பிற்குள் கொண்டுவர வேண்டிய சூழல் ஏற்பட்டது. அதன் பின்னர் அன்றன்றைய வருமானத்தைக் கூத்து காணவருகின்ற ஒவ்வொருவரிடமிருந்தும் எதிர்பார்த்து கூத்தை நடத்துகின்ற நிலைகாணப்படுகிறது.

மரப்பாவைக் கூத்து

மரப்பாவைக் கூத்தினை பொம்மலாட்டம் என்று கூறுவதுண்டு. மரப்பாவைக் கூத்தில் பயன்படுத்தப்படும் பாவைகள் அனைத்தும் மரத்தினால் செய்யப்பட்டவையாகும். இதுவும் தோற்பாவைக் கூத்தினைப் போன்று நிழலைக் காட்டி நடத்தப்படும் கூத்தாகவே இன்று உள்ளது. மரப்பாவைக் கூத்தினை இயக்குகின்ற முறைமை யினை அடிப்படையாகக் கொண்டு பாகுபடுத்தியுள்ளனர். அவை நூல் பாவை, கையுறைப் பாவை, கம்பிப் பாவை என்பனவாகும்.

நூல்பாவை

மரத்தினால் செய்யப்பட்ட பாவையின் கை, கால், இடுப்பு, தலை ஆகியவற்றில் இணைப்பு இருக்கும். அந்த இணைப்பில் நூலினால் கட்டியிருப்பர். அந்த நூலினை பாவையாட்டியானவர் கதைக்கு ஏற்ப அசைக்கும் பொது பாவையும் அசைகின்றது. இத்தகைய மரப்பாவைக் கூத்தை நூல்பாவை என்றும் கூறுவர்.

கையுறைப் பாவை

மரப்பாவையின் அடிப்பாகத்திலுள்ள உள்ளீடற்ற பகுதியைப் பெருவிரல், ஆட்காட்டி விரல், சுட்டுவிரல் ஆகியவற்றோடு பொருத்தி

பாவையினை அசைத்து கூத்து நடத்துவதும் உண்டு. இவ்வாறு அசைக்கக்கூடிய பாவையினை கையுறைப் பாவை என்று கூறுகின்றனர்.

கம்பிப் பாவை

பாவையின் தலை,கை, கால், இடுப்பு போன்ற பகுதிகளிலுள்ள இணைப்பில் கம்பியைப் பொருத்திப் பாவையை இயக்குவது கம்பிப் பாவையாகும். பெரும்பாலும் பெரிய உருவத்தோடு உள்ள பாவைகளையே கம்பியினைக் கொண்டு இணைத்து பாவைக்கூத்தினை நடத்துகின்றனர்.

பாவைகளை இயக்கும் விதம்

கூத்து அரங்கில் திரைக்குப்பின்னால் பாவையாட்டி அமர்ந்திருப் பார். அவர் வலது காலில் ஒருகட்டை, கையில் ஒரு சலங்கை, சுற்றிலும் பாவைப் பொம்மைகள் இருக்கும். அவர் தலைக்கு மேலே ஒரு விளக்கு இருக்கும். இது பெட்ரோமாக்ஸ் விளக்காகவோ அல்லது மின்சார விளக்காகவோ இருக்கலாம். விளக்கிற்கு முன்னால் பாவையாட்டி குறிப்பிட்ட பாவையினை அடையளங்கண்டு எடுத்து ஆட்டுகின்ற போது பாவையின் நிழல் திரைக்கு வெளியே தெரியும். இவ்விடத்தை வட்டமான துணியால் மறைத்திருப்பர்.

பாவையாட்டி ஒருவரே பாவைகளை எடுத்து ஆட்டுவார், குரல் கொடுப்பார், சண்டைக் காட்சிகளின் போது கால் கட்டையை ஓங்கியடித்து ஒலியெழுப்புவார். இது நிஜப்போர்க்களம் போன்று இருக்கும்.

திரைக்குப்பின்னால் இருந்துகொண்டு பாவையாட்டி திரையில் தோன்றச் செய்யவேண்டிய பாவையினை எடுத்துக்கொள்கிறார். பாவையின் கால் போன்ற சட்டத்தை ஒருகையில் பிடித்துக் கொண்டு அடுத்தக் கையைப் பாவையின் கையாகிய குறுக்குச் சட்டத்தின் வழியே, செயல்படுத்த வைத்துக் கொள்கிறார். இக்குறுக்குச் சட்டம் சட்டையின் கைப்பகுதி போன்று இருக்கும். ஆகவே பாவையாட்டி கையை இதன் வழியே நீட்டும்போது குறுக்குச் சட்டம் தெரியாது. பாவையாட்டியின் கைதான் பாவையின் கைபோன்று இருக்கும். திரைக்கு மேல்தான் இச்செயல் நடைபெறும். இவ்வாறு கதைக்கு ஏற்றார்போன்று பாவைகளை அசைத்து அபிநயங்களை வெளிப்படுத்து கின்றன. பாவையாட்டியின் கைதான் பாவைக் கூத்தில் உயிரோட்டத்தை ஏற்படுத்துகிறது.

வில்லுப்பாட்டு

நாட்டுப்புறக் கலைகளில் மிகச்சிறப்பான இடத்தினைப் பெற்றிருப்பது வில்லுப்பாட்டாகும். இதனை, வில்பாட்டு, வில்லுப்

பாட்டு, வில்லடிப்பாட்டு, வில்லடிச்சான் பாட்டு என்றெல்லாம் கூறுவர். வில்லுப்பாட்டின் தாயகமாகத் திகழ்வது கன்னியாகுமரி, திருநெல்வேலி தூத்துக்குடி மாவட்டங்களாகும். வில்லடிச்சான் கோயிலிலே விளக்கு வைக்க நேரமில்லை என்ற பழமொழி வழங்கப்படுகிறது. ஏனெனில் வில்லுப்பாட்டு இல்லாமல் திருவிழா (கொடை) கிடையாது என்பதாகும்.

வில்லுப்பாட்டின் தோற்றம்

முத்தமிழ்க் கலைகளிலே மூத்தக்கலை வில்லுப்பாட்டு. இது மட்டுமின்றி முத்தமிழும் இணையும் ஒரு கூட்டுக்கலை, பாட்டுக் கலை, நாட்டுக்கலை வில்லுப்பாட்டு என்று சுப்பு ஆறுமுகம் குறிப்பிடுகிறார்.

தென்பாண்டி நாட்டுப்பகுதியில் அன்றுள்ள வேடர்கள் வேட்டையாடி விட்டு வந்து மரத்தடி நிழலில் அமர்ந்த போது தோளிலிருந்த வில்லை மடியில் சாய்த்து, அம்பை அதன் நாணில் தட்டித்தட்டிப் பாட்டை பாடத் துவங்கியிருக்கிறார்கள். பாவத்தின் கரையில் புண்ணியம், ஆடலின் முடிவில் பாடல், கொல்லும் விளையாட்டின் ஓய்வில் வில்லுப்பாட்டு என்று வில்லுப்பாட்டின் தோற்றம் குறித்து சுப்பு ஆறுமுகம் *(1969:5)* குறிப்பிடுகிறார். கி.பி. *14* ஆம் நூற்றாண்டில் அரசப்புலவர் என்னும் ஒருவரால் வில்லுப்பாட்டு தோற்றுவிக்கப்பட்டதாக சோமலெ*(1973:150)* குறிப்பிடுகிறார்.

பாணர்கள் மீட்டும் யாழுக்கு அன்னை, வில்லிசைக்கருவிதான் என்பது இசைப்புலவர்களின் பொருந்தும் ஆராய்ச்சியாகும். வில்லிலே மாட்டுத்தோலை உரித்து இரு துருவங்களையும் வளைத்து இணைத்துக் கட்டி, கைக்கருவியாகிய வீசுகோலால் தட்டும்பொழுது பிறப்பதே தனத்-தனத் என்ற ஒலி. அதைத்தழுவிய வண்ணம் வில்லின் ஓரத்தில் தாயைத் தழுவிய குழந்தைகளைப் போலிருந்து ஒலிப்பதே மணிகளின் நாதம். இதில் முதலில் பிறந்த ஒலியைத் தொடர்ந்த சிந்தனையில் தோன்றியதுதான் யாழ் இசைக்கருவி. இன்றும் வில்லினைக் குறிப்பிடும் போது ஆதியாழ் என்றே சொல்வர். தோலை உரித்து கயிறாக்கித் தட்டுவதற்கே இந்த நாதம் என்றால் மெல்லிய நரம்பினால் கட்டி விரலினால் மீட்டினால் ஏற்படும் ஒலியை எண்ணிப்பார்க்கவே பிறந்தது யாழ் பற்றிய சிந்தனை.

> ....குமிழின்
> புழற்கோட்டுத் தொடுத்த மரற்புரி நரம்பின்
> வில்யாழிசைக்கும் விரலெறி குறிஞ்சி (பெரும்பாண்.180-82)

என்ற பெரும்பாணாற்றுப்படை வரிகளிலிருந்து வில் போன்று வடிவுடைய யாழ் இசையே பின்னாளில் வில்லுப்பாட்டாக உருவெடுத்தது என்பதை உணர்த்துகிறது.

தெய்வச்சிலையாரின் விறலிவிடு தூது என்ற நூலிலும், முக்கூடற் பள்ளு என்ற நூலிலும் வில்லுப்பாட்டு குறித்த குறிப்புகள் காணப்படுகின்றன.

வில்லுப்பாட்டின் அமைப்பு

இக்கலை தனிஒருவரால் நிகழ்த்தப்படுவதன்று. ஒரு குழுவாக இருந்து நிகழ்த்தப்படுவதாகும். வில்லுப்பாட்டின் உறுப்புகளாக அமைந்த இசைக்கருவிகள் வில், உடுக்கை, குடம், தாளம், கட்டை, ஆகியவையாகும்.

வில்

வில்லுப்பாட்டுக் கலையின் முதன்மையான கருவி வில் ஆகும். ஆரம்பகாலத்தில் இதனை உருவாக்க வில்கதிர், முனைக்குப்பிகள், வடம், மணிகள், வளையங்கள், கம்பிகள், கயிறுகள் தேவைப்பட்டன. மேலும் கூந்தப்பனையின் அடிமரத்துண்டிலிருந்து வில்லினை வடிவமைத்துள்ளனர்.

இடைக்காலத்தில் மூங்கில்களை வளைத்து வில்லினை வடிவமைத்துள்ளனர். ஆனால் தற்போது மரத்துண்டுகளை வில் போன்று வளைத்தோ, பக்கவாட்டில் நிறுத்தியோ வில்லினை அமைக்கின்றனர். வில்லின் இருமுனைகளையும் கயிற்றால் இழுத்துக்கட்டி, அந்த நாணில் மணிகளைக் கட்டித் தொங்கவிடு கின்றனர். மேலும் வில்லின் இருமுனைகளிலும் முனைக்குப்பிகளை பொருத்தி விடுகின்றனர். வில்லினை ஆரம்ப காலத்தில் வண்ணமலர் மாலைகளைக் கொண்டு அழகுபடுத்தினர். தற்போது வில்லினை வண்ண காகிதங்கள், வண்ண ஜரிகைகளால் சுற்றி அழகுபடுத்து கின்றமை காணமுடிகிறது. வில்லினை அடிக்க ஆரம்ப காலம் முதல் தற்போது வரை கட்டையே பயன்படுத்தப்படுகின்றன.

ஆரம்பகாலத்தில் வில்கதிரின் நடுப்பகுதியில் மண்குடத்தின் கழுத்துப்பகுதியைச் சேர்த்துக் கட்டியிருப்பர். தொழில்முறை வில்லிசைக் கலைஞர்கள் நிகழ்ச்சிகளுக்கு செல்லும் போது இந்த முறையிலேயே வில்லினை எடுத்துச் செல்வர். ஒரு சிலர் தாங்கள் செல்லும் ஊரிலிருந்து மண்குடத்தினை வாங்கி வில்லுடன் சேர்த்து கட்டிக்கொள்வர். ஆனால் தற்போது மண்குடமானது மரக்குடமாக

மாற்றம் பெற்றுள்ளது. சில இடங்களில் குடம் இல்லாமலேயும் வில்லிசை நிகழ்ச்சி நடைபெறுகின்றமை காணமுடிகிறது.

உடுக்கு

வில்லிசையில் உடுக்கு என்னும் இசைக்கருவி பயன்படுத்து கின்றனர். ஏனெனில் வில்லுப்பாட்டில் பெரும்பாலும் தெய்வக் கதைகளும் வீர உணர்ச்சிக் கதைகளும் இடம்பெறுவதால் உணர்ச்சிகளை ஆவேசத்துடனும் வெறியுடனும் வெளிப்படுத்திக் காட்ட உடுக்கிலிருந்து உண்டாகும் ஒலியே பெரிதும் பயன்படுகிறது.

குடம்

வில்லிசைக்கருவிகளில் வில்லுக்கு அடுத்தபடியாக குடம் என்ற கருவி முக்கியமானதாகும். குடத்தின் கழுத்துப்பகுதி மிக உறுதியாகவும் வாய்விளிம்பு வளையின்றியும் காணப்படும். இதனை வில்லுக்குடம் என்று கூறுவர். வைக்கோல் புரிமனை மீது குடம் வைக்கப்படும். இதற்கு பந்தாடை என்று பெயர்.

பனை மட்டையின் அடிப்பாகத்தை செதுக்கி உருவாக்கப்பட்ட பத்தியை குடத்தின் வாய்ப்பகுதியை அடிக்கப் பயன்படுத்துவர். இது டேபிள் டென்னிஸ் மட்டை போன்று காணப்படும். பத்தியானது குடத்தின் வாய்ப்புறத்தைவிடச் சிறிது அகன்று வட்டவடிவுடனும் கைப்பிடியுடனும் அமைந்திருக்கும்.

பத்தியை வலது கையில் பிடித்துக்கொண்டு குடத்தின் வாய்ப்புறத்தை தாளத்திற்கேற்பத் தட்டுவர். அதே சமயத்தில் சிறு மரத்துண்டாலான சொட்டிக் கட்டையை இடக்கையின் விரல் இடுக்கில் வைத்துக்கொண்டு குடத்தின் கழுத்துக்குக் கீழ் உள்ள பகுதியில் தட்டி இசைப்பார்கள்.

இந்தக் கருவிகளுடன் தாளம், கட்டை, உறுமி போன்ற கருவி களையும் பயன்படுத்தியுள்ளனர். தற்போது காலமாற்றத்திற் கேற்ப ஆர்மோனியம், டோலக், பம்பை, கிளாரினெட் போன்ற இசைக் கருவிகளை தங்களின் விருப்பம் போல் இணைத்துக் கொள்கின்றனர்.

நிகழ்ச்சி அமைப்பு

வில்லுப்பாட்டில் புலவர் நடுவில் அமர்ந்து இருப்பார். இடதுபுறம் குடக்காரன் அமர்ந்து இருப்பான். இவர்களின் முன்பு வில் குடத்தோடு சேர்த்து கட்டப்பட்டிருக்கும். வீசுகோலைக் கொண்டு வில்லின் நாணைத் தட்டுவதற்கு வசதியாக இருக்கும். புலவருக்கு பின்னால் வரிசையாகப் பின்பாட்டுக்காரர், கட்டை, தாளம்

ஆகியவற்றை இயக்குவோர் அமர்ந்திருப்பார். உடுக்கைக்காரர் குடம் அடிப்பவரின் வலது கையை அடுத்து அமர்ந்திருப்பார். பின்பாட்டுக் காரர் புலவருக்கு உதவியாக ஆஹா, ஓஹா, ஆமாம், அப்படியா என்ற சொற்களைப் பொருத்தமான இடங்களில் கூறி அவரை உற்சாக மூட்டுவார்.

கதை தொடங்கும் முன்பு காப்பு விருத்தம் பாடுவர். பின் விநாயகர் வணக்கம் பாடப்படும். முதலில் சாஸ்தா கதை கூறிய பின்பே கதை கூறப்படும். குருவணக்கம், அவையடக்கம் அதனையடுத்து நாட்டுவளம், வரலாறு கூறி இறுதியில் வாழிபாடல் பாடப்படும். இதில் பெரும்பாலும் தெய்வங்களின் வரலாறு பாடப்படுகிறது.

ஆரம்பகாலத்தில் கோயில் விழாக்களில் நடைபெற்று வந்த கலை, இன்று அரசியல் பிரச்சாரத்திற்குப் பயன்படுத்தப்படுகின்றது. இக்கலையினை நாடறியச் செய்த பெருமை கலைவாணர் என்.எஸ். கிருஷ்ணனையே சாரும். வில்லுப்பாட்டு கலையானது பல கதைப் பாடல்களை வாழ வைத்த பெருமைக்குரிய கலையாகும்.

வில்லுப்பாட்டில் இடம்பெறும் கதைகள்

வில்லுப்பாட்டு வழிபாட்டுக் கலையாகும். சிறுதெய்வக் கோயில்களில் வில்லிசை பெரும் பங்கு வகிக்கின்றது. வில்லுப் பாட்டின் இசையில் தான் தெய்வம் இறங்கி சாமியாட்டம் வரும். எனவே வில்லுப்பாட்டில் புராணம் தொடர்பான தெய்வக்கதைகள், இதிகாசம் தழுவிய கதைகள், சிறுதெய்வங்களின் கதைகள், சமுதாயப் பாங்கான கதைகள், வரலாற்று வீரர்களின் கதைகளும் பாடப்படு கின்றன. பெரும்பாலும் சுடலைமாடன் கதை, பத்திரகாளிகதை, அரிசந்திரன் கதை, சேர்வைக்காரன் கதை, தம்பிமார் கதை போன்ற கதைப்பாடல்கள் பாடப்படுகின்றன.

தற்காலநிலை

வில்லுப்பாட்டு அனைவரும் விரும்பக்கூடிய மனமகிழ்ச்சியை தருகின்ற கலையாகும். எனவேதான் இன்றைய காலகட்டத்தில் வானொலியிலும் தொலைக்காட்சிகளிலும் அரசின் நலத்திட்டங்களை நயம்பட மக்களுக்கு உரைப்பதற்கும், தேசத்தலைவர்களின் நினைவு களை நினைவுபடுத்தவும், கருத்துள்ள செய்திகளைத் தெரிவிப்பதற்கும் வில்லுப்பாட்டினைப் பயன்படுத்துகின்றமை காணமுடிகிறது.

கோயில் கொடை விழாக்கள் பொதுநிகழ்வுகள் என்று நிகழ்த்தப் பட்ட வில்லிசைக்கலைக்கு பதிலாக பாட்டுக்கச்சேரி, ஆடலும் பாடலும், திரைநட்சத்திரங்கள் பங்கேற்கும் பொழுதுபோக்கு நிகழ்ச்சிகள் நடத்தப்படுகின்றமை காணமுடிகிறது.

இக்கலை நலிவுற்ற போதும் சில இடங்களில் வில்லுப்பாட்டு நிகழ்வுகள் நிகழ்ந்து கொண்டிருப்பின் அவைகளெல்லாம் சமய சடங்குகளுக்கும் சம்பிரதாயங்களுக்காகவும் நிகழ்த்தப்படுபவை களாகும். இவ்வாறான சூழலில் இக்கலையைச் சார்ந்து வாழ்கின்ற-வாழ்ந்த கலைஞர்கள் தத்தம் வாழ்க்கையை வறுமையிலிருந்து வளப்படுத்திக்கொள்ள மாற்றுத் தொழில்களை தேடிக்கொள்கின்ற நிலைக்கு தள்ளப்பட்டுள்ளனர்.

கணியான் ஆட்டம்

இதுவும் கதைதழுவிய நிகழ்த்துக்கலை வடிவமாகும். கணியான் ஆட்டத்தை கணியான் என்ற சாதியினரே நடத்துகின்றனர். கணியான் ஆட்டத்தை மகுட ஆட்டம் என்றும் கூறுவர். நெல்லை, குமரி மாவட்டங்களில் கோயில் திருவிழாவின் போது கணியான் ஆட்டமும், வில்லுப்பாட்டும் நிச்சயம் உண்டு. இவ்விரண்டு கலைகளும் இல்லாத கொடையினைக் காணமுடியாது.

கணியான் ஆட்டத்தில் ஏழு பேர் பங்கு பெறுகின்றனர். கதையினைப் பாட்டாகப் பாடுகின்ற தலைமைப்பாடகர் ஒருவர். ஆண்கள் பெண்ணாக வேடம் தரித்த வேடதாரி இருவர். மகுடம் வாசிப்பவர் மூவர். தாளம் ஒருவர்.

திருவிழாவுக்கு முன்பு எட்டு நாட்கள் விரதமிருப்பர். செவ்வாய், வெள்ளிக்கிழமை திருவிழா நடைபெறும். இவர்கள் வெள்ளிக்கிழமை மதியம் எண்ணெய் தேய்த்துக் குளிப்பர். கோயிலில் கொடுக்கின்ற கோடி வஸ்திரத்தினை அணிந்து கொள்வர். காவல் தெய்வமான சுடலைமாடன் பெயரில் பாட்டு பாடுவர். இவர்கள் மீது அருள் வந்து ஆடுவதும் உண்டு. கணியான் தன்னுடைய கையினை வெட்டி இரத்தத்தினை தெய்வத்தின் முன்னால் போடப்பட்ட இலையில் ஊற்றுவார். கோயிலில் உள்ள 21 இலைகளிலும் (படுக்கையின்) இரத்தம் ஊற்றப்படும் அப்போது மேளதாளங்கள் ஆர்ப்பாட்டமாக நடைபெறும்.

கொடை இரவு ஒன்பது மணிக்கு ஆரம்பமாகும். கணபதி வணக்கத்துடன் கதை தொடங்கப்படும். தலைமைப் பாடகர் பாட்டினைப் பாடுவார். குழுவில் உள்ள ஏழு பேரில் ஒருவர் உதவிப் பாடகராக இருப்பர். தலைமைப் பாடகர் பாடியதை மற்றவர்கள் மகுட ஆட்டத்துடன் மீண்டும் பாடுவர். பெண் வேடமணிந்துள்ள வேடதாரிகள் தாளத்திற்கு ஏற்ப ஆடுவர். இவ்வாட்டம் அதிகாலை நான்கு மணிவரை நடைபெறும். இதில் முதலில் சாஸ்தா கதையினைக் கூறியபின்னர் ஆட்டம் நடைபெறும் ஆலயத்தின் வரலாறு கூறப்படும்.

கதைகளின் இடையே இராமாயண, மகாபாரதக் கதைகளிலிருந்து எடுத்துக்காட்டுகள் கூறப்படும். சில சமயங்களில் சாமியாடிகளும் பெண் வேடதாரிகளும் சேர்ந்து ஆடுகின்ற வழக்கமும் காணப்படுகிறது.

கணியான் ஆட்டமானது சமயம் சார்ந்த நிகழ்த்துக் கலை வடிவமாகும். கணியான் ஆட்டத்தில் பெரும்பாலும் சுடலைமாடன் கதை, இசக்கியம்மன் கதை, மந்திர மூர்த்தி கதை, சிறுத்தொண்ட நாயனார் கதை போன்றவை பாடப்படுகின்றன. கணியான் சமுதாய மக்கள் ஒரு காலத்தில் ஜாதகம், மாந்திரீகத்தில் சிறந்து விளங்கியதாகக் கூறுவர்.

வழிபாட்டு கூத்துக்கள்

தெய்வத்தினை வழிபடுகின்ற போது நம்பிக்கை அடிப்படையில் மக்கள் ஆடுகின்ற ஆட்டங்கள் வழிபாட்டு கூத்து என்று கூறலாம். இவ்வகையில் கும்மியாட்டம், கோலாட்டம் உடுக்கடிப்பாட்டு போன்றவற்றைக் குறிப்பிடலாம்.

கும்மியாட்டம்

பெண்கள் ஆடும் ஆட்டங்களில் மிக முக்கியமானது கும்மியாட்ட மாகும். கைக்கொட்டி மகிழ்வது மழலைப் பருவத்திலிருந்து தொன்றுதொட்டு வருவதாகும். அதன் வளர்நிலைதான் நாட்டுப்புறக் கலைகளில் ஒன்றான கும்மியாகும். இது கைகளைக் கொட்டுவதிலே ஓர் ஒழுங்கு முறையை உருவாக்கி இசைத்தன்மையை மேலேற்றி, பெண்கள் வட்டமாக நின்று அவ்வொலிக்கேற்ப பாடும்பாடலே கும்மியாகும் என்று நசீர் அலி *(1987:91)* குறிப்பிடுகிறார்.

பல பேதையரும் பெதும்பையரும் வட்டமாகச் சுற்றிவந்து பாடிக் கைகுவிந்தடிக்கும் கூத்து கும்மி எனப்படும். கைகுவிந்தடிக்கும் விளையாட்டாதலால் அது கும்மி எனப்பட்டது என்று தேவநேயன் *(1962:133)* குறிப்பிடுகிறார்.

கும்மாளம் என்ற சொல்லுக்குக் குதித்தாடு என்று பொருள். கும்மாளமிட்டு ஆடுவதனை கும்மி என்று குறிப்பிட வேண்டும். குழுமி என்ற சொல்லிலிருந்து கும்மி என்ற சொல் உருவாகியிருக்க வேண்டும் என்று அறிஞர்கள் கூறுகின்றனர். பழந்தமிழ் இலக்கியங் களான சிவகசிந்தாமணி கொம்மை என்றும், அகநானூறு கொப்பி என்றும் கும்மியினை குறிப்பிடுகின்றன. கும்மியை கொம்மாய் என்று சோமலெ குறிப்பிடுகிறார்.

கும்மியடிக்கும் முறை

தமிழகத்தில் பெண்களும் ஆண்களும் கும்மியாடினாலும் பெண்களின் கும்மிக்கே மிகுந்த சிறப்பும் உயர்ந்த இடமும்

கொடுக்கப்படுகிறது. ஏனெனில் ஆண்களைக் காட்டிலும் பெண்கள் உடல் ரீதியாகவும் மன ரீதியாகவும் மென்மையாக இருப்பதோடு, அவர்களின் அபிநயமும், ஒய்யாரமும், இனிமையான குரலும் பெண்களின் கும்மிக்கு பெருமை சேர்க்கின்றன. பெண்கள் விளக்கினை ஏற்றி வைத்து அல்லது தெய்வத்தின் முன்னால் ஒழுங்குபட வளைந்து நின்று கைகுவிந்தடிப்பது கும்மியாகும்.

பெண்கள் கும்மியடிக்கும் போது எழுகின்ற கரவொலியும், வளையல் ஒலியும், குரல் இனிமையும் கேட்போரின் காதுகளுக்கு தேனாறு பாய்வது போன்ற உணர்வை ஏற்படுத்தும். அதனால்தான் இன்றைய கிராமங்களில் மாரியம்மன், முத்தாரம்மன் விழாக்களில் முளைப்பாரியைச் சுற்றி நின்று கும்மியடிப்பர். சிலநேரங்களில் கால்களில் ஜதிகளை மாற்றிக் கொண்டு ஒரே அளவான தாளகதி அமையுமாறு கையொலி எழுப்பிக் கொண்டு வட்டமாக அடிப்பர்.

கைத்தட்டுகளில் விரல்களின் தட்டு, உள்ளங்கைத்தட்டு, அஞ்சலித் தட்டு என பலவகையுண்டு. கால் ஜதிகளில் முழுப்பாதம் தரையில் படும் அடி, கட்டை விரல் மட்டும் படியும் அடி, முன்னங்கால் மட்டும் படியும் அடி, குதித்தல் எனப் பல வகையுண்டு.

கும்மிப்பாடல்

கும்மிப்பாடலை முதலில் குழுவின் தலைவி பாடுவாள். அவளைப் பின்பற்றி மற்ற பெண்கள் பாடுவர்; அனைவரும் சேர்ந்து பாடுவதும் உண்டு; எதிர்ப்பாட்டு பாடுவதும் உண்டு. கும்மியில் மங்கலப் பெண்களே கலந்து கொள்வது மரபாக உள்ளது. இதனை,

கும்குமம் பொட்டுகள் தானணிந்து வண்ணக்
கூட்டங்கள் போலவே சேர்ந்து கொண்டு
மங்கலப் பெண்களெல்லாம் அபிசேக
மண்டபம் முன் வந்து சேருங்கடி (மருதப்பண்டியன் கும்மி,பா7)

என்ற பாடல்வரிகள் கும்மியின் சிறப்பினை எடுத்துரைப்பதை உணரமுடிகிறது. கும்மிப்பாடல்கள் ஆடலுடன் கலந்து ஆடிப்பாடு கின்ற முறையில் இருந்ததனை,

கூந்தலழகுக் காரியெல்லாம் - காலை
குதித்துக் கும்மியடி யுங்கடி
விஸ்திரமாக நின்று கொண்டு
வீசிக் கும்மி யடியுங்கடி
கும்மி யென்ன கூடமென்ன - கண்மணியே
குனிந்து நிமிர்ந்து குத்திக் கும்மியடியுங்கடி

என்ற பாடல் சான்று பகர்கின்றது.

இவ்வாறு முற்காலத்தில் கும்மியடிக்கும் போது தெய்வத்தின் சிறப்புகள் வரலாறுகள் பாடப்பட்டுள்ளன. காலப்போக்கில் இக்கலையானது இலக்கியத்தில் தனிப்பிரிவாக வளரத் தலைப்பட்டது. இதனால் அரிச்சந்திரன் கும்மி, வள்ளியம்மை கும்மி, சிறுத்தொண்ட நாயனார் கும்மி, நபியுல்லாக் கும்மி, ஞான உபதேசப் பேரின்பக் கும்மி போன்ற நூல்கள் தோன்றியுள்ளன. ஆண்களும் கும்மியடிக்கு வழக்கமும் காணப்படுகிறது. பெரம்பலூர் மாவட்டத்தில் ஆண்களும் கும்மியடிக்கு வழக்கமும் காணப்படுகிறது. பெரம்பலூர் மாவட்டத்தில் பொங்கல் பண்டிகைக்கு மறுநாள் காணுப் பொங்கல் அன்று ஆண்கள் கும்மியடிக்கின்றமை காணமுடிகிறது.

கோலாட்டம்

நளினத்தன்மை கொண்ட சிலம்ப அடிமுறைகள், மாறிமாறி போடப்படும் அளவான கால அடவுகள் ஆகியவற்றோடு கருவி இசை மற்றும் குரலிசை ஒருங்கிணைப்புப் பின்னணியில் முன்பாட்டு - பின்பாட்டு முறையைப் பயன்படுத்திக் குழுவினரால் நடத்தப்படும் ஒரு நிகழ்த்துக்கலை வடிவமே கோலாட்டம் ஆகும். இது முதன் முதலில் கிருஷ்ண பகவானுக்காக ஆடப்பட்டதாகும். கோல்களை கையில் பிடித்து ஆண்களும் பெண்களும் தனித்தனியாகவோ ஒருங்கிணைந்தோ அடித்து ஆடும் ஆட்டமாகும். இந்த ஆட்டம் தமிழகத்தின் அனைத்துப் பகுதிகளிலும் காணப்படுகிறது. குமரி மாவட்டத்தில் களியல், களியல் அடி, களியலாட்டம் என்றும், திருச்சியில் வேந்தானை ஆட்டம் என்றும், தஞ்சையில் கிட்டியடித்தல், கிட்டியாட்டம், கிட்டியடியல் என்றும் அழைக்கப்படுகிறது.

கோலாட்டம் நடைபெறும் இடங்கள்

திருவிழாக்கள், திருமணம், விழாக்கள், பள்ளி, கல்லூரி ஆண்டு விழாக்கள் போன்ற இடங்களில் நடத்தப்படுகின்றன. கிறித்தவர்கள் கிறிஸ்மஸ் விழாக்களிலும், திருமணம் போன்ற பிற விழாக்களிலும், இசுலாமியர்கள் பெருநாட்கள், திருமண நிகழ்ச்சிகள், சுன்னத் கல்யாணம் முதலிய நிகழ்ச்சிகளில் கோலாட்ட நிகழ்ச்சியை ஏற்பாடு செய்கின்றனர்.

கோலாட்டக்கலை நிகழ்த்தும் முறை

கோலாட்டக்கலை நிகழ்த்துவதற்கு மிக முக்கியமான பொருள் கோல் (கம்பு) ஆகும். இது அளவாலும், உருவாக்கப்படும் முறையாலும் இடத்திற்கு இடம் மாறுபடுகிறது. இந்த கம்புகளை தச்சு வேலைப் பாடுகள் மிக்க வர்ணம் தீட்டி பித்தளைப் பூண்மாட்டி, மணிகள்

கோர்த்து அலங்கரித்து ஆடுகின்றனர். கோலாட்ட கம்புகளை அடிக்கம்பு, சலங்கைக் கம்பு என்று குறிப்பிடுகின்றனர்.

கோலாட்டக் கலைஞர்களைக் கொண்டுள்ள குழுவினை கோலாட்டச் செட்டு என்று கூறுவர். ஒவ்வொரு குழுவிலும் எட்டு இணைகள் கொண்ட பதினாறு பேர் அல்லது ஆறு இணைகள் கொண்ட பன்னிரு ஆட்டக்கலைஞர்கள் இருப்பார்கள். ஆட்டக் கலைஞர்கள் இரட்டைப் படையில் இருக்க வேண்டும் என்பது நியதி.

ஆட்டக்கலைஞர்கள் மட்டுமின்றி வேறு சிலரும் குழுவில் இடம்பிடித்திருப்பர். அவர்களுள் குழுவிற்கு பயிற்சி அளித்து தலைமை தாங்கி நடத்திச் செல்லும் வாத்தியார் என்ற குரு முக்கியமானவர். இவர் முன்பாட்டு பாடுவார். இவரைத் தொடர்ந்து பின்பாட்டு பாடும் மூவர் இடம்பெற்றிருப்பர். மற்றொருவர் பம்பை இசைக்கருவியை அடிப்பவர்.

ஆட்டக்கலைஞர்கள் ஒவ்வொருவரும் சுமார் இரண்டடி நீளமுடைய இரண்டு கோல்களை வைத்திருப்பர். கோல்கள் ஒன்றோடொன்று மோதி எழுப்பும் ஒலிகளுக்கும், கால அடவுகள், பம்பையின் அடி ஆகியவற்றிற்கும் இடையே ஓர் ஒத்திசைவும் ஒருங்கிணைப்பும் காணப்படும். கோலாட்டம் தொடங்குவதற்கு முன்னால் அனைவரும் வட்டவடிவமாக ஒருவரை ஒருவர் பார்த்து இணையாக நிற்பர். பின்பாட்டுக்காரரின் குரலிசையோடு ஆட்டக் காரர்களும் பாடிக்கொண்டே பம்பையின் தாளத்திற்கேற்ப, கோல்களை அடித்து துள்ளித்துள்ளி ஆடியவாறு எதிரெதிர் திசையில் வட்டமாக இடம்பெயர்ந்து வருவர். ஆட்டச் சுழற்சி விரைவாக நிகழும். ஒவ்வொரு முறை பாடி முடிக்கப்பட்டவுடன் சற்று இடைவெளி விட்டு அடுத்த ஆட்டத்தைத் தொடங்குவர்.

ஆரம்பகாலத்தில் கண்ணன் வழிபாட்டில் கண்ணனைப்பற்றியும், அவனுடைய வரலாறு பற்றியும் பாடப்பட்டது. பின்னர் சமூக மாற்றத்தின் காரணமாக அரசியல் தலைவர்கள் பற்றியும் கோலாட்டம் எழுந்தன. கோலாட்டத்தில் கலந்து கொண்டால் மழை பெய்யும் என்றும் நல்ல கணவன்மார் கிடைப்பார்கள் என்ற நம்பிக்கை நாட்டுப்புற மக்களிடம் காணப்படுகிறது. இன்றும் திருவிழாக் காலங்களில் கோலாட்டம் நடைபெறுகிறது. ஆனால் கதை தழுவிய நிகழ்த்து கலை கதை தழுவா நிகழ்த்து கலையாக மாற்றம் பெற்றுள்ளது என்பது குறிப்பிடத்தக்கதாகும்.

உடுக்கடிப்பாட்டு

மனிதனின் நம்பிக்கையின் அடிப்படையில் தோன்றியதே உடுக்கடிப்பாட்டு அல்லது உடுக்கையடித்தல் நிகழ்ச்சியாகும். பூசாரி

ஒருவர் கையில் உடுக்கை என்னும் இசைக்கருவியை வைத்துக் கொண்டு அதில் தன்னுடைய இரு கரங்களினாலும் ஒலியினை எழுப்பி இறைவனைப் புகழ்ந்து, உருகிப் பாடல் பாடிக்கொண்டு, சிறுதெய்வங்களை அழைத்துக் குறி சொல்லுவதை உடுக்கடிப்பாட்டு என்பர்.

கோயில் பூசாரிகளே பெரும்பாலும் உடுக்கையடித்துக் குறி சொல்கின்றனர். ஒருசில இடங்களில் கோயில் பூசாரி அல்லாத மற்றவர்களும் இதனை ஒரு தொழிலாகச் செய்து வருகின்றனர். கோயில்களில் ஆண்களே அதிகமாக உடுக்கையடிக்கின்றமை காணமுடிகிறது.

உடுக்கையடிக்கும் இடமாக பெரும்பாலும் கோயில் வாசலையே பயன்படுத்துகின்றனர். சில இடங்களில் கோயில் அருகே குடில் அமைத்து உடுக்கையடித்து குறி சொல்கின்றமையும் காணமுடிகிறது. கிராமப்புற மக்கள் ஏதேனும் அவர்களுக்கு குறைகள் அல்லது துன்பங்கள் ஏற்பட்டால் பூசாரிகளை வீட்டிற்கு அழைத்து வந்து குறி கேட்கும் வழக்கமும் உள்ளது.

உடுக்கையடிக்கும் முறைகள்

உடுக்கையடிக்கும் பூசாரிகள் பிறர் வீட்டில் உணவு உண்ண மாட்டார்கள். மேலும் அவர்கள் இறையருள் மிக்கவராகவும், மிகவும் தூயதன்மையுடனும் இருப்பார்கள். இவர்கள் இரண்டு விதமான காரணங்களுக்காக உடுக்கையடித்து மக்களின் குறைகளை நிவர்த்தி செய்கின்றனர். அவை, 1. சாமி பார்த்தல், 2. பேயோட்டுதல் என்பன வாகும்.

சாமி பார்த்தல்

சாமி பார்த்தல் என்பது தெய்வத்தை அழைத்து அருள் வாக்கு கேட்கும் நிகழ்வாகும். நாட்டுப்புற மக்கள் வீட்டில் ஏதேனும் மங்கல நிகழ்ச்சிகள் செய்ய வேண்டுமானாலும், தொடர்ந்து குடும்பத்தில் நிம்மதியற்ற நிலைகள் கஷ்டங்கள் ஏற்பட்டாலும் பூசாரியிடம் சென்று தங்கள் குலதெய்வத்தை அழைத்து குறி கேட்பர். பூசாரியானவர் உடுக்கையினை அடித்து பாட்டுப்பாடி அக்குடும்பத்தில் நடக்கும் தற்கால மற்றும் எதிர்கால நிகழ்வுகளையும் குற்றங்குறைகளையும் உள்ளபடி கூறுவார்.

பேயோட்டுதல்

நாட்டுப்புற மக்களிடம் பேய் குறித்த நம்பிக்கைகள் அதிகளவில் காணப்படுகிறது. ஆயுள் முடியாமல் இறந்து போனவர்களின் ஆன்மா சாந்தியடையாமல் இவ்வுலகத்தில் அவர்கள் ஆயுள் முடியும் வரை

ஆவியாக அலைந்து கொண்டிருக்கும் என்ற நம்பிக்கை மக்களிடம் காணப்படுகிறது. அத்தகைய ஆவிகளுக்கு ஏதேனும் குறைகளோ அல்லது தேவைகளோ ஏற்படின் பிறருடைய உடலில் புகுந்து அவர்களை வருத்தும். உடனே பேய்பிடித்தவரை பூசாரியிடம் அழைத்துச் சென்றோ, அல்லது பூசாரியை பேய்பிடித்தவர் வீட்டிற்கோ வரச்செய்வர். பூசாரி உடுக்கையடித்து பேயிடம் பேசுவார். பேய்க்கு தேவையானவற்றை கேட்டறிந்து அதனை நிறைவேற்றுவார். உடுக்கை ஒலியானது பேய் பயப்படும் என்றும் பயத்தின் காரணமாக தன்னுடைய தேவைகளைக் கூறிவிடுவதாகவும் தேவைகள் நிறைவேறியவுடன் வெளியேறிவிடுவதாகவும் கூறுகின்றனர்.

உடுக்கையடிப்பவர் அருள்வாக்குக் கூறுவதற்கும் பேயோட்டு வதற்கும் உடுக்கையினை அடித்து நீண்ட நேரம் பாடல்களைப் பாடுகின்றனர். அவை அவருக்கு அருள் பாலிக்கின்ற தெய்வங்களின் வரலாறுகளாக சிறப்புகளாக உள்ளமை குறிப்பிடத்தக்கதாகும். உடுக்கையடிப்பவருக்கு வெற்றிலைப் பாக்கு, எலுமிச்சைப்பழம், சூடம், பணம், கோழி ஆகியவை காணிக்கையாகக் கொடுக்கின்றனர்.

தஞ்சை மாவட்டத்தில் பெரம்பூரில் ஸ்ரீ வீரமாகாளியம்மன் கோயில் பக்கத்தில் உடுக்கையடித்து குறிசொல்வதைக் காணமுடிகிறது. அரியலூர் மாவட்டத்தில் இலந்தைக்கூடம் என்ற ஊர்ப் பக்கத்தில் உள்ள பச்சையம்மன் கோயிலில் சிவராத்திரி அன்று உடுக்கையடித்து குறிசொல்லப்படுகிறது. திருச்சி மாவட்டத்தில் ஓமாந்தூர், புதூர் இரட்டைமலை, வீரப்பூர், வீரணம்பட்டி, தோகைமலை போன்ற இடங்களில் உடுக்கையடிக்கும் நிகழ்வுகள் நடைபெறுகின்றன.

நிகழ்த்துக்கலை கதை தழுவாதவை

இவ்வகை நிகழ்த்துக் கலையில் கதைகள் இடம் பெறுவதில்லை. ஒரு செயலை செய்து மட்டும் காட்டப்படும். இதற்கு பக்க வாத்தியமாக பம்பை, உறுமி போன்றவை பயன்படுத்தப்படும். கதை தழுவாத நிகழ்த்துக் கலைகளாக கரகாட்டம், பொய்க்கால் குதிரையாட்டம், மயிலாட்டம், காளையாட்டம், புலியாட்டம், கரடியாட்டம், தேவராட்டம், ஒயிலாட்டம், சாமியாட்டம், காவடி யாட்டம், சேவையாட்டம், பேய் ஆட்டம் போன்றவற்றை குறிப்பிட லாம்.

கரகாட்டம்

தமிழகத்தின் அனைத்துப் பகுதிகளிலும் நிகழ்த்தப்படும் நிகழ்த்துக்கலை கரகாட்டமாகும். இதனை தென்மாவட்டங்களில்

கும்பாட்டம் என்று கூறுவர். கரகம், கும்பம் என்பன பானை என்ற ஒரு பொருளைக் குறிக்கும் இரு சொற்கள். பானையினை தலையில் வைத்து ஆடுவதால் இவ்வாட்டம் இப்பெயர் பெற்றது. தமிழகத்தில் கரகாட்டம் இரண்டு நிலைகளில் காணப்படுகிறது. அவை,

1. வழிபாட்டு சடங்கின் ஒரு அங்கமாகத் திகழும் கரகாட்டம்
2. மக்களை மகிழ்ச்சிப்படுத்தும் நோக்கில் பொழுது போக்கிற்காக ஆடப்படும் கரகாட்டம் என்பனவாகும். இவற்றை கரகாட்டத்தின் வளர்ச்சிப் படி நிலை என்றும் கூறலாம்.

சக்திக் கரகம்

வழிபாட்டு சடங்கின் அங்கமாகத் திகழும் கரகாட்டமானது சக்திக்கரகம் அல்லது அம்மன் கரகம் எனப்படும். கரகம் என்ற சொல்லுக்கு பண்டைய இலக்கண இலக்கிய நூல்களில் புனிதநீர் வைக்கும் கமண்டலத்தைக் குறிக்கவே பயன்படுத்தப்பட்டுள்ளது என்று வேலுச்சாமி (1986:4) குறிப்பிடுகிறார். இன்று புனித நீர் வைக்கும் குடம் அல்லது செம்பினைக் கரகம் என்று சுட்டுகின்ற நிலையினைக் காணலாம்.

கோயில் திருவிழாவின் போது ஊர் மக்கள் அனைவரும் கரகம் எடுக்கும் நிகழ்வினை நடத்துகின்றனர். கரகக்காரர்கள் விரதம் இருந்து கரகத்தினை எடுப்பர். ஆற்றிற்கு சென்று பூசாரி செம்பில் நீர் அல்லது மணல் நிரப்பி மேலே தேங்காய் வைத்து அதன் மேல் கிளி பொம்மையினை சொருகி கரகம் தயார் செய்கின்றனர். கரகக்காரர்கள் நீராடிய பின்னர் பூசாரி கரகத்தை தலையில் தூக்கி வைப்பர். கரகக்காரர்கள் கரகத்தை பிடிக்காமல் கோயிலுக்குக் கொண்டு வருவர். மறுநாள் சாமி வந்தவுடன் கரகம் தலையில் தூக்கி வைக்கப்படும். முளைப்பாரி தட்டுக்களை பெண்கள் எடுத்துச் செல்வர். சாமியுடன் கரகக்காரர்கள் ஊரைச்சுற்றி கடைசியில் ஆற்றில் கொண்டு கரைப்பர்.

முளைப்பாரியை மக்கள் அம்மன் என்று கூறுகின்றனர். முளை வளர்ந்துள்ளதை அடிப்படையாகக் கொண்டு அந்த ஆண்டிற்காக ஊர் வளம் தீர்மானிக்கப்படுகிறது. கரகத்தை அம்மனாகக் கருதி வழிபடுகின்றனர். கரகம் தவறி கீழே விழுந்துவிட்டால் அந்த ஆண்டு ஊருக்கு தீமை ஏற்படும் என்றும் நம்பப்படுகிறது. முளைப்பாரிச் சடங்கு அம்மன் கோயில்களில் அதுவும் குறிப்பாக மாரியம்மன் கோயில்களில் நடைபெறுகிறது. முளையையும் கரகத்தையும் அம்மனின் வடிவமாகவும் செழிப்பின் சின்னமாகவும் கருதும் போக்கு இன்றும் காணப்படுகிறது.

முளைப்பாரிச் சடங்கில் மட்டுமல்லாது பிற கிராம தெய்வ விழாக்களிலும் கரகமெடுத்தல் முக்கிய நிகழ்ச்சியாகக் காணப்படு கிறது. கொங்கு வேளாளர் திருமணங்களில் திருமணத்திற்கு முன்னும் பின்னும் கரகத்திற்கு வழிபாடு நடக்கும் என்று சிவசுப்பிரமணியன் *(1988:54)* குறிப்பிடுகிறார்.

கி.பி. 2 ஆம் நூற்றாண்டு முதலே கரகத்தை தலையில் வைத்து ஆடும் கரகாட்டம் மக்களிடையே இருந்து வந்துள்ளதற்கான இலக்கியச் சான்றுகள் கிடைப்பதாக வேலுச்சாமி *(1986:8)* குறிப்பிடுகிறார். இச்சான்றுகள் மூலம் பின்வரும் கருத்துகளை அறிந்து கொள்ள முடிகிறது. அவை. 1. தலையில் கும்பம் வைத்து அது கீழே விழாமல் கவனமாக ஆடுவது கரகாட்டம். 2. பெண்கள் கரகாட்டம் ஆடியுள்ளனர். 3. குடக்கூத்து என்பது கரகாட்டத்தின் பண்டைய பெயர். 4. கண்ணன் குடகூத்து ஆடியதாக ஏராளமான சான்றுகள் கிடைக்கின்றன.

ஆட்டக்கரகம்

சடங்காக இருந்த கரகாட்டம் தற்போதைய நிலையில் சடங்கிலிருந்து பிரிந்து தனிக்கலையாக வளர்ச்சி பெற்று வருகிறது. இதனை ஆட்டக்கரகம் என்று கூறுவர். இதனை முழுநேர மற்றும் பகுதி நேரத் தொழிலாகக் கொண்ட கலைக்குழுக்கள் தோன்றி வருகின்றன. இவர்களுக்கு பயிற்சி அளிக்க பயிற்சிப் பள்ளிகளும், பிரச்சினைகளைத் தீர்ப்பதற்கு சங்கங்களும் தோன்றியுள்ளன.

கரக வடிவமைப்பு

அடிப்பகுதியில் குழிவு இல்லாமல் அரைக்கோள வடிவமாகச் செம்பு இருக்கும். பயிற்சிக் கரகத்தின் அடிப்பகுதி தட்டையாக இருக்கும். இன்று ஆடக்கூடிய கலைஞர்களில் பெரும்பாலோர் அடிப்பகுதி குழிந்து இருக்கும் கரகத்தையே வைத்துள்ளனர். பொதுவாக கரகச்செம்பு என்று சொல்லக்கூடியது 4 கிலோவிலிருந்து 10 கிலோ வரை எடையுடையதாக இருக்கும். கூம்பு வடிவத்தில் அது காட்சி தரும். செம்பின் வாயின் நடுவில் நீண்ட குச்சி ஒன்று இணைக்கப்பட்டிருக்கும். அக்குச்சியின் உச்சியை பொய்க்கிளி ஒன்று அழகு செய்யும்.

கரகாட்டம் ஆடும்போது அக்கிளியும் சுழன்றுகொண்டே இருக்கும். அது பார்வையாளர்களுக்கு கிளி பறந்து கொண்டிருப்பது போன்று காட்சியளிக்கும். கரகச் செம்பில் நொய் மணலில் குச்சி செருகப்பட்டு இருப்பதால் பொய்க்கிளி சுழன்றாட ஏதுவாகிறது.

ஆட்டக்கூறுகள்

கரகாட்டம் ஆடுகின்ற கலைஞர்கள் அனைவரும் தம் கால்களில் மணிக்கச்சங்கள் கட்டியிருப்பர். கரகாட்டம் ஆடிக்கொண்டிருக்கும் பொழுது அடி வைப்பு மாற்றி ஆடுவதுண்டு. இம்மாற்றத்தினையே களம் என்கின்றனர். கரகாட்டத்தில் ஒன்பதுக்கும் மேற்பட்ட களக்கணக்குகள் உள்ளன.

கரகாட்டத்தில் இசைக்கப்படும் தாளங்களிலும் இசைகளிலும் ஒரு தனித்துவத்தைக் காணலாம். வாத்தியங்களின் வாசிப்பினைக் கேட்டவுடன் நகையுணர்வு தோன்றும். இதனை கரகாட்டக் கலைஞர்கள் நையாண்டி இசை, நையாண்டி மேளம் என்று கிராமங்களில் அழைப்பதுண்டு. கரகாட்டத்திற்குச் சிறப்பூட்டும் வகையில் இக்கருவிகள் அமைந்துள்ளன. தோலாலான தவில், பம்பை, உறுமி முதலியனவும், வெங்கலத்தாலான சிங்கியும், காலில் கட்டியாடும் சலங்கையும் தாளம் ஏற்படுத்தி ஆட்டத்தை முறையாகக் கொண்டு செல்கின்றன.

கலைஞர்கள்

கரகாட்டக் கலைஞர்களிடையே ஆட்டத் திறமையின் பேரில் போட்டிகள் எழுவதுண்டு. அந்த நேரம் கலைஞர்கள் இந்த ஆசிரியரிடம் கற்றேன்; என்னை வெல்ல இயலாது என்ற அறைகூவல் இட்டு ஆடுவதுண்டு. இந்த ஊர் கரகாட்டக் கலைஞர் நல்ல திறமையுடையவர்கள் என்று கூறுகின்ற அளவுக்கு தன்னுடைய கலைத்திறனை வளர்த்துக் கொள்வர். கரகாட்டக் கலைஞர்களின் பூர்வீகம் அவர்கள் இடையிடையே பாடும் பாடல்களாலும் பேச்சுகளாலும் வெளிப்படுகின்றன.

> சந்தைப்பேட்டை தாண்டி வாங்க
> சேலை நல்லாக் கட்டி வாறேன் - மச்சான்
> சாலைக் கிராமம் ஓடிப் போவோம்
> சந்தனப் பொட்டுமே வச்சுக்கோ
> சாந்துப் பொட்டு தங்கமே வச்சுக்கோ
> குங்குமப் பொட்டுமே வச்சுக்கோ - வீராயி
> சேர்ந்து போவோம் புதுக்கோட்டைக்கு வீராயி

என்று பாடிக்கொண்டே தனது பூர்வீகத்தை நிலை நிறுத்திக் கூறுகின்றான்.

ஆட்டக்கரகம் பொழுதுபோக்கை அடிப்படை நோக்கமாகக் கொண்டு வழிபாட்டுக் காலங்களிலும் பொது நிகழ்ச்சிகளிலும் நடை

பெறும். கரகத்தினை பெண்களே தலையில் வைத்து ஆடுகின்றனர். இதில் மரபுவழி ஆட்டமுறைகள் மெல்ல மறைவதையும் பாலுணர்வைத் தூண்டும் ஆட்டங்கள் ஆடப்படுவதையும் காணமுடிகிறது. கரகாட்டம் ஆடும் பொது தொடக்கநிலை, வேக நிலை, அதிவேக நிலை என மூவகை நிலைகள் உள்ளன. கரகாட்டத்தின் நடுவே கோமாளி ஆட்டம் நடைபெறுவதும் உண்டு.

பொய்க்கால் குதிரையாட்டம்

காலில் கட்டையைக் கட்டிக்கொண்டு குதிரை போன்ற உருவில் குதிரையின் மீது அமர்ந்து சவாரி செய்வது போன்ற தோற்றத்துடன் ஆடும் ஆட்டமே பொய்க்கால் குதிரையாட்டமாகும். சோமலே அவர்கள் இதனை புரவி ஆட்டம் என்கிறார். கோயில் திருவிழாக்களிலும் சமயச் சடங்குகளிலும் பொய்க்கால் குதிரையாட்டம் நடைபெறும். சிலப்பதிகாரம் இவ்வாட்டத்தை மரக்கால் கூத்து என்று குறிப்பிடுகிறது.

பொய்கால் குதிரை உருவாக்கம்

நான்கு கால்கள் கொண்ட விலங்கினமான குதிரைக்கு மாற்றாக இரண்டே கால்கள் கொண்ட குதிரையாகக் காட்டி, அதன்மீது இராசா, இராணி வேடம் புனைந்தவர்கள் ஏறி அமர்ந்து வருவதுபோல் இவ்வாட்டம் நிகழ்த்தப்பட்டு வருகிறது. குதிரைமீது அமர்ந்துள்ளதாக ஒப்பனை செய்துள்ள ஆட்டக்கலைஞர்கள் தங்கள் உடலில் குதிரை உருவத்தைச் செய்து தொங்க விட்டிருப்பார்கள். பாதி உடல்பகுதிக்குக் கீழ் பளபளக்கும் துணி கொண்டு மூடியிருப்பார்கள். மூடிய துணிக்குள் ஆட்டக்கலைஞர்களின் இடுப்புக்குக் கீழ்பகுதி மறைந்திருப்பதாக அமைந்திருக்கும்.

காலில் மரக்கட்டையால் செய்த கால்களை ஆட்டக்கலைஞர்கள் தங்கள் காலோடு இணைத்து கட்டிக் கொள்வர். இதனை கால்கட்டை என்று கூறுவர். இது தரையிலிருந்து அரை அடி முதல் முக்கால் அடி உயரம் உடையதாக இருக்கும். கால்கட்டைகள் வலது இடது கால்களுக்கு தகுந்தாற்போன்று வடிவமைக்கப்பட்டிருக்கும். ஆட்டக்கலைஞரின் மூட்டுப்பகுதிக்குக் கீழ் வெளிப்புறத்தை ஒட்டியதாகத் துணி அல்லது துணியால்ஆன நாடாவைக் கொண்டு காலில் சேர்த்துக் கட்டியிருப்பர். இது இரண்டு கால்களிலும் ஒரேமாதிரியான அமைப்பாக இருக்கும். கால்கட்டை தரையில்படும் இடத்தில் இரும்பினால் செய்யப்பட்ட பூண் பொருத்தப்பட்டிருக்கும். இது குதிரை நடந்து வரும்போது ஏற்படும் குளம்பு ஒலி போன்ற சத்தம் கேட்பதற்காக இவ்வாறு செய்யப்படுகிறது.

மூங்கில், காகிதம், காகிதக் கூழ் போன்றவற்றால் செய்யப்பட்ட குதிரை மாதிரி உருவத்தில் பளபளக்கும் கண்ணாடிகள் பதிக்கப்பட்டு காண்போரைத் திகைக்கச் செய்யும் வகையில் ஒப்பனைகள் செய்யப்பட்டு உண்மைக்குதிரை போன்றே காட்சியளிக்கும். குதிரை மாதிரியைச் செய்யும் போது தலைப்பகுதி, உடல்பகுதி என்று இரு பகுதியாகச் செய்திருப்பார்கள். தலைப்பகுதியை நிகழ்ச்சி நடைபெறும் இடத்தில் வந்து பொருத்திக்கொள்ளலாம். உடல்பகுதியை ஆட்டக்கலைஞர்கள் தோளில் மாட்டிக்கொள்ளும் விதமாகக் குதிரையின் முதுகுப் பகுதியில் ஆள் நுழையும் அளவிலான ஓட்டை வைத்திருப்பார்கள். அந்தப்பகுதியில் தோளில் மாட்டிக்கொள்ளு வதற்கு வசதியாக நாடாக்களும் பொருத்தப்பட்டிருக்கும். ஆண்,பெண் இருபாலரும் நிகழ்த்தக்கூடியதாக இவ்வாட்டக்கலை உள்ளதால் இராசா, இராணி வேடங்களில் ஒப்பனைகள் செய்யப்பட்டிருக்கும்.

ஆட்டமுறைகள்

பொய்க்கால் குதிரையாட்டக் கலையைத் தனி நிகழ்வாக பெரும்பாலும் நிகழ்த்துவதில்லை. கரகாட்ட நிகழ்ச்சியோடு இணைந்து அதற்குத் துணை ஆட்டமாக இது நிகழ்த்தப்பட்டு வருகின்றமை காண முடிகிறது. எனவே இதற்கான தனியாக இசைக்கருவிகள் பயன்படுத்து வதில்லை. கரகாட்டத்திற்கு இசைக்கப்படும் நையாண்டி மேளம் இசையே இதற்கும் இசைக்கப்படுகிறது.

இக்கலை தொடங்கும்போது இரண்டு ஆட்டக்கலைஞர்களும் ஆட்ட அரங்கினை வட்டவடிவில் சுற்றி வருவார்கள். அப்போது குதிரையை முன்னும் பின்னும் ஆட்டி நடப்பார்கள். இது சபைவணக்கம் எனப்படும். பிறகு நேர்கோட்டில் இருவரும் வந்து கையைக் கோத்துக்கொண்டு இடது, வலது புறம் குதிரையை குனிந்து நிமிர்த்தி ஆடுவது நேர்கோட்டு ஒருபக்க அடவு ஆகும். அடுத்து எதிரெதிர் திசைகளில் குனிந்து நிமிர்ந்து ஆடுவது நேர்கோட்டு எதிர்பக்க அடவு ஆகும். அடுத்து இடைவெளியிட்டு பக்கவாக்கில் இருவரும் எதிரெதிர் திசையில் செல்வது. பின்பு திரும்பி வந்து சேர்வது, அடுத்து தன்னால் சுற்றும் ஆட்டம். இதில் குனிந்து நிமிர்ந்து தன்னால் சுற்றுவது, குனியாமல் தன்னால் சுற்றுவது என இருவகை உண்டு. மேற்கண்ட ஆட்டமுறைகள் காணப்படுகின்றன. இவைகளை வரிசையாக கடைபிடிக்கவேண்டும் என்பது கட்டாயமில்லை.

இவ்வாட்டத்தில் காண்போரைக் கவரும்விதமாக சில விளையாட்டுகளையும் செய்து காட்டுகின்றனர். அவை போருக்குச் செல்லுதல், வாள்வீச்சு, வாயிலிருந்து மந்திரக் காகிதங்களை எடுத்தல்

போன்றவை குறிப்பிடத்தக்கவையாகும். தஞ்சையை ஆண்ட மராட்டிய மன்னர்கள் இக்கலைக்குப் பேராதரவு அளித்துள்ளனர். அவர்கள் தமிழகத்திற்கு வந்த பிறகுதான் பொய்க்கால் குதிரையாட்டம் இங்கு நடத்தப்பட்டது என்று குணசேகரன் குறிப்பிடுகிறார். குதிரை வளமையின் சின்னமாகக் கருதப்படுவதால் சமய உணர்விற்கும் குதிரைக்கும் தொடர்பு இருக்க வாய்ப்புள்ளது.

பிற நாட்டுப்புறக் கலைகளைப் போன்று இக்கலையும் நலிவுற்று வருகின்றது. தற்போது திருவிழாக் காலங்களில் ஒருசில இடங்களில் தான் இக்கலையினை நிகழ்த்துகின்றனர். மற்றும் குதிரை உருவாக்கம் மற்றும் பராமரிப்பு சிக்கல்களை ஏற்படுத்துகிறது. நிகழ்ச்சி நடக்கும் இடங்களுக்கு இவற்றைக் கொண்டு சென்று சேர்ப்பதில் உள்ள பயணச் சிக்கல்கள் போன்ற காரணிகளே இந்தக் கலை பெரும்பாலான இடங்களில் நிகழ்த்த இயலாத நிலை ஏற்பட்டுள்ளது.

மயிலாட்டம்

இது முருக வழிபாட்டின் அடிப்படையில் தோன்றிய காலை யாகும். முருகப்பெருமான் போன்று வேடம் புனைந்து மயில் போன்ற உருவம் செய்து அதனைக்கட்டி ஆடுவர். இவ்வாறு ஆடும் போது காலில் சலங்கையினையும் கட்டியிருப்பர். மயிலாட்டம் பார்ப்பதற்கு மிகவும் அழகாக இருக்கும். மயில் தோகை விரித்து ஆடுவது போன்று ஆடுவது பார்ப்பவர்களை மகிழ்ச்சிப்படுத்தும் காட்சியாகும். முருகப்பெருமானின் அருள் வேண்டும் என்பதற்காக ஆடும் ஆட்டம் தற்போது தொழில் முறைக்கலையாக மாறிக்கொண்டே வருகின்றது. மயிலாட்டத்தின் சிறப்பினை,

    சிறகை விரித்தால் மயிலாட்டம்
    சேர்ந்து குதித்தால் ஒயிலாட்டம்
    சீறிப் பாய்ந்தால் புலியாட்டம்
    திரையில் மறைந்தால் நிழலாட்டம்

என்ற பாடல் மூலம் அறியலாம்.

காளையாட்டம்

காளை போன்று வேடம் அணிந்து ஆடும் ஆட்டம் காளை யாட்டம் ஆகும். இது திருவிழாக் காலங்களிலும் தேரோட்டத்தின் போதும் ஆடப்படுகின்றது. காளையினைப் போன்று பாய்ந்து செல்லுதல், முட்டுதல் போன்ற முறையில் ஆட்டம் அமையும்.

புலியாட்டம்

புலி போன்று வேடமணிந்தவரும் வேட்டைக்காரர் போன்று வேடமணிந்தவரும் சேர்ந்து ஆடும் ஆட்டம் புலி ஆட்டமாகும்.

இக்கலையில் ஆடலும் இசையும் கலந்து காணப்படும். இது தேரோட்டத் திருவிழாக் காலத்தில் நடத்தப்படுகிறது. புலி வேடமிட்டிருப்பவர் புலியின் முகம் போன்ற முகமூடியை முகத்தில் அணிந்துகொண்டு புலித்தோல் போன்ற அரைக்கால் சட்டையும் புலிவால் போன்ற அமைப்பையும் அணிந்து கொள்வார். உடலில் மஞ்சள் வண்ணக் குழம்பாலும் கருப்பு வண்ணக் குழம்பாலும் வரி வரியாகக் கோடுகளை வரைந்து கொள்வார். காலில் சலங்கை யினையும் கட்டிக் கொள்வார். வேட்டைக்காரர் போன்று வேடமிட்டி ருப்பவர் புலியை சுடக் குறி பார்ப்பது போன்று பதுங்கியும் பாய்ந்தும் வருவது போன்று ஆடிக்காட்டுவார்.

புலியாட்டத்தில் கால், கை, முகம் மூன்று உறுப்புகளும் முதலிடம் பெறுகின்றன. கால்கள் பதுங்குதலையும், முகம் உறுமுதலையும் வெளிப்படுத்தும் போது கைகள் பல நடிப்புகளைக் காட்டும். கைநடிப்புகளில் ஒரு கையினால் நடித்துக்காட்டுதல், இருகைகளினால் நடித்துக்காட்டல் என்ற பிரிவுகள் உள்ளன. இந்த நடிப்புகளில் கைவிரல்மடங்குதல், நிமிர்தல், குனிதல், விரிதல், தொடுதல், விடுதல் போன்ற முறைகளில் இயக்கிக் காட்டப்படும்.

ஆட்டமுறைகள்

புலிவேடக் கலைஞர் உண்மையான புலியின் அசைவுகளான நடை, பதுங்கல், பாய்ச்சல், பக்கவாட்டில் நடத்தல், எகிறியும் எம்பியும் குதித்தல், தனது நாக்கால் புலியைப்போன்று உடலின் பிற பகுதிகளை வருடுதல், பற்கள் தெரிய வாயைப் பிளந்து உறுமுதல் போன்ற செயல்களை உள்ளடக்கிய கால் அடவுகளைப் போட்டு ஆடுவார். கால் மற்றும் கைகளின் இயக்கம் வேகமாக அமைந்திருக்கும்.

புலியாட்டக் கலைஞர் முதலில் மறைவிடத்திலிருந்து புலிபாய்ந்து வருவதுபோல் வலது காலைத் தூக்கி நம்முன்பு ஊன்றி இடது காலை முன்வைத்து உடலைக் குனியச்செய்து இருக்கை களையும் கூம்பி சபைக்கு வணக்கம் கூறிய பின்னர் ஆடத் தொடங்கு கிறார்.

கால்களைக் குறுக்கும் நெடுக்குமாக மாற்றிப்போட்டு ஆடுதல், காலைப் பின்னாடியும் முன்னாடியும் சுழற்றுதல், கால்களை முன்பின் தட்டித் தூக்கியாடுதல், காலை முன்னால் வைத்து எம்பிக் குதித்துத் திரும்பி ஆடுதல், பின்னால் அரைவட்டத்தில் நடந்து ஆடுதல், இருகைகளையும் ஊன்றிக் குதிகாலில் அமர்ந்து திரும்பித் திரும்பி ஆடுதல், பக்கவாட்டில் ஒரு காலை மண்டியிட்டு ஆடுதல் போன்றவை

இவ்வாட்டத்தின் முக்கிய அடவுகளாகும். உண்மையான புலியின் இயக்கங்களை அப்படியே அடவுகள் மூலமாக கண்முன் படைத்துக் காட்டுவதின் மூலம் இக்கலை சிறப்படைகிறது.

தமிழகம், கேரளா, பாண்டிச்சேரி போன்ற இடங்களில் இக்கலையானது கிராமப்புற விழாக்களிலும் பொழுதுபோக்குக் கலையாக நிகழ்த்தப்படுகின்றது. தமிழகத்தில் சேலம், திண்டுக்கல், மதுரை, கடலூர், செங்கல்பட்டு, சென்னை போன்ற இடங்களில் பெரும்பாலும் நிகழ்த்தப்படுகின்றன. கேரளாவில் இவ்வாட்டத்தை கடுவாக்களி அல்லது புலிக்களி என்று அழைக்கின்றனர்.

கரடியாட்டம்

கரடி போன்று வேடம் அணிந்து ஆடும் ஆட்டம் கரடி ஆட்டம் ஆகும். இது திருவிழாக் காலங்களிலும் தேரோட்டத்தின் போதும் ஆடப்படுகின்றது. கரடி ஆட்டத்தின் போது மேளம் இசைக்கப்படுவது உண்டு. கரடி போன்று வேடமிடுபவரின் இடையில் கயிறு ஒன்றைக் கட்டி ஒருவர் பிடித்துக் கொள்வார். ஆடும் போது கரடி போன்றே ஆடுவர். இக்கலை தனித்தும் புலியாட்டத்துடன் இணைந்தும் ஆடப்படுவதுண்டு.

தேவராட்டம்

சக்கம்மாதேவியை வழிபடுகின்ற கம்பளத்து நாயக்கமார்களினால் ஆடப்படும் ஆட்டம் தேவராட்டம் ஆகும். சக்கம்மா தேவியை வழிபட்ட பின்னரே இவ்வாட்டத்தைத் தொடங்குகின்ற மரபு உள்ளது.

கைலாய மலையில் சிவபெருமானுக்கும் பார்வதியம்மை யாருக்கும் திருமணம் நடைபெற்ற பொது தேவர்கள் ஆடிய ஆட்டம் தேவராட்டம் என்றும், மோகினி உருவம் கொண்டு மகா விஷ்ணுவை பார்த்து பரவசமடைந்த சிவன்ஆடிய ஆட்டமே தேவராட்டம் என்று கம்பளத்தார் கூறுகின்றனர். இவ்வாறு தெய்வங்கள் ஆடிய ஆட்டத்தைத் தெய்வ வழிபாடுகளில் தாங்கள் ஆடுவதாகவும், தேவராட்டம் ஆடித் தெய்வங்களைப் பூமிக்கு அழைப்பதாகவும் கம்பளத்தார் கூறுகின்றனர்.

ஆடப்படும் இடங்கள்

திருநெல்வேலி, மதுரை, திண்டுக்கல், இராமநாதபுரம், திருச்சி, சேலம், கடலூர், விழுப்புரம், திருவண்ணாமலை, செங்கல்பட்டு போன்ற கம்பளத்து நாயக்கர்கள் மிகுதியாக வாழும் மாவட்டங்களில் தேவராட்டம் காணப்படுகிறது. கோவை மாவட்டத்தில் முருகன் - வள்ளி திருமணக்கதையைப் பாடி ஆடுகின்றனர்.

தேவராட்டம் ஆடுபவர்கள்

இது ஆண்கள் மட்டுமே ஆடும் ஆட்டமாகும். ஆடுவோர் எண்ணிக்கை வரையறை ஏதுமில்லை. நூறுபேர்கூட ஒரே நேரத்தில் ஆடலாம். பார்வையாளராக இருப்போர் விரும்பும்போது ஆட்டக் காரர்களோடு இணைந்து ஆடலாம்.

தேவராட்டம் ஆடுவோர் பெரும்பாலும் இளைஞர்களாகவே இருப்பர். மெதுவான உடலசைவுடன் தொடங்கி வேகமான உடலசைவுடன் முடியும். இந்த ஆட்டத்தில், ஆடக்கூடிய உடல்தகுதி பெற்றவர்கள் மட்டுமே கலந்துகொள்ள இயலும்.

இவ்வாட்டம் மக்களை மகிழ்ச்சிப்படுத்துவதற்காக நிகழ்த்தப்படும் ஆட்டமாகும். தொழில் முறை ஆட்டம் அல்ல. எனவே ஆட்டத்தின் போது ஒப்பனைகள் செய்து கொள்வதில்லை. ஆனால் தற்போது தேவராட்டம் மேடைகளில் நிகழ்த்தப்படுவதினால் ஆண்கள் அனைவரும் ஒரே மாதிரியான ஆடை அணிந்து தலைப்பாகை சுங்கு வைத்துக் கட்டியிருக்கின்றமை காணமுடிகிறது.

ஆடும்முறை

தேவராட்டத்தில் தேவதுந்துபி என்ற இசைக்கருவி வாசிக்கப் படுகிறது. இவ்விசைக்கருவியின் இசைப்பு முறையே தேவராட்டம் ஆடும் கலைஞர்களின் உடலசைவு முறைகளைத் தீர்மானிக்கின்றது. தேவராட்டத்தில் ஒவ்வொரு வகை ஆட்டமும் இசைப்பு முறையிலும் உடலசைவு முறையிலும் வேறுபட்டுக் காணப்படுகின்றன. சிலவகை ஆட்டங்கள் ஒன்றுபோலத் தோன்றினாலும் அவற்றை நுட்பமாக பார்க்கும் போது வேறுபாடுகளைக் கண்டறியலாம்.

தேவராட்டமானது நேர்கோட்டில் வரிசையாக நின்று ஆடுவதும் உண்டு. வட்டவடிவில் நின்று ஆடுகின்ற மரபும் காணப்படுகிறது. தெய்வ அழைப்புகளின் போது தேவதுந்துபி இசைப்போர் முன்னால் இசைத்துக் கொண்டே செல்ல தேவராட்டம் ஆடுகின்றவர்கள் பின்னால் ஆடிக்கொண்டே வருவர்.

திருமணத்தின் போதும் பூப்புச்சடங்கின் போதும் பாஞ்சாலங் குறிச்சி சித்திரை பௌர்ணமியின் போதும் தேவராட்டம் ஆடுகின்றனர். கம்பளத்தார் சிவன் பிள்ளையாகக் கருதப்படுவதால் ருத்ரதாண்டவ ஆட்டமும் இவ்வாட்டத்தில் காணப்படுகிறது. சமயச் சடங்குகளில் மட்டுமே ஆடிவந்த ஆட்டம் தற்போது வேறு இடங்களிலும் ஆடப்படுவது குறிப்பிடத்தக்கதாகும்.

ஒயிலாட்டம்

ஒயில் என்ற சொல்லிற்கு மனதைக் கவரும் அழகு என்று பொருள்படும். ஒயிலாட்டம் என்பது கதைத் தழுவிய தொடர். அதாவது இசைப்பாடலோடு கூடிய ஒருவகைக் கூத்தாகும். இது ஆடவர்கள் மட்டும் குழுவாக இணைந்து ஆடும் ஆட்டமாகும். குழுவினர் அனைவரும் தலையில் முண்டாசும் கழுத்தில் பூமாலையும் காலில் சலங்கையும் அணிந்திருப்பர். கையில் கைக்குட்டை ஒன்றையும் வைத்திருப்பர். வெள்ளை வேட்டியைத் தார்பாய்ச்சிக் கட்டியிருப்பர். ஒயிலாட்டத்தின் தன்மையினை,

ஆளோடே ஆளுஉரசாமல் - நீங்கள்
ஆளிலே ஒரு முழம் தள்ளி நில்லும்
காலோடே காலும் உரசாமல் - உங்க
காலடி கச்சம் கழறாமல்
மேலோடே மேலும் உரசாமல் - உங்க
வேருவைத் தண்ணி சிதறாமல்
உல்லாச மாகவே சல்லாப மாகவே
உச்சித மாய்க் கச்சம் கையிலெடு
கையில் எடுத்ததைத்
தூப்புவிட்டு - வலது
கால்தனில் பூட்டுங்கள் எல்லோரும்

என்ற பாடல் மூலம் அறியலாம். இவ்வாட்டம் கோயில் திருவிழாக்களின் போதும் பொது நிகழ்ச்சிகளிலும் நடத்தப்படுகின்றது. ஒயிலாட்டம் வழிபாட்டு நிகழ்வுகளில் மட்டுமல்லாது திருமணம், பூப்பெய்தல், காதுகுத்தல் போன்ற வாழ்வியல் நிகழ்வுகளிலும் நிகழ்த்தப்படுகின்றன.

ஆடும்முறை

ஒயிலாட்டத்தில் ஆடுகின்ற கலைஞர்கள் வரிசையாக நின்றுகலையினை நிகழ்த்துகின்றனர். ஒயிலாட்டத்தில் கழுத்துக்குக் கீழும், இடுப்புக்கு மேலும் உள்ள பகுதிகள் வளைவதில்லை. இது ஆட்டத்திற்கு கம்பீரத்தைத் தருகிறது. ஒவ்வொரு ஆட்டத்திற்கும் ஒவ்வொரு பாடல் உள்ளது. ஆட்டத்தின் பொருளும் பாடலின் பொருளும் பொதுவாக இணைந்தே செல்கின்றன.

இவ்வாட்டத்தை ஆசிரியர் அல்லது தலைவர் வரிசைக்கு முன்னால் நின்று ஆடுவார். முதலில் கடவுள் வணக்கமாகக் கைகூப்பி நின்று ஒருகாலை மட்டும் தட்டித் தாளத்திற்கு ஏற்ப ஆடத்

தொடங்குவர். ஆடும் போது தலை, கால், கை இவை மூன்றும் அதிகளவில் ஆடுகின்றன. தலையின் இயக்கமானது வலது மற்றும் இடது பக்கமாகத் திரும்புவது, மேலும் கீழுமாகக் குனிந்து நிமிர்வது ஆகியனவாகும். ஆட்டத்தின் போது கைக்குட்டையானது வலது கையில் மட்டும் பெரும்பாலும் பிடிக்கும் வழக்கம் காணப்படுகிறது. ஆட்டக் கலைஞர்கள் கைக்குட்டையைச் சுழற்றும் போது மணிக்கட்டு இடப்பக்கமாகவும் வலப்பக்கமாகவும் மேல்நோக்கியும் கீழ் நோக்கியும் அசைகிறது. இடுப்பின் இயக்கமானது கால்களின் இயக்கத்திற்கு ஏற்றவாறு அமைகின்றது. ஒயிலாட்டத்தில் கால்களின் இயக்கங்களே மிகவும் இன்றியமையாதவைகளாக விளங்குகின்றன. ஒயிலாட்டத்தில் பல்வேறு விதமாக பாடல்களும் இடம் பெறுவதுண்டு. உதாரணமாக,

கோம்பையில கொய்யா மரம்
கொல கொலயாக் காய்க்கும் மரம்
ஜெயலலிதா வைச்ச மரம்
தினமொரு பழம் பளுக்கும்
வீதிக்கெல்லாம் லைட்டும் போட்டு
வெளிச் சந்தையே உண்டு பண்ணி
குளிக்க ரூமுங் கட்டினாரு
குணமுள்ள எமிச்சியாரு

என்ற நடவுப்பாடல் இடம் பெற்றுள்ளதைக் காணலாம்.

காவடியாட்டம்

முருகன் வழிபாட்டு மரபில் தோன்றியதே காவடியாட்டம் ஆகும். முருகப் பெருமான் வழிபாடு தொன்று தொட்டு தமிழகத்தில் நடந்துவருகிறது. முருகனுக்கு ஆறுபடை வீடுகள் உண்டு. இடும்பன் என்பவன் சிவகிரி, சந்திரகிரி என்ற மலைகளைக் காவடிபோல் தூக்கி வந்தான். அதுபோல காவடி தூக்கி வரும் அடியார்க்கு அருள் புரிய வேண்டும் என்று இடும்பன் முருகனிடம் கேட்டுக் கொண்டான்.

காவடியாட்டம் ஒரு வழிபாட்டு சடங்கு நிகழ்ச்சியாகும். இருமுனைகளிலும் எடைகளைக் கட்டித் தொங்கவிட்ட ஒரு தண்டினைத் தோளில் வைத்துச் சுமத்தல் காவுதல் எனப்படுகிறது. தோளாற் காத்தண்டு சுமந்தலாகிய இச்செயல் காவினெங் கலனே என்ற புறநானூற்றுத் தொடரால் அறியலாம். காவுதண்டு அல்லது காவுத்தடி, காவடியின் தண்டு (அ) காவடித்தண்டு என்றாகியது. இது பின்னர் காவடி என்று சுருக்கமாக வழங்கப்பட்டிருக்கலாம்.

முருகக்கடவுளின் கோயிலுக்கு நீண்ட தொலைவிலிருந்து செல்லும் பக்தர்கள் முருகனுக்குத் தாங்கள் படைக்க விரும்பும் காணிக்கைப் பொருட்களை இது போன்று தண்டின் இருமுனை களிலும் கட்டித் தோளில் சுமந்து செல்கின்றனர். முருகனின் வழிபாட்டுச் சடங்காகக் கருதப்பட்ட காவடி எடுத்தல் என்னும் செயலில் இருந்து காவடியாட்டம் எனப்படும் ஆட்டக்கலையே உருவாகிவிட்டது.

காவடியானது குறுந்தடியால் செய்யப்பட்டு வளைந்த அமைப்பில் இருக்கும். காவடியின் இரு முனைகளிலும் பால் குடங்கள் இருக்கும். சில காவடிகளை வெட்டிவேராலும் வண்ணக் காகிதங்களாலும் அலங்கரித்திருப்பர். காவடி எடுப்போர் நாக்கிலும் உதடுகளிலும் வேலினை அலகு குத்திக் கொள்ளுவது உண்டு.

காவடியின் வகைகள்

முருகனுக்கு பக்தர்கள் சுமந்து செல்கின்ற பொருட்களின் அடிப்படையில் காவடிகள் பெயர் பெற்றுள்ளன. காவடியின் அமைப்பு மாறாமல் அப்படியே இருக்கும். குறுந்தடியின் இரு முனைகளிலும் இரு குடங்கள் இருக்கும். இதில் வழிபாட்டிற்கு எந்த பொருட்களை எடுத்துச் செல்கின்றார்களோ அதன் பெயர்களையே காவடி பெறுகின்றது. அவை, பால் காவடி, இளநீர்க் காவடி, அன்னக்காவடி, பன்னீர்க் காவடி, சாக்கரைக் காவடி, பூக்காவடி, தேர்க்காவடி, பறக்கும் காவடி, சந்தனக்காவடி, சர்ப்பக்காவடி, சேவல் காவடி, மச்சக் காவடி, வேல் காவடி என்பனவாகும்.

ஆட்டமுறைகள்

காவடியினை தோளில் வைத்து எடுத்துச் செல்லும் போது அதனை உடலின் பலபகுதிகளில் வைத்து, அது கீழே விழுந்து விடாதவாறு உடல் அல்லது உடற்பகுதியைச் சமனிலையில் வைத்துக்கொண்டு, காவடியை மேலும் கீழும் அசைத்துக்கொண்டு இயங்கும் நிலையில் கால்கள் போடுகின்ற சில அடவு முறைகள் காவடியாட்டத்தில் காணப்படுகின்றன.

காவடியாட்டக் கலைஞர்கள் காவடியினை கும்மிட்டபடி நிற்பர். இறையருள் வருவதைப் போன்று சிறிது அசைந்து ஆடுவர். பின்னர் காவடியை சுற்றி வந்து கையால் காவடியை தொடாமல் கழுத்தை நுழைத்துத் தூக்கி கரகரவென சுற்றுவர். பின்னர் காவடியை தோளில் சுமந்தபடியே கீழே குனிந்து மெல்லக் காவடியை முதுகுக்குக் கொண்டுவந்து காவடியை உருட்டுவார். அப்படியே கைகளுக்குக் கொண்டுவந்து ஆடுவார். மீண்டும் தோளுக்குக் கொண்டு வந்து பிடரி

வழியே உச்சந்தலைக்குக் கொண்டுசென்று தலையில் நிறுத்தியவாறு இசைக்கேற்ப வட்டமாக சுற்றி வந்து ஆடுவார். இவ்வாட்டத்திற்கு நையாண்டி மேளம் பக்க இசையாக இசைக்கப்படுகிறது.

சமயக் கலையில் முகிழ்ந்த காவடியாட்டம் பின்னர் தொழில் கலையாகவும் மாறிவிட்டது. தொழில் முறை காவடியாட்டத்தில் 1. சுழன்றாடுதல், 2. வளைந்தாடுதல், 3. குனிந்தாடுதல், 4. வில்லாடுதல், 5. வரவேற்க ஆடுதல், 6. கைவிரித்து ஆடுதல் என ஆறுவகை ஆட்டங்களும் மிக முக்கியமானவையாகும் என்று சக்திவேல் *(1983:173)* குறிப்பிடுகிறார்.

சேவையாட்டம்

இவ்வாட்டமும் கம்பளத்து நாயக்கமார்களால் ஆடப்படுகின்ற கலையாகும். சேவையாட்டத்தினை, சேவாட்டலு, உறுமி, கோமாளியாட்டம், தாதராட்டம் என்று பல்வேறு பெயர்களால் அழைக்கப்படுகின்றது. சேவை என்பது சேவித்தல், தொண்டு செய்தல், வணங்குதல் என்ற பொருள்களைக் கொண்டதாகும். இறைவனை வணங்குவதற்காக ஆடுகின்ற ஆட்டம் என்ற பொருளில் இவ்வாட்டம் பெயர் பெற்றுள்ளது.

சேவையாட்டத் தொன்மைக்கதை

சிவபெருமான் கோபத்தில் பிரம்மாவின் தலையைக் கிள்ளிவிட பிரம்ம கபாலம் சிவனின் கையைக் கெட்டியாகப் பிடித்துக் கொண்டது. இதன் காரணமாக சிவனுக்கு பிரம்மஹத்தி தோஷம் பிடித்தது. இதனை அறிந்த மகாவிஷ்ணு தொப்பை கூத்தாடியாக (கோமாளி) வேடமிட்டு பாதி ஆணும், பாதி பெண்ணுமாக ஒப்பனை செய்து சிலரையும் தன்னுடன் சேர்த்துக் கொண்டு பிரம்ம கபாலத்தின் முன்பு வேடிக்கை ஆட்டங்கள் ஆட சிரிப்புத் தாளாமல் பிரம்ம கபாலம் சிவனின் கையை விட்டு கீழே விழுந்தது. சிவனுக்கு ஏற்பட்ட பிரம்மஹத்தி தோஷமும் நீங்கியது. இவ்வாறு சிவனுக்குச் சேவை செய்வதற்காக விஷ்ணுவால் ஆடப்பட்ட வேடிக்கை ஆட்டமே சேவையாட்டம் என்று கூறப்படுகிறது.

ஆடப்படும் முறை

சேவையாட்டம் மற்ற ஆட்டக்கலைகளைப் போலவே தனக்கென உரிய ஒரு வடிவத்தைக் கொண்டதாக இருக்கிறது. சேவையாட்டத்தில் எட்டுபேர் ஆடுகின்றனர். இவ்வாட்டம் அரைவட்டத்தில் வட்டமாக சுற்றிச்சுற்றி ஆடப்படுகின்றது. எட்டு நபர்களில் தலைமையாக இருப்பவர் கோமாளி (தொப்பைக் கூத்தாடி) வேடம் புனைந்து நடுவில்

நின்று பாடல் பாடுவார். மற்ற ஏழுபேரும் வட்ட வடிவில் கோமாளியைச் சுற்றி ஆடுவார்கள். அவர்கள் அனைவரும் ஒன்றுபோல் ஆடுவார்கள். இவர்கள் அனைவரும் சேவையாட்டத்தினை தொடங்குவதற்கு முன் தெய்வவழிபாடு சேவையாட்ட களத்திலேயே நடைபெறுகின்றன.

சேவையாட்டம் ஆடுகின்ற கலைஞர்களைத் தேவரடியார்களாக நினைத்து தெய்வத்திற்குச் செய்யக்கூடிய வழிபாட்டுக் சடங்குகள் அவர்களுக்கும் செய்கின்றார்கள். இசையாக தேவதுந்துபி இசைக்க ஆட்டக்கலைஞர்கள் நிதானமாக உடலசைத்து ஆடுகின்றனர். திருமாலின் அவதாரமாகக் கருதப்படும் கோமாளியே ஆட்டப்பாடல்களைப் பாடி இவ்வாட்டத்தை வழிநடத்துவார்.

ஒப்பனை

சேவையாட்டத்தில் அதிகளவில் ஒப்பனைகள் காணப்படுகின்றன. தேவதுந்துபி இசைப்பவர் மட்டும் ஒப்பனைகள் செய்து கொள்வதில்லை. சேவையாட்டம் ஆடுகின்ற ஏழுபேர் ஒரேமாதிரியாக ஒப்பனை செய்திருப்பர். இவர்கள் இடுப்புக்குக் கீழே கரண்டைக்கால் வரை பெண்கள் அணியும் பாவாடை அணிந்திருப்பர். இடுப்புக்கு மேலே ஆண்கள் அணியும் சட்டை அணிந்திருப்பர்.

முகத்தில் இளஞ்சிவப்பில் அரிதாரம் பூசியிருப்பர். நெற்றியில் தென்கலை நாமம் இட்டிருப்பர். தலையில் வெள்ளை நிறத்தாலான உருமால் கட்டியிருப்பர். இரு தோள்களையும் இணைத்திருக்கின்ற முறையில் மாலை போன்று சிவப்பு அல்லது மஞ்சள் நிறத்திலான துணிப்பட்டையை அணிந்திருப்பர். தப்பு என்ற இசைக்கருவியையும் கையில் பிடித்திருப்பர்.

இந்த ஏழுபேரில் இருந்து கோமாளியின் ஒப்பனை வேறுபட்டிருக்கும். தலையில் நீண்ட, நுனியில் வளைந்த கூம்பு வடிவ குல்லாய். தலையில் கொண்டை போட்டுப் பூ வைத்து நெற்றியில் நாமமும் போடப்பட்டிருக்கும். கண்ணைச் சுற்றிக் காவி மற்றும் வெள்ளை வண்ணக் கோடுகளும், கற்றாழை நாரினால் செய்யப்பட்ட நரைத்த மீசையும், தாடியும் வைத்திருப்பர். குஞ்சங்கள் வைத்து தைக்கப்பட்ட கறுப்பு அல்லது நீல நிற தொள தொள சட்டையும், நீளமான கால் சட்டையும் அணிந்திருப்பர். தொப்பை வயிறையும் கொண்டிருப்பர்.

இசைக்கருவிகள்

சேவையாட்டத்தின் போது பாடலோடு இசைக்கருவிகளும் இசைக்கப்படுகின்றன. முதன்மையான இசைக்கருவியாக தேவதுந்துபி (உறுமி) காணப்படுகிறது. அதனோடு சேவைப்பலகை (ஒருமுகமுள்ள தப்பு), சேமக்கலம், சலங்கை, ஜால்ரா போன்ற இசைக்கருவிகளும்

பயன்படுத்தப்படுகின்றன. தேவதுந்துபியின் இசைப்பு முறைக்கு ஏற்ப மற்ற இசைக்கருவிகள் இசைக்கப்படுகின்றன.

பேய் ஆட்டம்

பேயோட்டும் நிகழ்ச்சியை நடித்துக்காட்டும் கலையே பேய் ஆட்டமாகும். திருவிழாக்காலங்களில் இரவுப் பொழுதில் இக்கலை நடத்தப்படுகிறது. இக்கலையில் உடுக்கை என்னும் இசைக்கருவி அடிக்கப்படுகிறது. ஒருவர் பேய் பிடித்த பெண் போன்றும் மற்றொருவர் பூசாரி போன்றும் நடிப்பர். பூசாரி உடுக்கையடித்துப் பேயோட்டுவது போன்றும் பேய் பிடித்தவர் பேய் பிடித்த கதையைக் கூறுவது போன்றும் அமைந்திருக்கும். தற்போது இக்கலை அருகி வருகின்றமை குறிப்பிடத்தக்கது.

2. பொருட்கலைகள்

பொருட்கலைகளை நிகழ்த்தாக்கலைகள் என்றும் கைவினைக் கலைகள் என்றும் கூறலாம். சுதைமண் சிற்பங்கள், பொம்மைகள், மரச்சிற்பங்கள், தென்னை ஓலைத் தோரணங்கள் மற்றும் உருவங்கள், பனையோலைக் கலைப்பொருட்கள், தங்கநகைகள் செய்தல், மண்பாண்டம் செய்தல், கட்டடக்கலை போன்றவை பொருட்கலை களில் அடங்குகின்றன.

3. தற்காப்புக் கலைகள்

மனிதன் விலங்குகளிடமிருந்து தன்னை காத்துக் கொள்ளுவதற்கு ஏற்படுத்திக்கொண்ட நடவடிக்கைகள் பிற்காலத்தில் கலைகளாக மாற்றம் பெற்றுள்ளன. தற்காப்புக் கலைகளாக சிலம்பாட்டம், களரி போன்றவற்றைக் குறிப்பிடலாம்.

சிலம்பாட்டம்

சிலம்பம் என்பது கம்பு விளையாட்டாகும். இது தமிழரின் வீரவிளையாட்டாகும். இதனை வழக்கில் கம்பு சுற்றுதல் என்றும் கூறுவர். ஆரம்பகால மனிதன் தம்மை சிங்கம், புலி, கரடி போன்ற கொடிய விலங்குகளிடமிருந்து காத்துக் கொள்ள காட்டில் கிடைத்த கம்பினை எடுத்து சுழற்றினான். இச்செயலே பிற்காலத்தில் சிலம்பக்கலையாக வளர்ச்சி பெற்றது.

சிலம்பம் என்ற பெயர் சிலம்பு என்ற சொல்லிலிருந்து உருவான தாகும். சிலம்பு என்பதற்கு ஒலித்தல் என்று பொருள். சிலம்பம் ஆடும் போது உருவாகும் ஒலிகளை குறிக்கும் விதமாக சிலம்பம் என்ற பெயர் சூட்டப்பட்டதாக சொல்லப்படுகிறது. சிலம்பம் என்ற சொல் சிலம்பல்

என்ற வினையின் அடியாகப் பிறந்தது. மலைப்பகுதிகளில் அருவி விழும் ஓசை, பறவைகளின் கீச்சொலி, மரங்களின் இலைகள் காற்றில் அசையும் ஓசை, விலங்குகளின் இரைச்சல் போன்ற பல ஓசைகள் ஒலித்துக் கொண்டே இருப்பதால் மலைக்கு சிலம்பம் என்ற மற்றொரு பெயரும் உண்டு. எனவே மலைநிலக் கடவுளான (குறிஞ்சி) முருகனுக்கு சிலம்பன் என்ற பெயருண்டு. கம்பு சுழற்றும் போது ஏற்படும் ஓசை மற்றும் ஆயுதங்கள் ஒன்றோடொன்று மோதும் ஓசை போன்று இருப்பதால் தமிழரின் தற்காப்புக் கலைக்கு சிலம்பம் என்று பெயர்.

சிலம்பத்தில் கம்பினை கையாளும் முறை, கால் அசைவுகள், உடல் அசைவுகள் மூலம் தம்மை பாதுகாத்துக் கொள்ளுதல் எனப் பல கூறுகளைக் கொண்டதாகும். மேலும் சிலம்பாட்டத்தில் எதிராளி வீசும் கம்பினைத் தடுத்தல், எதிராளியின் உடலில் சிலம்பக் கம்பினால் தொடுதல் (தொடுபுள்ளி) போன்றன அடிப்படையாகக் கொள்ளப்படு கிறது. சிலம்பாட்டத்தை கற்றுக்கொள்ள ஆறு மாதங்கள் ஆகும். சிலம்பாட்டத்தை ஒரு சில பள்ளிகளிலும், தனியார் அமைப்புகளும் கற்றுக் கொடுக்கின்றன.

சிலம்பாட்டத்தை விளையாடுவதற்கு குறைந்தது இருவர் தேவை. நன்கு தேர்ச்சி பெற்ற ஆட்டக்காரர்கள் சிலம்பாட்ட போட்டி களில் விளையாடுவர். தற்காலத்தில் ஆண்களும் பெண்களும் சிலம் பாட்டக் கலையினை கற்று விளையாடுகின்றமை காணமுடிகிறது. கோயில் திருவிழாக்களிலும் மற்றும் ஊர்வலங்களிலும் சிலம்பாட்டம் தவறாது இடம்பெறுகின்றது. இக்கலையானது கன்னியாகுமரி, திருநெல்வேலி, தூத்துக்குடி மாவட்டங்களில் பெரும்பாலும் நடைபெறுகிறது.

சிலம்பச் சுவடிகளில் குறிப்பிடப்படும் தொன்மையான சிலம்பச் சுவடு மற்றும் அடிவரிசைகள் தமிழகத்தில் மூவேந்தர்களின் ஆட்சி முடிவுற்று தமிழகம் அந்நியர்களுக்கு அடிமைப்பட்ட பின் காலமாற்றத்தால் அதன் பெயர்களிலும் ஆடும் முறைகளிலும் சிறு மாற்றங்கள் அடைந்துள்ளன. வடக்கன் களரி, தெக்கன் களரி, சுவடு அடிமுறை, கர்நாடக சுவடு, சிரமம், சைலாத், தஞ்சாவூர் குத்து வரிசை என்ற பெயர்களில் இன்றும் தமிழகம் மற்றும் கேரளா உள்ளிட்டப் பகுதிகளில் ஆடப்படுகிறது.

சிலம்பத்தில் பல்வேறு வகைகள் காணப்படுகின்றன. அவை, துடுக்காண்டம், குறவஞ்சி, மறக்காணம், அலங்காரச் சிலம்பம், போர்ச் சிலம்பம், பனையேறி மல்லு, நாகதாளி, நாககீறல், கள்ளன் கம்பு என்பனவாகும். இன்றும் தமிழர்களின் வீரத்தின் அடையாளமாகக் காணப்படுவது சிலம்பாட்டக் கலையாகும்.

களரிப் பயிற்று

களரிப் பயிற்று என்பது பழந்தமிழகத்தில் தோன்றிய ஒரு தற்காப்புக் கலையாகும். இதனை அடிமுறை என்றும் அழைக்கப்படும். இன்று இக்கலை கேரளாவில் பெரும் வளர்ச்சி பெற்று விளங்குகிறது. தற்போதும் கேரளாவில் ஆசான்கள் மூலம் இக்கலை பயிற்றுவிக்கப் படுகின்றது. எனினும் நெடுங்காலமாக தமிழரின் தற்காப்புக் கலைகளில் இதுவும் ஒன்றாகும். இக்கலை குறித்த பழைய ஏடுகள் தமிழிலேயே காணப்படுகின்றமை இதற்குச் சான்றாகும்.

மன்னராட்சி காலத்தில் போர்க்கலைகள் முக்கியத்துவம் பெற்றுத் திகழ்ந்தன. இந்தப் போர்க்கலைகள் களர் நிலங்களிலும் காடுகளிலும் பயிற்சியளிக்கப்பட்டன. பொழுதுபோக்கிற்காக அரங்கங்களில் நிகழ்த்திக் காட்டப்பட்டது. இவ்வாறு காடுகளிலும் களர் நிலங்களிலும் போர்க்களங்களிலும், அரங்கங்களிலும் நிகழ்த்தப்பட்ட வீரக்கலை களுக்கு களரிப்பயிற்று என்பதே பொதுப்பெயராக அமைந்துள்ளது. களரி என்பதற்கு காடு, களர் நிலம், போர்க்களம் என தமிழ்மொழி அகராதி பொருள் தருகிறது. பயிற்று என்றால் பயிற்றுவித்தல் என்று பொருள். எனவே களரிப்பயிற்று என்பது போர்க்கலைகளின் பொதுப்பெயராக அமைந்துள்ளது.

களரிப்பயிற்று பயிற்சி முறைகள்

களரி நிகழ்வின் போது வீரர்கள் கடவுள், குரு, ஆயுதம், களம் ஆகியவற்றை வணங்கிய பின்னரே ஆட்டத்தைத் தொடங்குவர். களரியினை கற்றுக் கொடுக்கின்ற ஆசான் அல்லது குரு மருத்துவ முறைகளை தெரிந்தவராக இருப்பார்கள் என்பது குறிப்பிடத்தக்க தாகும்.

களரிப்பயிற்று பயிற்சி முறைகளில் வாய்த்தாரி, மெய்த்தாரி, கோல்த்தாரி, அங்கத்தாரி, ஆயுததாரி, வெறுங்கை முறை என்பன காணப்படுகின்றன. பயிற்சிமுறையினை வாய்மொழியாகக் கூறி செய்வது வாய்த்தாரி எனவும், உடலைப் பக்குவப்படுத்த மெய்த்தாரி பயிற்சிமுறையும் முதல்கட்ட பயிற்சியாக அமைகிறது.

கோல்த்தாரி பயிற்சி முறையில் ஒரு சாண் கம்பு, மூன்று சாண் கம்பு, பன்னிரு சாண் கம்பு எனப் பலவிதமான கம்பு வைத்து செய்யும் பயிற்சிமுறைகளை உள்ளடங்கியுள்ளது. கம்பு வைத்து செய்யும் பயிற்சி முறைகளை பொதுவாக சிரமம் என்ற பெயரால் அழைக்கின்றனர். ஆயுததாரியில் கத்தி, கடாரி, கடகோரி, வாள், ஈட்டி, கேடயம், சுருட்டுவாள், கெதை போன்ற ஆயுதங்களை கையாளுகின்ற முறைகள்

உள்ளன. வெறுங்கை முறையில் ஆயுதமில்லாமல் எதிரிகளை கையாளும் அடவுமுறைகளையும், பூட்டுபிரிவு முறைகளையும் பயிற்றுவிக்கப்படுகின்றன. களரி போர்க்கலையாகவும், வீரக்கலை யாகவும், தற்காப்புக்கலையாகவும் பல்வேறு கால சூழலில் மாற்றம் பெற்றுள்ளமை காணமுடிகிறது.

களரிப் பயிற்றில் பயந்து அடித்தல், உதைத்தல், கொழுவிப் பிடித்தல், தொடர் தாக்குதல் நகர்வுகள், ஆயுதங்கள் ஆகியவற்றையும், உடற்பிடித்தல், மூலிகைகள் போன்ற மருத்துவ நுணுக்கங்களையும் உள்ளடக்கிக் கொண்ட முழுமையான கலையாகும்.

சேர, சோழ, பாண்டிய மன்னர்களின் ஆட்சிக்காலத்தில் சேரன் களரி, சோழன் களரி, பாண்டியன் களரி, மல்லன் களரி என்ற களரிகள் இருந்ததாக செல்லம் கூறுகிறார். சேர நாட்டின் வடபகுதியைப் பொறுத்தவரை கி.பி. 10 முதல் கி.பி. 12 ஆம் நூற்றாண்டு வரையுள்ள காலகட்டத்தில் களரி தற்காப்பிற்காக பயிலப்பட்டு வந்தது. கி.பி. 12 முதல் கி.பி. 16 ஆம் நூற்றாண்டு வரை சேர, சோழ, பாண்டிய மன்னர்கள் தங்களின் படைபலத்திற்காக மக்களை இக்கலையை கற்குமாறு நிர்பந்திக்கப்பட்டுள்ளது.

திருவிதாங்கூர் மன்னர் ஆட்சிகாலத்தில் வேணாட்டு பகுதிகளில் நூற்றியெட்டு களரிப்பயிற்று மையங்களும் அவற்றிற்கு பல துணை களரிகளும் இருந்ததாக வரதராசன் கூறுகிறார். இதிலிருந்து களரி சிறந்த போர்க்கலை வடிவமாகத் திகழ்ந்துள்ளது என்பதனை அறியமுடிகிறது.

களரியின் பிரிவுகள்

களரியினை பயிற்சியளிக்கப்பட்ட இடங்களை அடிப்படையாகக் கொண்டு இரண்டாக வகைப்படுத்துவர். அவை வடக்கன் களரி, தெக்கன் களரி என்பனவாகும். தமிழகத்தின் தென்பகுதியிலும் கேரளாவிலும் இக்கலை வடிவம் அதிகளவில் காணப்படுகிறது. சேரநாட்டை பொருத்தவரையில் களரிகள், வடக்கன் களரி, தெக்கன் களரி, கடத்த நாடன் களரி, துளுநாடன் களரி எனப் பல பிரிவுகளாக பயிற்சியளிக்கப்பட்டுள்ளன. இத்தகைய களரிகள் சேரநாட்டின் பகுதிகளான கேரளாவில் இன்றும் சிறப்பு வாய்ந்து வாழும் கலையாக நிலைத்து நிற்கின்றன.

களரியின் தொய்வு நிலை

தமிழகத்தில் போர்க்கலையாக சிறப்புப் பெற்றிருந்த களரிப்பயிற்று ஆங்கிலேயர் ஆட்சிகாலத்தில் தொய்வுநிலையை அடைந்தது. தெக்கன் களரி சிறப்புப் பெற்றிருந்த திருவிதாங்கூரின் தென்பகுதியாக அமைந்த குமரிமாவட்டத்தில் தச்சன்விளையில்

வேணாட்டின் முதன்மை படைத்தளபதியான அனந்த பத்மநாபன் வாழ்ந்து வந்தார். இவர் நூற்றியெட்டு களரிப்பயிற்சி மையங்களுக்கும் தலைவராக இருந்தார். இவருடைய காலகட்டத்தில்தான் குளச்சல் போர் நடைபெற்றது.

கி.பி. 1741 ஜூலை 31 இல் நடைபெற்ற குளச்சல் போரில் நவீன ஆயுதங்களுடன் வேணாட்டை முற்றுகையிட வந்த டச்சுப்படைகளை அனந்த பத்மநாபனின் தலைமையிலான களரி ஆசான்கள் சிறைபிடித்தனர். அதில் முக்கியமானவர் டச்சுப்படை தளபதி டிலனாய் ஆவார். இவர் தங்களை தோற்கடித்து சிறைபிடித்தது களரிப்பயிற்று என்ற போர்க்கலை என்பதை அறிந்து அதிர்ச்சியடைந்தார். இக்கலையை இம்மண்ணிலிருந்து அழிக்க வேண்டும் என்று நினைத்த அவர் மன்னரோடு நெருக்கமாகப் பழகி, துப்பாக்கி, வெடிகுண்டு களும், பீரங்கிகளும் செய்து தருவதாகக் கூறி உதயகிரி கோட்டையில் தங்கியிருந்து அப்பணிகளைச் செய்தார்.

இதன்விளைவாக வேணாட்டில் போர்க்கலையாக இருந்த களரி தன்னுடைய முக்கியத்துவத்தை இழக்க ஆரம்பித்தது. குளச்சல் போர் வெற்றியானது வெள்ளைய ஏகாதியத்திற்கு எதிரான முதல் போர் வெற்றி என்பதால் இந்தியாவை ஆள நினைத்த வெள்ளையர்களுக்கு பெரும் கலக்கத்தை ஏற்படுத்தியது. இதன் விளைவாக வெள்ளை அரசாங்கம் களரி கலைஞர்களுக்கு எதிரான அடக்குமுறைகளையும் வன்முறைகளையும் மேற்கொண்டது. போர்த்துக்கீசியர் தமிழகத்திற்கு வந்த பின்னர் போர்முறை மாறியதால் களரி தன்னுடைய முக்கியத்து வத்தை இழந்தது என்பதை கேரளாத்தில் இன்றும் நிகழ்த்தப்பட்டு வரும் சவிட்டு நாடகம் மூலம் அறியலாம்.

ஆயுதங்களை வைத்திருப்பதை பிரிட்டிஷ் அரசாங்கம் தடை செய்தது. கி.பி. 1804 இல் களரியில் ஆயுதங்களை வைத்திருப்பவர் களை நாடு கடத்துவதற்கான அதிகாரத்தினை மலபார் கலெக்டர் பம்பாயிலிருந்து வாங்கியதாக ஆதாரங்கள் கூறுகின்றன. பண்டைய தமிழகத்தின் வடபகுதியைப் பொறுத்தவரை வடக்கன் களரியின் நாயகனாக இருந்த தச்சூளி உதயணன் துப்பாக்கியால் சுடப்பட்டு கொலை செய்யப்பட்டார். இதன் விளைவாக அப்பகுதியில் களரி தனது செல்வாக்கினை இழக்கத் தொடங்கியது.

13

நாட்டுப்புற புழங்குபொருட்கள்

பண்பாடு என்னும் சொல் பண்படுத்துதல் என்ற சொல்லிலிருந்து உருவானது எனலாம். ஏனெனில் பண்பாடு என்ற சொல் மனிதனோடு மட்டுமே தொடர்புடையது. இது பிற உயிரினங்களிடமிருந்து மனிதனைப் பிரித்துக் காட்டுகிறது. பண்பாடு என்னும் கருத்தாக்கம் மக்களின் அறிவு சார்ந்த நிலையில் ஏற்படும் எண்ணற்ற கருத்து வடிவங்களின் (Abstraction) முழுமை என்று பக்தவத்சலபாரதி *(1980:160)* குறிப்பிடுகிறார். டெய்லர் *(1958:85)* பண்பாடு என்பது அறிவு, நம்பிக்கை, கலை, ஒழுக்க நெறிகள், சட்டம், வழக்கம் முதலானவையும்; மனிதன் சமுதாயத்தில் ஓர் உறுப்பினராக இருந்து கற்கும் பிற திறமைகளும் பழக்கங்களும் அடங்கிய முழுமைத் தொகுதியாகும் என்கிறார்.

பண்பாடென்பது ஒரு தலைமுறையினர் மற்றொரு தலைமுறை யினருக்கு விட்டுச் சென்ற வாழ்க்கைமுறை அல்லது ஒரு சமுதாயத்தி லுள்ள மக்கள்வாழ்க்கை நடத்தும் முறையே ஆகும். இதனையே மானிடவியலாரும் அல்லது சமூகவியலாரும் பண்பாட்டின் இலக்கணமாகக் கூறுகின்றனர். ஒவ்வொரு சமூகத்தினரிடமும் ஒன்றுபட்ட வேறுபட்ட பண்பாட்டுக்கூறுகள் காணப்படுகின்றன.

பண்பாட்டினை மானிடவியலார் இரண்டாக வகைப்படுத்து கின்றனர். அவை, 1. பொருள்சார் பண்பாடு (Material culture), 2. பொருள்சாராப் பண்பாடு (Non-material culture) என்பனவாகும். மக்கள் தங்களின் தேவைகளுக்காகச் செய்து கொள்ளும் அனைத்து வகையானப் பொருட்களும் பொருள்சார் பண்பாட்டினுள் அடங்கும். பொருள்சாராப் பண்பாட்டில் பொருள் வடிவம் பெறாத அனைத்துக் கூறுகளும் இடம் பெறுகின்றன. இவற்றில் புழங்குபொருட்கள் அனைத்தும் பொருள்சார் பண்பாட்டினை அடையாளப்படுத்துவன வாக விளங்குகின்றன.

புழங்கு பொருள்

புழங்கு என்பதற்குக் கதிரைவேற்பிள்ளை தமிழ் மொழியகராதி *(1990:1047)* வழங்குதல் என்றும், தமிழ் லெக்சிகன் *(1982:2793)* கையாளுதல், புழங்குதல் என்றும் விளக்கம் தருகின்றன. எனவே புழங்குபொருள் என்பது மக்கள் அன்றாடம் தங்கள் தேவைக்காகப் பயன்படுத்தி வந்த, வருகின்ற பொருட்களைக் குறிப்பதாகக் கொள்ளலாம். மக்கள் தங்களின் தேவைக்கு ஏற்ப தொன்று தொட்டே

செய்துவருகின்ற கைவினைப் பொருட்கள் யாவும் புழங்குபொருள் பண்பாட்டை அடையாளப்படுத்துகின்றன. ஹூர்து*(1997:297)*, இயற்கை வளங்களைப் பண்பாட்டுப் படைப்புகளாகவும், கலைப்படைப்பு களாகவும் (Artitacts) மாற்றிக் கொள்வதையே புழங்கு பொருள்சார் பண்பாடு என்றும் மானுடக்குழு ஒன்றின் தொழில் நுட்பத்திறனும் புழங்குபொருள் சார்ந்த கலைத்தொழில் வேலைப்பாடமைந்த பொருட்களும் புழங்குபொருள் பண்பாட்டில் அடங்குகின்றன என்றும் குறிப்பிடுகின்றார். ஹாரிஸ்*(1978:208)*, உணவுகள், தெய்வ நம்பிக்கை யுள்ள சடங்குகளில் பயன்படுத்தப்படும் பொருட்கள் போன்ற வற்றுடன் மறைமுகமாகச் சம்மந்தப்படும் பொருட்கள், அவற்றை விற்கும்முறை, விலை நிர்ணயம் செய்யும்முறை போன்றவற்றையும் புழங்குபொருள் பண்பாட்டில் அடக்கலாம் என்கிறார்.

மக்கள் தங்களின் அன்றாடத் தேவைகளுக்காக உருவாக்கப்பட்ட பொருட்கள் மற்றும் கலைப்பொருட்கள், உணவுப் பழக்கவழக்கம், சடங்கியல் சார்ந்த பொருட்கள் இவற்றை உருவாக்கும் தொழில்நுட்பம் மற்றும் தொழில்கருவிகள், அவற்றை விலை நிர்ணயம் செய்யும்முறை ஆகியவை ஒரு குறிப்பிட்ட இனக்குழு மக்களின் அல்லது ஒரு சமூகத் தினரின் பண்பாட்டினை வெளிப்படுத்துவதாக அமையுமானால் அவற்றைப் புழங்குபொருட்கள் எனக் கொள்ளலாம்.

அறிவியல் வளர்ச்சியாலும் நாகரிக வளர்ச்சியாலும் சமூகத்தில் பெரும் மாற்றங்கள் நிகழ்ந்து வருகின்றன. இருப்பினும் இன்னும் கிராமப்புற மக்கள் தங்களுக்குக் கிடைக்கும் புழங்குபொருட்களின் மூலம் தங்களின் தேவைகளை நிறைவு செய்து கொள்கின்றனர். ஒரு பண்பாட்டைச் சேர்ந்தவர்களின் வாழ்வியலுக்கும் செயல்களுக்கும் நடத்தை முறைகளுக்கும் எவையெவை அவசியமாக அமைகின்றனவோ அவை அப்பண்பாட்டின் விழுமியங்களாகக் கருதப்படுகின்றன. இதனை மக்கள் அன்றாடம் பயன்படுத்தி வருகின்ற புழங்கு பொருட்கள் மெய்ப்பிக்கின்றன.

வகைப்பாடு

நாட்டுப்புறவியல் ஆய்வுகள் பெரும்பாலும் வகைப்பாட்டியல் ஆய்வுகளாகவே விளங்குகின்றன. நாட்டுப்புற மக்களின் பண்பாட்டினை மீட்டுருவாக்கம் செய்வதற்குத் தரவுகளே மூலமாக அமைகின்றன. இத்தரவுகளை அளிப்பவை நாட்டுப்புற வழக்காறுகள் ஆகும். நமது முன்னோர்களின் கலைத்திறமையை வெளிப்படுத்துகின்ற புழங்கு பொருட்கள் குறித்து ஆழமாக ஆய்வு செய்தல் இன்றைய தேவை யாகும். எனவே புழங்குபொருட்களை ஆய்வுநோக்கில் மூன்றாக வகைப்

படுத்தலாம். அவை, 1. உணவு சார்ந்த புழங்குபொருட்கள், 2. வீட்டு உபயோகப் புழங்குபொருட்கள், 3. தொழிற்கள புழங்குபொருட்கள் என்பனவாகும்.

உணவுசார்ந்த புழங்குபொருட்கள் என்பது மக்கள் அன்றாடம் பயன்படுத்தும் உணவுவகைகள் குறித்ததாக அமைகிறது. இதனை முதன்மை உணவு, துணை உணவு, சடங்கியல் உணவு, சமயம் சார்ந்த உணவு என்று வகைப்படுத்தி ஆய்வு மேற்கொள்ளலாம்.

வீட்டு உபயோகப் புழங்குபொருள் என்பது மக்கள் வீட்டில் பயன்படுத்துகின்ற பொருட்களைக் குறித்ததாக அமைகிறது. இதில் மக்கள் பயன்படுத்துகின்ற ஆடைகள், அணிகலன்கள், வீடுகள், பாத்திரங்கள், மரப்பொருட்கள், சமயலறைப் பொருட்கள், போக்குவரத்து சாதனங்கள், அளவைகள், இசைக்கருவிகள் மற்றும் பிற பொருட்களும் இடம் பெறுகின்றன.

தொழிற்கள புழங்குபொருட்கள் என்பது மக்கள் செய்கின்ற தொழில்கள், தொழில்நுட்பங்கள், தொழில்கருவிகள் குறித்ததாக அமைகிறது. இதில் வேளாண்மைத் தொழில், மண்பாண்டத்தொழில், மரத்தொழில், உலோகத் தொழில், சவரத்தொழில், சலவைத்தொழில், கைவினைத்தொழில்கள் மற்றும் பிற வகையானத் தொழில்களும் இடம்பெறுகின்றன.

புழங்குபொருளும் பண்பாடும்

பண்பாடும் புழங்குபொருட்களும் ஒன்றோடொன்று பின்னிப் பிணைந்து காணப்படுகின்றன. ஏனெனில் புழங்குபொருட்கள் அனைத்தும் பண்பாட்டோடு ஒன்றிணைந்தே காணப்படுகின்றன. அவை பண்பாட்டு மாற்றத்திற்கு ஏற்ப மாறுபட்டுக் காணப்பட்டாலும் மக்களின் வாழ்வியலோடு ஒன்றியே காணப்படுகின்றன. இதனை, பொருளும், பண்பாடும் நாணயத்தின் இருபக்கங்கள் போன்றவை; நறுக்குத் தெறித்தாற்போன்று மிகக் குறைந்த பட்ச வரையறையாகச் சொன்னால் பண்பாட்டின் கண்ணாடி புழங்குபொருட்கள் என்றும் கூறலாம். அந்த வகையில் ஒன்றையொன்று பரஸ்பரம் பிரதிபலிப்பவை என்று பக்தவத்சல பாரதி(*1980:165*) குறிப்பிடுகிறார். இதிலிருந்து பண்பாட்டினை பிரதிபலிக்கின்ற பொருட்கள் அனைத்தும் புழங்கு பொருட்கள் எனவும் கொள்ளலாம்.

மக்கள் முற்காலத்தில் மசாலாப் பொருட்களை அரைப்பதற்கு அம்மியும் குழவியும் பயன்படுத்தினர். ஆனால் நவீன வளர்ச்சியின் காரணமாக 'மிக்ஸி' என்ற இயந்திர பொருள் பரவலாக மக்களின் பயன்பாட்டில் இருந்து வருகின்றமையை நாம் காணமுடிகிறது.

எனினும், நவீன இயந்திரத்தின் வருகையால் மக்கள் தம் பழைய புழங்குபொருட்களை முழுமையாக விலக்கி விடவில்லை. இன்றும் அவைகள் பயன்பாட்டில் இருந்து வருகின்றன. தற்போதும் திருமணச்சடங்கில் அம்மி மிதித்து அருந்ததி பார்க்கும் வழக்கம் மக்களிடம் உள்ளது. அதே போன்று திருமணம் முடிந்த பின்னர் மணப்பெண்ணின் மடியில் குழவியைச் சிறிது நேரம் வைத்த பின்னரே தம்பதிகளை அனுப்புகின்ற மரபு உள்ளது. இவ்வாறு புழங்கு பொருட்கள் மக்களின் வாழ்வியலிருந்து விலகினாலும் சடங்கு முறைகளில் முதன்மை பெறுவது குறிப்பிடத்தக்கதாகும்.

மக்கள் தானியங்களை இடிப்பதற்கும், பொடிப்பதற்கும் உரல், உலக்கைகளைப் பயன்படுத்தினர். உலக்கை என்னும் சொல்லிற்கு தமிழ் அகராதி(2000:151), தானியங்களை உரல்இட்டு இடிக்க அல்லது குத்தப் பயன்படும், முனையில் இரும்பு பூண் பொருத்தப்பட்ட உருண்டை வடிவ நீண்ட மரச்சாதனம் என்று பொருள் தருகிறது. மக்கள் இரண்டு விதமான உலக்கைகளைப் பயன்படுத்தினர். தானியங்களை உரலில் இட்டு இடிக்கவும் குற்றவும் பயன்படுத்தப்படும் உலக்கைகள் தேக்கு, மருதமரம், கடம்பமரம், புளியமரம் முதலிய உறுதியான மரத்தினால் செய்யப்பட்டிருந்தன. இஃது நான்கு அடி முதல் ஐந்து அடி நீளமுள்ளவையாகக் காணப்படுகின்றன. இதன் இரு முனைப்பகுதியிலும் பூண் பொருத்தப்பட்டு இருக்கும். பூணானது ஒரு முனைப்பகுதியில் சமமாகவும், மற்றொரு முனைப்பகுதியில் சிறிது குவிந்தும் காணப்படும். இவ்வாறு பூண் மாட்டப்பட்டிருப்பதால் உலக்கையின் முனைப்பகுதி சிதையாமலும், விரிசலடையாமலும் நீண்ட காலம் பயன்படும். மஞ்சள், மல்லி, வத்தல் முதலியவற்றை இடிப்பதற்குக் கழுந்துலக்கையினைப் பயன்படுத்தினர். இது மூன்று முதல் நான்கு அடி நீளமுடையதாகவும், பூண் பொருத்தப்படாத நிலையில் காணப்படும். முற்காலத்தில் பாறையில் தானியங்களை இட்டு உலக்கையால் இடித்தனர். பின்னர் மரம் மற்றும் கல்லால் செய்யப்பட்ட உரலில் தானியங்களை இட்டு இடித்தனர். இவ்வாறு இடிக்கும்போது இரண்டு உலக்கைகளைப் பயன்படுத்துவதும் உண்டு. உரலில் தானியங்களைக் குத்தும்போது பழந்தமிழர்கள் வள்ளைப் பாடலைப் பாடியுள்ளனர். இதனை, கபிலர் திருவள்ளுவ மாலையில் வள்ளைப் பாட்டின் இன்னிசை கேட்டுக் கோழிகள் கண்ணுறங்கியதாகச் சிறப்பித்துக் கூறுகிறார்.

தற்போது அரவை நிலையங்கள் வந்த பிறகு மிகவும் எளிதாக மக்கள் தானியங்களைப் பொடிக்கவும், இடிக்கவும் செய்துக் கொள்கின்றனர். இதன் காரணமாக உலக்கையின் பயன்பாடு குறைந்து விட்டது. ஆனால் சடங்கு சார்ந்தும், மக்களின் நம்பிக்கை சார்ந்தும்

உலக்கையின் பயன்பாடு பண்பாட்டிலுள்ளது. பெண்பூப்படைந்தால் நீராடிய பின்னர் உலக்கையினை தாண்டுமாறு கூறுகின்றனர். பெண் உலக்கையினைத் தாண்டுவதன் மூலம் தீட்டு நீங்குவதாக நம்புகின்றனர். மேலும் பூப்படைந்தப் பெண்ணின் பக்கத்தில் உலக்கையினைப் போட்டு வைக்கின்றனர். இதனால் தீய ஆவிகள் பெண்ணை நெருங்காது என்றும் நம்புகின்றனர். உலக்கையைக் கீழேபோட்டு தாண்டி சத்தியம் செய்யும் வழக்கமும் உள்ளது. அப்போது, பொய் சத்தியம் செய்பவருக்குத் தீமைகள் ஏற்படும் என்று நம்புகின்றனர்.

நாட்டுப்புற சிறுதெய்வங்களின் கோயில்களில் மனிதஉடலில் புகுந்த தீயஆவிகளை விரட்டுவதற்குத் தேங்காய், முட்டை முதலியவற்றை பேய்பிடித்தவரின் உடல் முழுவதும் தடவி அதனைச் சாமியாடி உலக்கையால் அடித்து உடைக்கின்ற வழக்கம் உள்ளது. இதனை வெட்டிமுறித்தல் என்று கூறுகின்றனர். இவ்வாறு உலக்கையினால் அடித்தால் தீய ஆவிகள் அழிந்து விடுவதாக மக்கள் நம்புகின்றனர். குறிப்பாக, இப்புழங்கு பொருள் தற்போது பயன்பாட்டை விட்டு விலகிய பின்பும் பண்பாட்டின் எச்சமாகச்சடங்குகள் மூலம் கடைபிடிக்கப்பட்டு வருவதைக் காணமுடிகின்றது. மிக்ஸியினை மக்கள் அதிகளவில் பயன்படுத்தி வந்தாலும் அவைகள்பண்பாட்டினை அடையாளப்படுத்தாமல் இருப்பதால் புழங்குபொருட்கள் என்று அறுதியிட்டுக் கூறமுடியாது. ஆனால் அவை பண்பாட்டினைப் பெறும் வகையில் புழங்கு பொருளாக மாற்றம் பெற்றுவருகின்றது என்பது நிதர்சனம் *(2011:7)* என்று ரெஜித்குமார் குறிப்பிடுகிறார்.

புழங்குபொருளின் தன்மை

புழங்குபொருட்கள் நிலைத்தத் தன்மை கொண்டவை அன்று. அவை காலத்திற்கு ஏற்ப பல்வேறு வடிவங்களாக மாற்றம் பெற்றுத் திகழ்கின்றன. உதாரணமாக, உழவுத்தொழிலின் முக்கியமான புழங்குபொருள் கலப்பை ஆகும். நிலத்தினைப் பண்படுத்துவதற்குக் கலப்பையினைப் பயன்படுத்தி வந்தனர். கலப்பையினைச் சங்க இலக்கியம் ‘நாஞ்சில்’என்று குறிப்பிடுகிறது. இதனை,

> நடைநவில் பெரும் பகடு புதவிற் பூட்டிய
> பிடிவா யன்ன மடிவாய் நாஞ்சில்(பெரும் 197-198)

என்ற பெரும்பாணாற்றுப்படை பாடல் வரிகள் மூலம் அறியலாம். கலப்பையின் கொழுவானது ஆரம்ப காலத்தில் மரத்திலேயே இருந்தது. இதனால் அக்கொழு எளிதில் ஒடிந்து அல்லது மழுங்கி விடுவதாலும் இரும்பின் கண்டுபிடிப்பினால் இரும்பாலான கொழு இணைக்கப்பட்டது. முதலில் சிறிய பட்டையளவில் வைக்கப்பட்ட

கொழு பின்னர் கலப்பை முழுவதையும் பொதிந்த வகையில் வடிவமைக்கப்பட்டு பயன்படுத்தப்பட்டது. இதனால் உழும் போது அதிக அழுத்தம் கொடுக்கவேண்டியதில்லை. இவ்வாறு கால மாற்றத்திற்கு ஏற்ப உழவுத்தொழில் செய்யும் கலப்பையில் பல்வேறு மாற்றங்கள் ஏற்பட்டன. நவீனவளர்ச்சியின் காரணமாக டிராக்டர் இயந்திரம் வந்த பிறகு அதனுடைய பயன்பாடு மக்களின் வாழ்விய லோடு பின்னிப் பிணைந்துவிட்டது. தற்போது கலப்பைகளைப் பார்ப்பதே அரிதாகி விட்டது. கிராமப்புறங்களில் சில சிறு விவசாயிகள் வீடுகளில் மட்டுமே கலப்பைகளைக் காணமுடிகிறது.

உணவுப்பொருட்களை எடுத்துக் கொண்டால் அவை சார்ந்த பல்வேறு புழங்கு பொருட்களில் பெரும் மாற்றம் பெற்றுள்ளன. அரிசிமாவில் பிட்டு செய்து சாப்பிடும் வழக்கம் தென் தமிழக மக்களிடம் அதிகமாகக் காணப்படுகிறது. அதற்கு புட்டுக்குடம், புட்டுக்குழல், சில் ஆகியவை பயன்படும். இவை முற்காலத்தில் பிட்டுகுடம் மண்குடமாகவும், பிட்டுக்குழல் மூங்கில் குழலாகவும், சில்லானது சிரட்டையினாலும் செய்யப்பட்டவையாக இருந்தன. அதில் ஒரே குடத்தின் மீது இரண்டு அல்லது மூன்று மூங்கில் புட்டுக் குழல்கள் வைத்தும் பிட்டினை வேக வைத்து சாப்பிட்டுள்ளனர். ஆனால் பித்தளை, அலுமினியம் முதலிய உலோகங்களின் வரவினால் புட்டுக்குடங்கள் அவைகளாக மாற்றம் பெற்று மக்களின் பயன்பாட்டைப் பெற்றுள்ளமை காணமுடிகிறது. ஆனால் இரண்டு மூன்று குழல்கள் ஒரே குடத்தில் வைக்கின்ற கலை நுட்பமான புட்டுக்குடங்களை இன்று காண்பதற்கில்லை.

உணவு வகைகளில் கிழங்குகள் முதன்மை இடம் பெறுகின்றன. ஆரம்பகாலத்தில் மலைகளில் பல்வேறு விதமான கிழங்கு வகைகள் அதிகளவில் பயிரிடப்பட்டன. அவை, நூறான், பின்னான், நெடுவன், குருவடக்கன், மரவள்ளி, சர்க்கரைவள்ளி, காச்சில், சிறுகிழங்கு, நனகிழங்கு, முக்கிழங்கு, வேம்பு, சேனை, கூவை, பனங்கிழங்கு, பச்சைக்காச்சிக் கிழங்கு முதலியவை குறிப்பிடத்தக்கவையாகும்.

தமிழகத்தில் மரவள்ளிக்கிழங்கு அதிகமாகப் பயிரிடப்படுகிறது. கிராமப்புற மக்களுக்கும், மலைவாழ் மக்களுக்கும் இது முதன்மை உணவாகும். மரவள்ளிக் கிழங்கினை நாட்டுப்புற மக்கள் 'மரச்சீனி கிழங்கு' என்றும் கூறுவர். இதில் பல்வேறு வகைகள் உள்ளன. அவை, கரிகாலன், மாங்கொழுந்தன், மஞ்சகுட்டன், நறுக், கறியிலை பொரியன், செங்கம்பன், நூறுமுட்டன், இலட்சுமியாவெள்ளை, சுந்தரிவெள்ளை முதலியன குறிப்பிடத்தக்கவையாகும். கிழங்கின் மேல் தோலை நீக்கி சிறுதுண்டுகளாக வெட்டி சமைத்து உண்கின்றனர்.

இதனை 'உப்பந்துண்டு' என்று கூறுவர். இதற்குத் துணைஉணவாக உள்ளி, புளி, வத்தல், மாங்காய், கத்தரிக்காய் இவைகளைத் தீயில் வாட்டி இடித்து சாப்பிடுவர். இதனை 'இடிசம்மந்தி' என்றுகூறுவர். இக்கிழங்கினைச் சிறுதுண்டாக வெட்டி வேக வைத்து அதனுடன் மிளகு, தேங்காய், மஞ்சள் சேர்த்து பனமட்டையால் செய்த துடுப்பினைக் கொண்டு இடித்து பிசைந்து சாப்பிடுவர். இதனை கிழங்குமயக்குதல் என்று கூறுவர். பெரும்பாலும் பகல் நேர உணவில் துணைமை உணவாக இதனைப் பயன்படுத்துவர். மேலும் இக்கிழங்கினை தீயில்சுட்டு சாப்பிடும் வழக்கமும் உள்ளது. பனையிலிருந்து கிடைக்கும் பதநீரைக் கருப்புகட்டியாகத் தயார் செய்வதற்கு அதனைக் கொதிக்கவைத்து பக்குவம் செய்வர். அப்போது பதநீரில் மரவள்ளி, சர்க்கரைவள்ளி, காச்சில் முதலிய கிழங்கு வகைகளை இட்டு வேகவைத்து உண்ணும் வழக்கமும் உண்டு. இவ்வாறு பதநீரில் வேகவைத்த கிழங்குகள் மிகவும் சுவையானதாக இருக்கும்.

கிழங்குகள் அதிகநாள் இருந்தால் கெட்டுவிடும். எனவே கிழங்குகளைச் சிறிதாக வெட்டி பாறைகளில் உலர வைக்கின்றனர். உலர்ந்த கிழங்குகளைப் பாதுகாத்து வைத்து தேவைக்கு ஏற்ப பயன்படுத்துவர். இக்கிழங்கினை உணக்க கிழங்கு, வெட்டுக்கிழங்கு, காஞ்சக் கிழங்கு என்று கூறுவர். இக்கிழங்கினை உரலில்இட்டு இடித்து மாவாக்கி அரிப்பினைப் பயன்படுத்தி சலித்து புட்டு, களி முதலிய உணவுகளைத் தயார் செய்கின்றனர். இடிக்காமல் உலர்ந்த கிழங்கினை வேக வைத்து உண்ணும் வழக்கமும் உண்டு. ஆனால் தற்போது மரவள்ளிக் கிழங்குகளைப் பயிரிடுவது மிகவும் குறைவாகவே காணப்படுகிறது. கிராமப்புற மக்கள் தற்போது இதனை விலைக்கு வாங்கிவந்து பொடியாகச் சீவி அதனுடன் தேங்காய் சேர்த்து புட்டு தயார் செய்கின்றனர். இதனைக் காலை நேர உணவாக உண்கின்றனர். மேலும், குழம்புகளுடனும் சேர்த்து வேகவைத்து உண்கின்ற வழக்கமும் காணப்படுகிறது. தற்போது இதனைப் பயன்படுத்திப் பல்வேறு தின்பண்டங்களைச் செய்கின்றனர்.

பண்பாட்டை விட்டு விலகிவரும் புழங்குபொருட்கள்

தம்முள் எண்ணற்ற பயன்பாட்டுத் தரவுகளைக் கொண்டுள்ள புழங்கு பொருட்கள், நாகரீக மற்றும் சமூக மாற்றத்தினால் பண்பாட்டுச் சூழலை விட்டு விலகிச் செல்கின்றன. அவ்வாறு விலகிச் செல்லும் போது அவைகள் பேசாமடந்தைகளாகி விடுகின்றன. உதாரணமாக, நம்முன்னோர்கள் சமீப காலம் வரையிலும் உணவு உண்ணும் கலமாக, வட்டில், கும்பா, தலுவா, தாரம், கிண்ணம் எனப்படும் பித்தளை (வெண்கலம்) பாத்திரங்களைப் பயன்படுத்தி வந்தனர். ஆனால்

தற்போது எவர்சில்வர், வெள்ளிப் பாத்திரங்களின் ஆதிக்கத்தினால் இத்தகைய பாத்திரங்கள் மக்கள் பயன்பாட்டை விட்டு சென்று விட்டன. இதன் காரணமாக இத்தகைய பித்தளைப் பாத்திரங்கள் இருந்தாலும் பயன்பாடின்றி அழகு சாதனப் பொருட்களாக வீட்டிலும், காட்சிப்பொருளாக அருங்காட்சியகங்களிலும் காணப்படுகின்றன. இதனால் இவைகள் பண்பாட்டை விட்டு விலகிய நிலையில் அவை காட்சி மற்றும் அழகுப்பொருளாகப் பேசாமடந்தையாக அசைவின்றி உள்ளன. இவ்வாறு காட்சிப்பொருளாக இருக்கும் புழங்குபொருட்கள் பண்பாட்டை மீட்டுருவாக்கும் நிலையில் பேசவல்லனவாகவும், பொருளுடையவையாகவும் விளங்குகின்றன. ஏனெனில் அருங்காட்சி யகங்களில் காணப்படும் புழங்குபொருட்களின் மூலம் மக்களின் பழைய பண்பாட்டினை அறிந்துகொள்ள வகை செய்கின்றன.

மீண்டும் பண்பாட்டைப் பெறுதல்

நாட்டுப்புற மக்கள் ஆரம்பகாலத்தில் பயன்படுத்தி வந்த புழங்கு பொருட்கள் காலமாற்றத்தாலும், நாகரீக வளர்ச்சியாலும் வழக்கிழந்து புதிய புழங்குபொருட்கள் தோற்றம் பெறுகின்றன. இவ்வாறு வழக்கிழந்த புழங்குபொருட்கள் சில நேரங்களில் மீண்டும் பயன்பாட்டைப் பெறுவதுண்டு. உதாரணமாக, ஆரம்பகாலத்தில் மக்கள் உணவுப்பொருட்களான மீன், இறைச்சி முதலியவற்றை எடுத்துச் செல்வதற்கு மரத்தின் இலைகளையும், கமுகம் பாளையால் செய்த பைகளையும், தோண்டிகளையும் பயன்படுத்தினர். இப்பொருட்கள் அவர்களின் கைவினைப்பொருட்களாக விளங்கின. இதில் பையினை செய்வதற்கு கமுகம் பாளையினைப் பயன்படுத்துகின்றனர். கமுகம்பாளையினை சிறிது நேரம் நீரில் ஊற வைத்து பின்னர் அதன் மேல்பாகத்தில் பச்சை நிறத்தில் உள்ள நாரினை உரித்து எடுத்துக்கொள்கின்றனர். தேவைக்கு ஏற்ப பாளையினை வெட்டி அதனை இரண்டாக மடித்து மேல்பாகத்தைத் தவிர மற்ற இரு பக்கங்களையும் கமுகம் பாளையிலிருந்து எடுக்கப்பட்ட நாரினால் தைத்துக் கட்டுகின்றனர். தூக்கிச் செல்வதற்கு வசதியாகக் கைப் பிடியினையும் நாரினால் செய்கின்றனர். இதில் மீன், இறைச்சியினை உள்ளே வைத்து பாதுகாப்பாக எடுத்துச் செல்வர். இதைப்போன்று தோண்டியினை கமுகம்பாளை அல்லது பனையோலையினால் செய்கின்றனர். பாளையின் இருபக்கங்களையும் முதலில் மடித்துக் கட்டுகின்றனர். பின்னர் இருபக்கத்தையும் இணைக்குமாறு பிரம்பு அல்லது காட்டு கம்பினால் சிறிது இழுத்துக் கட்டுகின்றனர். பிடிப்பதற்கு அல்லது தண்ணீர் எடுப்பதற்கு வசதியாகப் பின்னப்பட்ட கமுகம் நார் அல்லது பனைநாரினால் இருமுனைப் பகுதியிலும் கட்டிவிடுகின்றனர். இதனைப் பார்ப்பதற்கு வயிறு பகுதி பெரிதாக விரிந்தும் இருமுனைப் பகுதிகளும் சுருங்கியும் காணப்படும். இதனை

நீர் இறைப்பதற்கும், மீன், இறைச்சி முதலியவற்றை வாங்கி வருவதற்கும் பயன்படுத்தினர்.

நாகரீக வளர்ச்சியால் காகிதம், துணி மற்றும் சாக்கு பைகளின் பயன்பாடு மிகுதியாகி கமுகம்பாளைப்பை மற்றும் தோண்டிகள் காணாமல் சென்றுவிட்டன. காகிதம் மூலம் மீன், இறைச்சி முதலியவற்றை வாங்கிக் கொண்டு நீண்டதூரம் செல்லும்போது அவை கிழிந்துவிடுகின்றன. எனவே இவைகளை வாங்குவதற்கு அல்லது எடுத்துச் செல்வதற்கு துணிப்பை, சாக்குப்பைகளைப் பயன்படுத்தலாயினர். இதனால் மக்கள் பொருட்கள் வாங்கச் செல்லும்போது இத்தகைய பைகளை எடுத்துச் செல்ல வேண்டியது அவசியமாக இருந்தது. இதனால் இளம் தலைமுறையினர் பொருட்களை வாங்கச் செல்வதற்கு தயக்கம்காட்டினர். எனவே, பயன்படுத்திவிட்டு வெளியே வீசுவதற்கு வசதியாக பிளாஸ்டிக் பைகள் வரத் தொடங்கின. இதனால் மக்களின் எல்லாவிதமான தேவைகளுக்கும் பிளாஸ்டிக் பைகள் மிகவும் உதவிகரமாக இருந்தன. ஆனால் இவைகள் எளிதில் மண்ணோடு மண்ணாக மட்கிப் போவதில்லை. எனவே நீர் நிலத்தினுள் செல்ல வழியில்லாமல் வீணாகப்போகின்றது. இதனால் மண்வளமும் நீர்வளமும் குறையத் தொடங்கியது. ஆகையால் அரசு பிளாஸ்டிக் பைகள் விற்பனை செய்வதைத் தடைசெய்துள்ளது.

இதன் காரணமாகக் காகிதங்களைக் கொண்டு பைகளைச் செய்து அதனைப் பயன்படுத்தத் தொடங்கினர். எனினும் அதன் மூலம் மீன், இறைச்சி முதலியபொருட்களை எடுத்துச் செல்ல முடிவதில்லை. எனவே கிராமப்புற மக்களிடம் தற்போது பழைய புழங்கு பொருட்களான இலைகள், கமுகம்பாளைப் பைகள், தோண்டிகள் முதலியன புழக்கத்தில் வந்துள்ளமையைக் காண முடிகிறது. மீன்சந்தைகளில் பிளாஸ்டிக் பைகளை விற்பனை செய்து வந்தவர்கள் தற்போது தேக்கிலைகளையும், வாழை இலைகளையும், கமுகம் பாளையினால் செய்த பை, தோண்டிகளை விற்பனை செய்வதைக் காணமுடிகிறது. இவை நீண்ட பயன்பாட்டைத் தருகின்றன. எளிதில் உடைவதில்லை. எனவே, ஒருமுறை வாங்கியவர்கள் அதனை ஒரு மாதம் வரை பயன்படுத்துவதாகக் கூறுகின்றனர். இலைகளை மீன் இறைச்சி ஆகியவற்றை பாதுகாப்பாக எடுத்துச் செல்ல பயன்படுத்துகின்றனர். இதிலிருந்து பண்பாட்டை விட்டு விலகிய புழங்குபொருட்கள் மீண்டும் பயன்பாட்டுக்கு வந்துள்ளமையைக் காணமுடிகிறது. நாட்டுப்புற புழங்கு பொருட்கள் குறித்த ஆய்வுகள் அதிகளவில் நடை பெறாமல் குழந்தை நிலையிலேயே காணப்படுகின்றமை குறிப்பிடத் தக்கதாகும்.

14
மக்கட் பெயராய்வு

பெயரிடுதல் என்பது இன்று வந்த வழக்கம் அன்று. இதன் தொடக்க நிலையினை உறுதியாக வரையறுத்துக் கூற முடியாது. 'ஊரைச் சொன்னாலும் பெயரைச் சொல்லாதே' என்பது நடைமுறைப் பேச்சு வழக்காகக் காணப்படுகின்றது. மனிதனை மற்றவைகளிலிருந்து வேறுபடுத்தவும், ஒவ்வொருவரையும் இனங்கண்டு வேறுபடுத்தி அழைக்கும் வகையில் வைப்பதே பெயராகும். "பெயரிடப்படாத ஒருவனைத் தனி மனிதனாகவோ, குடும்பத்தில் ஓர் அங்கமாகவோ ஏற்றுக்கொள்ளும் வழக்கம் ஆதி கால மக்களிடையே காணப்பட வில்லை" என்ற நயினாரின் கூற்றின் படி, ஏதேனும் ஒரு பெயரை இட்ட பின்பே தனிமனிதனாகக் கருதியுள்ளனர் என்பது புலனாகிறது (1983:60). இப்பெயர்கள் நாளடைவில் மக்களின் கல்வி, நாகரிகம், பண்பாடு போன்ற கூறுகளைச் சார்ந்தே அமைந்துள்ளன.

பெயர்களின் வளர்ச்சி

மக்கட்பெயர்கள் மதம், தொழில், சாதி, மொழி, அரசியல், இயற்கை அமைப்பு, நம்பிக்கைகள் போன்ற கூறுகளையொட்டியே நிலவுகின்றன. நாட்டில் நிலவுகின்ற முக்கியமான வரலாற்று நிகழ்வு களும், மக்களின் அனுபவங்களும் பெயர்களாக உருவெடுத்தன. ஆண்களுக்கும், பெண்களுக்கும் வெவ்வேறு அமைப்பில் பெயர்கள் இடப்பட்டன. பெயரிடுவதில் வளர்ச்சி பெற்ற நிலையில் அதற்கென சில குறிப்பிட்ட மரபினையும், நியதிகளையும் கடைப்பிடித்தனர். இதனால் காலப்போக்கில் மக்களிடம் பெயரிடும் மரபில் பல்வேறு மாற்றங்கள் நிகழ்ந்தன. இவற்றுள் முன்னோரைப் போற்றும் வகையில் அவர்களின் பெயரினை வைக்கும் மரபும், குலதெய்வத்தின் பெயர் அல்லது ஊர், பொது தெய்வத்தின் பெயர்களை வைக்கும் மரபும் குறிப்பிடத்தக்க பெயரிடும் முறைகளாக விளங்கின.

சமய மறுமலர்ச்சியாலும், நாகரிக வளர்ச்சியாலும் பிற்காலத்தில் மக்கள் பெயரிடும் முறையில் பெரும் மாற்றங்கள் நிகழ்ந்தன. எனவே தெய்வங்களின் பெயர்களை எல்லாவின மக்களும் சாதிப் பாகுபாடு களின்றி வைத்துக் கொண்டனர். குழந்தை பிறந்தவுடன் பிறந்த நாள், கிழமை, நட்சத்திரம், ராசி இவைகளைக் கணித்து, இவற்றின் அடிப்படையில் பெயரிடும் மரபும் காணப்படுகின்றது. இவை எல்லாவற்றிற்கும் மேல் தொலைக்காட்சி, திரைப்படம் போன்ற செய்தித் தொடர்புச் சாதனங்களால் பெயர்களில் பெரும் மாற்றங்கள்

ஏற்பட்டுள்ளன. தற்கால இளம் தலைமுறையினரின் பெயர்கள் மிகச் சிறியதாகவும் காணப்படுகிறது. தற்போது எண் கணித முறையில் மக்கட் பெயரிடுவது மிகவும் பிரபலமாக வளர்ந்து வருகின்றது.

பெயர்களின் பயன்கள்

ஒரு நாட்டின் உண்மையான வரலாறு, பண்பாடு, கலாச்சாரம் ஆகியவற்றை அறிய கல்வெட்டுகள், செப்பேடுகள், ஓலைச்சுவடிகள் எந்த அளவுக்குப் பயன்படுகின்றனவோ; அதே அளவுக்கு மக்கட்பெயர்களும் சிறந்த ஆதாரங்களாக விளங்குகின்றன. இதனை, "ஒரு நாட்டின் வரலாறு, மதம், நாகரிகம், பண்பாடு ஆகியன அந்நாட்டு மக்கட் பெயர்களில் தம் முத்திரைகளைப் பதிக்கின்றன" என்ற சார்லட் யங்கின்(Eric patridge, 1956:13) கூற்றுடன் ஒப்பு நோக்கத்தக்கதாக அமைந்துள்ளது. அதன் மூலம் மக்கட் பெயர்களின் பயன்பாட்டை அறிந்து கொள்ளலாம். மக்கட் பெயர்கள் காலந்தோறும் தனது கருத்திலும், வடிவத்திலும் மாற்றமடைந்து வருகின்றன. ஒருவருடைய பெயரினை வைத்துக் கொண்டே அவர் எந்தச் சமுதாயத்தவர் என்பதையும், எந்த மதத்தினைச் சார்ந்தவர் என்பதையும் ஓரளவு புரிந்து கொள்வதற்கும் பயன்படுகின்றது.

தற்கால பெயரிடும் முறை

தற்காலத்தில் பெயரிடும் முறையில் புதுமை, எளிமை, புதிய கருத்து முதலியவை சிறப்பிடம் பெறுகின்றன. அழைப்பதற்கு வசதியாக ஒலி உச்சரிப்பில் ஒன்று போல் இருக்குமாறு பெயரிடு வதையும் காணமுடிகின்றது. ஒரு வீட்டில் மூன்று குழந்தைகள் இருப்பின் பிரபா, பிரசன்னா, பிரியா அல்லது ஜெயசீலன், ஜெயசீலி, ஜெனிபர் என்று ஒலி உச்சரிப்பிற்கு முக்கியத்துவம் கொடுத்துப் பெயரிடும் முறை காணப்படுகின்றது. தற்போது நீண்டபெயர்களை வைத்துக்கொள்ள விரும்புவதில்லை. இரண்டு அல்லது மூன்று எழுத்துக்களைக் கொண்ட பெயர்களையே தேர்ந்தெடுக்கின்றனர். கிராமங்களில் உள்ளவர்கள் பழைய பெயர்களை அடியோடு விட்டு ஊரில் யாரும் வைக்காத பெயர்களை வைப்பதில் முக்கியத்துவம் கொடுப்பதும், உரிமை கொண்டாடுவதும் காணப்படுகின்றது. இவ்வாறு வைக்கப்படும் பெயர்கள் பிறமொழியினைத் தழுவிய தாகவும், மொழிபெயர்ப்பு செய்யப்பட்டு அமைவதையும் காணமுடி கின்றது.

தற்போது மக்கட் பெயரிடுவது ஒரு சடங்காக மாற்றம் பெற்றுள்ளது. பெயரிடும் சடங்கு உளவியல் அடிப்படையிலானது. குழந்தையின் எதிர்காலம் கருதி நற்கருத்துடனும், நல்ல சிந்தனை

யுடனும் பெயரிடும் முறை அமைகின்றன. எனவே, பெயரிடுவதில் நாட்டுப்புற மக்களின் நம்பிக்கைகளும் பெரும் பங்கு வகிக்கின்றன. "உலகில் எவ்வளவுதான் அறிவியல் தொழில்நுட்பம் ஏற்பட்டாலும் நம்பிக்கைகளும் உயர் எண்ணங்களும் மனித வாழ்வை நிர்ணயம் செய்கின்றன. பெயரிடும் முறையில் யாருக்கு எதில் நம்பிக்கை இருக்கிறதோ, அதுவே ஓர் இனத்தின் மரபாகப் போற்றப்பட்டு வருகின்றது" என்ற பாஸ்கரனின் (2003:20) கூற்று இங்கு ஒப்புநோக்கத்தக்கதாகும். இன்று ஜோதிடம், ஜாதகம், கிளிஜோசியம், முத்துப்பார்த்தல், மந்திரித்தல், பஞ்சாங்கம் பார்த்தல் போன்ற பலவிதமான நம்பிக்கைகள் மக்கள் வழக்கில் உள்ளன. தற்போது குழந்தையின் நட்சத்திரம் மற்றும் எண்கணிதம்(Numerology) ஆகியவற்றின் அடிப்படையில் பெயரிடும் மரபு காணப்படுகின்றது.

வகைபாடு

பெயர்களை, 1. ஆண் மக்கட்பெயர்கள், 2. பெண் மக்கட் பெயர்கள், 3. பொதுப் பெயர்கள் என்று வகைப்படுத்தலாம். பொதுப் பெயர்கள் என்பது இருபாலருக்கும் பொதுவாக வழங்கப்படுகின்ற பெயர்களைக் குறிக்கும். கள ஆய்வின் போது சேகரிக்கப்பட்ட மக்கட்பெயர்களை,

1. தெய்வங்களின் பெயர்கள்,
2. உறவுமுறைப் பெயர்கள்,
3. சாதிப் பெயர்கள்,
4. நம்பிக்கை அடிப்படையிலான பெயர்கள்,
5. திரைப்படம் தொடர்பான பெயர்கள்,
6. எண்கணிதப் பெயரிடுமுறை என்று வகைப்படுத்தப்பட்டுள்ளது.

தெய்வங்களின் பெயர்கள்

மக்களின் வாழ்வியலோடு பின்னிப் பிணைந்து காணப்படுவது தெய்வ வழிபாடாகும். பழங்காலத்தில் திணை அடிப்படையில் அமைந்த தெய்வங்களைத் தவிர மிகுதியான நாட்டுப்புறத் தெய்வங் களையும் மக்கள் வழிபட்டு வந்துள்ளனர். பாமர மக்கள் தங்கள் துன்பங்களைப் போக்கிக் கொள்ளவும், வாழ்வில் இன்பங்களைப் பெறவும் சிறு தெய்வங்களை வழிபட்டனர். இவ்வழிபாட்டு முறையில் காணப்படும் நம்பிக்கைகள், பழக்கவழக்கங்கள் ஆகியவை மக்களின் பெயரிடும் முறைகளுக்கு நிலைகளனாய் அமைந்தன. இச்சிறு தெய்வத்தின் மீதுள்ள அச்ச உணர்வின் காரணமாகவும், வேண்டுதலினாலும், குழந்தையின் ஆயுள் நீடிக்க வேண்டும் என்பதற்காகவும் இச்சிறு தெய்வங்களின் பெயர்களை வைத்தனர்.

சிறுதெய்வப் பெயர்களாக, "இசக்கியம்மை, சுடலையாண்டி, பத்திரகாளி, சுடலைமுத்து" போன்ற பெயர்கள் காணப்படுகின்றன.

நாட்டுப்புற மக்களிடம் பெருந்தெய்வப் பெயர்கள் அதிகமாக வழங்கப்பட்டு வருகின்றன. சமய மறுமலர்ச்சியின் காரணமாக மக்கள் பெருந்தெய்வங்களை அதிகமாக வழிபடுகின்றனர். எனவே பெயர்களில் சைவ, வைணவ சமயப் பெயர்கள் இடம் பெற்றுள்ளன. அவை, "முருகன், வள்ளியம்மா, பரமசிவம், செந்தில்வேல், பார்வதி, பரமாயி, கணேசன், தாணுமூர்த்தி, குமாரசுவாமி, வேலாயுதம், லெட்சுமி, சரஸ்வதி, பகவதியப்பன், மீனாட்சியம்மை, இராம கிருஷ்ணன், இராதாகிருஷ்ணன், விஷ்ணு, நாராயணன், ராமசுப்பு, ராமலெட்சுமி" முதலியனவாகும். இப்பெயர்கள் பெரும்பாலும் எல்லா இனத்தவரும் பயன்படுத்தும் பெயர்களாகவும் உள்ளன.

உறவுமுறைப் பெயர்கள்

மனிதன் குடும்பமாக வாழத்தலைப்பட்ட போது உறவுமுறைகள் ஏற்பட்டன. தனிக்குடும்பம் என்னும் நிலையில் தொடங்கும் இரத்த உறவு குடும்பத்தின் அளவு பெருகப் பெருக அதன் எல்லையும் விரிகிறது. "நேர் வழி உறவானது முப்பாட்டன், பாட்டன், தந்தை, மக்கள், பேரன், பேத்தி, கொள்ளுப் பேரன், கொள்ளுப்பேத்தி என இன்னும் மேலும் கீழும் விரிந்து செல்லும்" என்று பக்தவத்சலபாரதி குறிப்பிடுகிறார் (1990:415). இவ்வுறவு முறையினை அடிப்படையாகக் கொண்டு பெயரிடும் மரபும் காணப்படுகிறது. கள ஆய்வின் போது,

'தாய், வள்ளியம்மா, பாலையா, சுப்பையா, தங்கையன் கோலம்மா, அம்மாவு, முத்தாச்சி, அப்பு, ஞானம்மா'

போன்ற உறவினை அடிப்படையாகக் கொண்ட பெயர்கள் காணப் படுகின்றன. இவற்றில் உறவுமுறைகள் தனித்தும், முன்னொட் டாகவும், பின்னொட்டாகவும் வந்துள்ளமை காணமுடிகின்றது. இன்றைய இளைய தலைமுறையினரிடம் இப்பெயர்களைக் காண்பதற்கில்லை.

சாதிப்பெயர்கள்

சமுதாய அமைப்பில் அக்காலத்தில் மக்கள் செய்து வந்த தொழிலுக்கு ஏற்ப சாதி அமைப்பினை உருவாக்கி நிலைபெறச் செய்தனர். இச் சாதிப் பெயர்கள் பல; அதாவது, "மக்கட்பெயர்களில் சாதிப் பிரிவுகளைப் பல்வேறு நிலைகளில் வெளிப்படுத்துகின்றனர். குறிப்பிட்ட சாதிப்பெயரையே இயற்பெயராக இடுவதும் பிற பெயர்களோடு பின்னொட்டுகளாகச் சாதியைக் குறிக்கும் பெயர்களை

இடுவதும் மரபாக உள்ளது" என்ற பாஸ்கரன் கூற்றிற்கு *(2003: 121)* ஏற்ப நாட்டுப்புற மக்கள், 'பட்டு பண்டுவர், சண்முகம் பண்டிதர்' என்று அழைக்கப்படுகின்றனர். இங்கு பண்டிதர், பண்டுவர் என்ற பெயர்கள் மருத்துவயின மக்களின் பட்டப் பெயர்களாகும். அதேபோன்று சண்முகம் பிள்ளை, காசிநாடார், சந்தவேல் முதலியார், மணிகண்ட ஆசாரி, தங்கமணி செட்டியார் போன்றவற்றைக் கூறலாம். இச்சொல் பின்னொட்டாகவும், அழைக்கும் போது தனிப்பெயராகவும் வழங்குகின்றன.

நம்பிக்கை சார்ந்தவை

நம்பிக்கையாவது தனிமனித சமுகத்தின் நல்வாழ்வைக் கருதி தமது முன்னோர்களால் தொடர்ந்து கடைப்பிடிக்கப்பட்டு வரும் செயல்களே நம்பிக்கையாக மாற்றம் பெற்றன. இதனை, "தன்னுடைய சொந்தக் குணத்தை ஒரு சமூகம் மாற்றும் போது அல்லது இழக்கும் போது அவற்றிற்கு ஏற்ப முன்பே அமைந்திருந்த நடைமுறைகள் நம்பிக்கைகளாய் எஞ்சுகின்றன" என்று தமிழவன் குறிப்பிடுகிறார் *(1976:216)*. மக்கட் பெயர்கள் பெரும்பாலும் நம்பிக்கையின் விளைவாய் எழுந்த கலை வடிவங்களே ஆகும். இப்பெயர்கள் மக்கட்பேற்றின் பெருமையினையும், அதனை அளித்த இறைவனுக்கு நன்றி கூறும் விதமாகவும் அமைந்துள்ளன. குழந்தைப்பேறு இல்லாதவர்களைச் சமுதாயம் மதிப்பதில்லை. இதனால் இப்பேறு இல்லாதவர்கள் பல செயல்களைச் செய்வதும், இறைவனின் அருள் வேண்டி தவம் இருப்பதும், பல்வேறு விதமான நேர்த்திக் கடன்களைச் செய்வதும் வழக்கமாகும்.

இன்றும் கிராமப்புறங்களில் குழந்தை வரம் கொடுத்தத் தெய்வங்களுக்குத் தொட்டில் கட்டும் வழக்கம் காணப்படுகின்றது. இவ்வாறு பிறந்த குழந்தையினை இறைவனின் குழந்தைகளாகவே மக்கள் நம்புகின்றனர். எனவே இக்குழந்தைகளுக்குப் பெயரிடும் போது பிற பெயர்களிலிருந்து வேறுபடும் விதத்தில், "புண்ணியம், பரமாயி, ஞானம்மா, ஞானப்பிரகாசம், ஞானப்பூ, ஞானக்கண், மாயவன், பாக்கியம்" என்று பிறந்த குழந்தைகளை இறைவனாகக் காண்பதாலும், பெரும் புண்ணியமாகவும், பாக்கியமாகவும் கருதுவதாலும் அவ்வுணர்வின் அடிப்படையில் பெயரிடுகின்றனர். தெய்வ நம்பிக்கைகளின் தலையாய போக்கினை இப்பெயர்கள் உணர்த்து கின்றன. குழந்தைப் பேற்றினை அளவற்ற பெருஞ்செல்வமாகக் கருதுவதினால், 'செல்வம், செல்வகுமார், செல்வராணி, செல்லப்பன், தங்கம்' என்ற பெயர்களைக் குடும்பத்தில், பெரும்பாலும் மூத்தக் குழந்தைக்கு இடுகின்றனர். பெயரிடுமுறையில் இறையுணர்வு

தொடர்பான நம்பிக்கைகள் பெரும் பங்கு வகிப்பதை இதன் மூலம் அறியலாம்.

திரைப்படம் சார்ந்தவை

இன்று செய்தித் தொடர்புச் சாதனங்களின் வளர்ச்சியால் பண்பாடு, பழக்கவழக்கங்களில் பெரும் மாற்றம் ஏற்பட்டுள்ளன. இவற்றுள் வானொலி, திரைப்படம், தொலைக்காட்சி, இதழ்கள் முதலியவை முக்கியமானவையாகும். இவற்றின் மூலமாகப் பெயரிடுமுறையில் பல புதுமைகள் உண்டாயிற்று. திரைப்படத்தில் நடிக்கின்ற கதாநாயகர்கள், நாயகிகள் மக்களிடம் எளிதாகப் பிரபலமாகி விடுகின்றனர். எனவே மக்கள் "போலச் செய்யும் மரபில்" புதுமை ஒன்றினையே மனதில் கொண்டு இவ்வாறான பெயர்களைத் தங்கள் குழந்தைகளுக்குச் சூட்டுகின்றனர். நாட்டுப்புற மக்களிடம், "மோகன்தாஸ், பிரவின் குமார், அருண்குமார், விக்னேஷ், சுருதிகா, சூர்யா, ரஞ்சித், சுரேஷ், சிம்ரன், ஹரிஹரன்" என்ற பெயர்கள் திரைப்படங்களின் தாக்கத்தால் ஏற்பட்டுள்ளன. திரைப்படத் துறை புதுப்புதுப் பெயர்களின் உருவாக்கத்திற்கு முக்கிய பங்கு வகிக்கின்றன.

எண்கணித பெயர்கள்

மக்கள் தங்கள் எதிர் காலத்தைச் சோதிடம், ஜாதகம், எண்கணிதம் ஆகியவற்றால் அறிந்துகொள்ள முடியும் என்று நம்புகின்றனர். தற்போது கிராமங்களில் கைரேகை, பெயர், இராசி, நட்சத்திரம் பார்த்துப் பெயரிடும் மரபு வழக்கில் உள்ளது.

கல்வியறிவு மிக்க மக்கள் எண்கணித முறையினைக் கடைப் பிடிக்கின்றனர். ஒவ்வொருவருக்கும் பிறந்ததேதி, மாதம், ஆண்டு ஆகிய மூன்றின் கூட்டுத் தொகை பிறந்த எண் என்பர். ஒவ்வொரு எழுத்துக்கும் ஓர் எண் உண்டு. அதனடிப்படையில் பெயர் எண் கணக்கிடப்படுகின்றது. பெயர் எண் கூட்டுத் தொகை இராசியில்லை என்றால் சில எழுத்துக்களைச் சேர்த்தோ அல்லது குறைத்தோ தங்கள் பெயரை இராசி உள்ளதாக மாற்றிக் கொள்ளலாம். இதையே எண்கணித முறை என்கின்றனர். ஆங்கிலத்தில் இதனை 'நியூமராலஜி' என்று அழைக்கின்றனர். அதாவது, "நியூமராலஜி எனப்படுகிற; இந்த எண் எழுத்து விஞ்ஞானக் கலை நம் நாட்டில் மிகப் பழமையான காலம் தொட்டு வழக்கில் இருந்து வருகிறது. ஆனால் இடைக் காலத்தில் அது கிட்டத்தட்ட அறவே புதையுண்டு போய்விட்டது" என்று தமிழ்வாணன் குறிப்பிடுகிறார் (*1985:91*). இவ்வாறு வாழ்க்கையில் முன்னேற்றம் அடையவும் எடுத்த காரியங்களில் வெற்றி பெறவும் பெயரிடுமுறைகளில் இம்முறை பயன்படுத்தப்பட்டு வருகின்றது.

பெயர்களின் அமைப்பு

மக்கட்பெயர்களின் அமைப்பில் ஆண்பாற் பெயர்களுக்கும், பெண்பாற் பெயர்களுக்கும் சில மாற்றங்கள் காணப்படுகின்றன. இதனுள் சில இலக்கண மீறல்களும் காணப்படுகின்றன. ஆண்பாற் பெயர்களின் விகுதி 'னஃகான் ஒற்றே அகடூஉ அறிசொல்' என்று நன்னூலார் னகரத்தை ஈறாகக் கொண்டு ஆண்பாற் பெயர்கள் முடியும் என்று குறிப்பிடுகிறார். கள ஆய்வின் போது சாமி, அப்பன், குமார், முத்து, பண்டிதர், மலை, கிருஷ்ணன், ராஜன், ராம் போன்ற ஆண்பாற் விகுதிகள் காணப்படுவதை அறியமுடிந்தது. இவற்றில் சில இலக்கண மீறல்களாக வருவதைக் காணமுடிகின்றது. (உ.ம்) 'கோபி, மணி, தங்கையா, சுயம்பு'.

பெண்பாற் பெயர்களின் விகுதி 'ளஃகான் ஒற்றே மகடூஉ அறிசொல்' என்று நன்னூலார் ளகரத்தை ஈறாகக் கொண்டு பெண்பாற் பெயர்கள் வரும் என்கிறார். கள ஆய்வின் போது வள்ளி, ஆத்தா, அம்மாள், லெட்சுமி, ஈஸ்வரி என்பன பெண்பாற் பெயர்களாக வருவதைக் காணமுடிகின்றது. இவற்றிலும் சில இலக்கண மீறல்களுடன் பெயர்கள் காணப்படுகின்றன. (உ.ம்) 'சரஸ்வதி, கனக லெட்சுமி, செல்வராணி'. மொழி முதலாக லகர, ரகர, டகர எழுத்துக்கள் மொழி முதல் வராது என்கிறது தொல்காப்பியம். ஆனால், இம்மரபு மீறி பெயர்கள் வழங்கி வருவதையும் 'ராதாகிருஷ்ணன், லட்சுமணன், ரமேஷ்' என்னும் பெயர்கள் மூலம் காணமுடிகிறது.

ஆண்பாற் முன்னொட்டாக ராம், வேல், செல்வ, சுவாமி, ஜெயா, பிரபா போன்றவைகளும், பெண்பாற் முன்னொட்டாக வள்ளி, ஜெயா, தமிழ், அம்மா போன்றவைகளும் கள ஆய்வின் போது சேகரிக்கப் பட்ட பெயர்களில் அதிகமாக வருவதைக் காணமுடிந்தது. அவ்வகையில், 'செல்வக்குமார், ராமகிருஷ்ணன், வள்ளியம்மை, ஜெயசீலி' என்பன குறிப்பிடத்தக்கன. நாட்டுப்புற மக்களிடம் வழங்கப்பட்டுவரும் மக்கட்பெயர்கள் மூலம் அவர்களின் பழக்கவழக்கங்கள், நம்பிக்கைகள் மற்றும் பண்பாடுகள் ஆகியவற்றின் அடிப்படையிலான பொதுவான மனநிலையைப் பறைசாற்றுவனவாக அமைந்துள்ளன.

★

15
பழங்குடி மக்களும் நாட்டுப்புறவியலும்

பண்பாட்டு மானிடவியலில் பழங்குடி மக்களின் வாழ்வை குறித்த ஆய்வுகள் முக்கியத்துவம் பெற்றுத் திகழ்கின்றன. இத்தகைய ஆய்வுக்கு உலகம் முழுவதிலும் முக்கியத்துவம் அளிக்கப்பட்டுள்ளது. பழங்குடி இனத்தவர்கள் நிரந்தரமான குடியிருப்பு, தொழில் போன்றவற்றைக் கொண்டிருக்க மாட்டார்கள். இவர்கள் தங்கள் வசதிக்கேற்பக் குடியிருப்புக்களையும் தொழில் முறைகளையும் அமைத்துக் கொள்கின்றனர். மலைப்பகுதிகளில் வாழ்ந்து வந்த இவர்கள் பெருநிலத் தொடர்பு காரணமாகச் சமவெளிப்பகுதிகளிலும் குடியேறியுள்ளனர். அவர்களின் சமூக அமைப்பில் பல்வேறு மாற்றங்கள் ஏற்பட்டபோதிலும் பழங்குடித்தன்மை இடம் பெற்றுள்ளதை அவர்களின் செயல்பாடுகள் வெளிப்படுத்துகின்றன. இந்தியப் பழங்குடியினர் ஒரு காலகட்டத்தில் நகர வாழ்க்கை வாழ்ந்தவர்கள் என்றும் பிற்காலத்தில் அரசியல், சமூகக் காரணங்களால் புறக்கணிக்கப் பட்டு பழங்குடிகளாயினர் என்று டாக்டர் நசீம்தீன்*(1979:190)* குறிப்பிடுகிறார்.

இம்முடிவினை ஏற்றுக் கொண்டால், அவர்களின் வாய்மொழி வரலாறு, பேச்சுமொழி, வாய்மொழி இலக்கியங்கள், பண்பாடு போன்றவற்றைத் தொகுத்து ஆராயும்போது இவர்கள் காடுகளுக்குச் சென்றதற்கான காரணங்கள் தெரியவரும். மேற்குத் தொடர்ச்சி மலைப்பகுதிகளில் ஆதிவாசிகள் என்றழைக்கப்படும் பழங்குடி மக்கள் அதிகளவில் வாழ்கின்றனர். இவர்கள் ஆரம்ப காலத்தில் மலைக் குகைகளில் வாழ்ந்து வந்தனர். தற்போது இயற்கையாக மலையில் கிடைக்கும் பொருட்களைக் கொண்டு, வீடுகளை அமைத்து அதில் வாழ்கின்றனர்.

மேற்குத் தொடர்ச்சி மலை செல்லும் குஜராத் மாநிலத்தில் 29 விதமான பழங்குடி மக்களும், மஹாராஷ்ரா மாநிலத்தில் 47 வகையான பழங்குடி மக்களும், கர்நாடகா மாநிலத்தில் 49 வகையான பழங்குடி மக்களும், கோவா மாநிலத்தில் 5 விதமான பழங்குடி மக்களும், தமிழ் நாட்டில் 36 விதமான பழங்குடி மக்களும், கேரளா மாநிலத்தில் 35 விதமான பழங்குடி மக்களும் வாழ்கின்றனர். இதனை மக்கள் தொகை கணக்கெடுப்பு பட்டியல் மூலம் அறிந்து கொள்ள முடிகிறது.

இந்தியாவின் மக்கள் தொகைக் கணக்குப்படி ஒவ்வொரு பத்தாண்டிலும் பழங்குடிமக்களின் வளர்ச்சி கண்டறியப்பட்டு

வருகிறது. குறிப்பிட்ட இனத்தவரின் வளர்ச்சி பின் தங்கிய நிலையில் உள்ளன. இந்தியப் பழங்குடியினரில் சில இனத்தவரின் எண்ணிக்கை குறைந்து வருவதாகவும் அவர்கள் நலிந்த நிலையில் இருப்பதாகவும் உலக ஆரோக்கியக் கழகம் (WHO) கருத்துத் தெரிவிக்கிறது. இதற்கான காரணங்கள் நாட்டுப்புறவியல் ஆய்வுகள் வழி அறியப்பட வேண்டும். பழங்குடிகளின் வாழ்வியல் கண்ணோட்டம், நம்பிக்கை, பழக்க வழக்கங்கள், புதிய உணவு முறைகள், அவர்கள் பின்பற்றிவரும் மருத்துவமுறைகள் ஆகியனவெல்லாம் ஆராயப்பட வேண்டியது அவசியமாகும்.

தமிழகப் பழங்குடிகள்

இந்தியாவின் கிழக்கு, மேற்குத் தொடர்ச்சி மலைகளின் பெரும் பகுதியையும் தன்னுள் கொண்டு இயற்கைவளம் மிகுந்த மாநிலமாகத் தமிழ்நாடு உள்ளது. கல்வி அறிவில் வளர்ச்சி பெற்றவர்களும் பின்தங்கிய பழங்குடிகளும் இம்மாநிலத்தில் உள்ளனர். தமிழகப் பழங்குடி இனத்தவரில் பெரும்பான்மையோர் மலைப்பகுதியில் வாழ்ந்து வருகின்றனர். நீலகிரி மாவட்டத்தில் ஆறு பழங்குடி இனத்தவர்கள் வாழ்ந்து வருகின்றனர். சங்க இலக்கியங்களில் மலை வாழ் மக்கள் குறித்த குறிப்புகள் பல உள்ளன. சமூகவியலறிஞர்கள் கூற்றுப்படி இவர்கள் சமவெளிப் பகுதியிலிருந்து காடுகளுக்குச் சென்றதாக அறிகிறோம். தமிழ்நாட்டின் வடக்குப் பகுதிகளிலிருந்து வெளியேறி (மதுரை, திருநெல்வேலி, காஞ்சிபுரம் மற்றும் இவற்றைச் சார்ந்துள்ள பகுதிகளிலிருந்து) மலைப்பகுதிக்குச் சென்று அங்கு வாழ்ந்த பழங்குடியினருடன் கலந்து நிரந்தரமாகத் தங்கிவிட்டவர்கள், தமிழகத்தின் சமவெளிப்பகுதிகளில் சிதறி வாழும் பழங்குடியினர், தொன்றுதொட்டு வாழ்ந்து வரும் பழங்குடியினர் என்று மூவகையாக குறிப்பிடுகின்றனர். கேரளப்பழங்குடி இனத்தவரைக் குறிப்பிடும் போது அவர்கள் அனைவரும் தமிழகத்திலிருந்து (மதுரை, திருநெல்வேலி மாவட்டங்களிலிருந்து) வந்து கேரளத்தில் குடியேறி யவர்கள் என்பதை இவர்களின் பழக்கவழக்கங்கள் மெய்ப்பிக்கின்றன என்கிறார் வேலுப்பிள்ளை(*1940:870*).

கி.பி.*1981*-ஆம் ஆண்டின் இந்திய மக்கள்தொகைக் கணக்குப்படி தமிழகத்தில் *36* வகையான பழங்குடி இனத்தவர்கள் வாழ்ந்து வருகின்றனர். இவர்களின் மொத்த எண்ணிக்கை *5,20,226* ஆகும். மாநிலத்தின் மொத்த தொகையில் இவர்கள் *1.07* விழுக்காடு ஆகும். தமிழகப் பழங்குடி இனத்தவர்களாக, ஆதியன், ஆரநாடான், ஏரவள்ளன், இருளர், காடர், கம்மரா, காணிக்காரர், கணியன், காட்டு நாயக்கர், கொக்கவேலன், கொண்டகாப்புகள், கொண்டரெட்டிகள்,

கொராகா, கோட்டா, குடியா, குறிச்சன், குறும்பர்கள், குறுமன்கள், மலசர், மலை அரையன், மலைப் பண்டாரம், மலை வேடன், மலைக் குறவன், மலசார், மலையாளி, மலயக்கண்டி, மன்னான், மூடுகர், மூத்துவன், பளியர், பள்ளியர், பானியர், சோலகர், தோடர், ஊராளி ஆகியோர் உள்ளனர்.

பழங்குடிகள் என்றால் பழமையானக் குடியைச் சார்ந்த குடிமக்கள் என்று பொருள். ஆனால் இன்று பழங்குடி மக்கள் என்றால் நாகரிகமற்ற, வெளியுலக மக்களோடு தொடர்பு கொள்ளாத அல்லது தொடர்பு கொள்ள விரும்பாத, கல்வியறிவில்லாத மக்கள் தான் என்பது நம் கண்முன் நினைவுக்கு வருகின்றது. இந்நிலை இன்று அரசின் பெருமுயற்சியால் வெகுவாக மாறிக் கொண்டிருக்கிறது. 'Tribe' என்ற ஆங்கிலச் சொல்லைத் தமிழில் 'பழங்குடி' என்று மொழி பெயர்த்துள்ளனர். பரிமேலழகர் பழங்குடி என்னும் சொல்லுக்கு தொன்று தொட்டு வருகின்ற குடியின்கட் பிறந்தார் என்று குறிப்பிடுகிறார். பழங்குடி என்ற சொல்லுக்கு இணையாகத் தமிழில் மலைவாழ்மக்கள், இனக்குழுமக்கள், ஆதிவாசிகள் எனப் பல்வேறு சொற்கள் வழங்கப்படுகின்றன. இச்சொல் சிறிய அரசு போன்ற அமைப்புடைய ஒத்தமொழி பேசுகின்ற ஒரு சமுதாயக் குழுவைக் குறிப்பதாக ரிவர்ஸ் *(1992 :185)* கருதுகிறார். இக்கூற்றிலிருந்து சிறிய அரசு, மொழியமைப்பு, கூட்டம் கூட்டமாக வாழும் தன்மை, பாரம்பரிய பழக்க வழக்கங்களைக் கொண்டிருத்தல், ஒரே இடத்தில் கூடிவாழ்கின்ற அமைப்பு, மக்களின் சமூக வாழ்க்கை முறைகளில் இருந்து முற்றிலும் வேறுபட்ட வாழ்க்கை அமைப்பினைக் கொண்டவர் களைப் பழங்குடிகள் (Tribe) என்னும் சொல் குறிப்பிடுகின்றது என்பதனை அறியலாம்.

பழங்குடி இனத்தவர்களைப் பொதுவாகத் தொழில் அடிப்படையில் இரண்டாக வகைப்படுத்துவர்.

1. உணவுப்பொருள் சேகரிப்போர், அதாவது காடுகளில் இயற்கை யாகக் கிடைக்கும் கிழங்கு வகைகள், மூங்கிலரிசி, காய்கனிகள், தேன், வேட்டையாடிய மாமிசம் ஆகியவற்றைச் சேகரித்துத் தங்கள் தேவைகளைப் பூர்த்தி செய்பவர்கள்.

2. உணவுப் பொருட்களை உற்பத்தி செய்வோர், அதாவது இவர்கள் காடுகளை அழித்து விவசாயம் செய்வதில் நாட்டம் செலுத்து கின்றவர்கள். விவசாயத் தொழில் செய்து அதன் முலம் தங்கள் தேவைகளைப் பூர்த்தி செய்பவர்கள்.

இதில் உணவுப் பொருட்களை உற்பத்தி செய்வோர் உணவுப் பொருட்களைச் சேகரிப்பவர்களை விட சிறிது வளர்ச்சி அடைந்தவர்

களாவர். உணவுப் பொருட்களைச் சேகரிப்பவர்கள், பழைய பழங்குடிகள் அவர்களுக்கு உற்பத்தி செய்யத் தெரியாது. உணவுப் பொருட்களை உற்பத்தி செய்பவர்கள் நவீன விவசாய முறைகளைக் குறித்த அறிவு அதிகமாக இல்லாத காரணத்தினால் பயிர் செய்த இடத்தில் மண்வளம் குறையும் போது புதிதாக வனப் பகுதிகளை அழித்து பயிர்செய்து வந்தனர். ஆனால் வனப்பாதுகாப்புச்சட்டம் வந்தபின்னர் புதிதாக வனப்பகுதிகளை அழிப்பதற்கு தடை விதிக்கப்பட்டது. இதனால் காடுகளில் சுதந்திரமாக வாழ்ந்த பழங்குடியினர் பாதிப்புக்குள்ளாயினர். மேலும் அரசின் புதிய சட்டங்களும் தோட்ட உரிமையாளர்களின் ஆக்கமும் பழங்குடி யினரைப் பெருமளவில் பாதித்துள்ளது. இதனால் தற்காலத்தில் இவர்கள் காப்பி, தேயிலை, ஏலம், இரப்பர் ஆகிய தோட்டங்களில் குறைந்த ஊதியத்திற்குக் கூலியாக அடிமை வேலை செய்யும் நிலைக்குள்ளாகியுள்ளனர்.

தற்போது ஒவ்வொரு நாட்டிலும் பழங்குடிகள் புனரமைப்புப் பணிகள் நடைபெற்று வருகின்றன. இந்த கொத்தடிமை ஒழிப்பின் வாயிலாக எண்ணற்றப் பழங்குடி மக்கள் மீட்கப்பட்டுள்ளனர். சமுக நல அமைப்புகளும் விழிப்புணர்வு கல்வி புகட்டி வருகின்றன. கிறிஸ்தவ நிறுவனங்களும் இவர்களின் வளர்ச்சியில் சிறப்பாகப் பங்காற்றி வருகின்றன. அவற்றில் இவர்களின் கல்விப்பணியும், மருத்துவப் பணியும் குறிப்பிடத்தக்கனவாகும்.

பழங்குடி மக்கள் குறித்து உலகம் முழுவதும் வெளிவந்துள்ள ஆய்வுகளும், நூல்களும் இவர்களின் வழக்காற்றியலில் பல ஒருமைப்பாடுகள் காணப்படுவதைச் சுட்டுகின்றன. பழங்குடியினரில் பல இனத்தவர்கள் இடைக்காலத்தில் ஏற்பட்ட போர், அரசுரிமை முதலிய காரணங்களால் காடுகளுக்குச் சென்று மறைந்து வாழ்ந்து வருகிறார்கள் என்னும் கருத்தும் வழக்கில் காணப்படுகின்றது. பின்னர் இவர்கள் வெளியுலகத் தொடர்பின்றிக் காடுகளில் நீண்ட காலம் வாழ்ந்து வந்ததால் வெளியுலக நாகரிகம் அதிகமாகச் சென்று சேராததால் இன்னும் தங்களுடைய பழமையான பண்பாட்டினைப் பாதுகாத்து வருகின்றனர். இவற்றைச் சேகரித்து ஆய்வதன் மூலம் மனிதனின் முன்னேற்றத்தையும், மனித நாகரீக வரலாற்று வளர்ச்சி நிலைகளையும் அறிய முடியும்.

பழங்குடி மக்களின் மரபு அறிவு(கோத்தர்களை முன் வைத்து)

பழங்குடிகள் என்றால் பழமையானக் குடியைச் சார்ந்த குடிமக்கள் என்று பொருள். ஆனால் இன்று பழங்குடி மக்கள் என்றால்

நாகரிகமன்ற, வெளியுலக மக்களோடு தொடர்பு கொள்ளாத அல்லது தொடர்பு கொள்ள விரும்பாத, கல்வியறிவில்லாத மக்கள் தான் என்பது நம் கண்முன் நினைவுக்கு வருகின்றது. இந்நிலை இன்று அரசின் பெருமுயற்சியால் வெகுவாக மாறிக் கொண்டிருக்கிறது.

'Tribe' என்ற ஆங்கிலச் சொல்லைத் தமிழில் 'பழங்குடி' என்று மொழி பெயர்த்துள்ளனர். பரிமேலழகர் பழங்குடி என்னும் சொல்லுக்கு தொன்று தொட்டு வருகின்ற குடியின்கட் பிறந்தார் என்று குறிப்பிடுகிறார். பழங்குடி என்ற சொல்லுக்கு இணையாகத் தமிழில் மலைவாழ்மக்கள், இனக்குழுமக்கள், ஆதிவாசிகள் எனப் பல்வேறு சொற்கள் வழங்கப்படுகின்றன. இக்கட்டுரையானது நீலகிரி மாவட்டத்தில் வாழ்கின்ற கோத்தரின பழங்குடி மக்களின் மரபு அறிவினை விளக்குவதாக அமைகிறது. (குறிப்பு: கோத்தர்களின் மொழி சொற்கள் அடைப்புக் குறிக்குள் அவர்கள் மொழியிலேயே இக்கட்டுரையில் கூறப்பட்டுள்ளது.)

கோத்தர்கள்

நீலகிரி மலைப் பகுதியில் தோடர், கோத்தர், இருளர், குறும்பர், காட்டுநாயக்கர், பணியர் முதலிய ஆறு பழங்குடி மக்கள் வாழ்கின்றனர். அவற்றில் சிறிய அளவில் வாழ்கின்ற பழங்குடி மக்கள் கோத்தர்கள் ஆவர். இவர்கள் தங்களை 'கோ' என்று கூறிக் கொள்கின்றனர். கோ என்றால் இரும்பு பொருட்களைச் செய்பவர் எனப் பொருள்படும். இவர்கள் நீலகிரி மலைப் பகுதிகளில் ஏழு இடங்களில் மட்டுமே வாழ்கின்றனர். இவர்களின் குடியிருப்புகள் கோத்தகிரி, குன்னூர், உதகமண்டலம், கூடலூர் ஆகிய வட்டங்களில் அமைந்துள்ளன.

கோத்தர் என்ற சொல்லுக்குரிய பொருள் என்ன என்பது திட்டவட்டமாகத் தெரியவில்லை. சில ஆய்வாளர்கள் மாடுகளைக் கொன்று தின்பவர்கள் என்று பொருள் கூறுகின்றனர். இவர்களின் குடியிருப்புகளைக் கோக்கால் என்று கூறுகின்றனர். இப்பழங்குடி மக்கள் தங்களுக்குள் மிகுந்த கட்டுப்பாடுகளைக் கொண்டவர்களாகக் காணப்படுகின்றனர். கோத்தர் என்ற சொல் கௌட என்ற திராவிடச் சொல்லான கொ (மலை எனப் பொருள்படும்) என்ற சொல்லில் இருந்து பிறந்தது என்பது தெளிவு. கோத்தர்கள் காண்டியன் திராவிடப் பிரிவினைச் சேர்ந்தவர்கள் என்று எட்கர் தர்ஸ்டன்(*1987,4:4*) குறிப்பிடுகிறார்.

கோத்தர்களின் தோற்றம் குறித்த பல்வேறு கட்டுக் கதைகள் வழங்கப்பட்டு வருகின்றன. இதில் கோத்தர்கள், தோடர்கள், குறும்பர்கள் மூவரும் கம்பட்டராயன் என்னும் கடவுளின் வியர்வை யிலிருந்து தோன்றினார்கள் என்று ஒரு கட்டுக்கதை கூறுகிறது. ஒரு

நாள் கடவுள் இவர்களின் முன்தோன்றி என்ன வேண்டும்? என்று கேட்க, ஒருவன் கலைத் திறமைகள் வேண்டும் என்றும், மற்றொருவன். எருமைகள் வேண்டும் என்றும், இன்னொருவன் எதிரிகளை அழிக்கும் திறமை வேண்டும் என்று கேட்டனர். இதில் கலைகளைப் பெற்றவன் கோத்தர் பழங்குடியாகவும், எருமைகளைப் பெற்றவன் தோடர் பழங்குடியாகவும், எதிரிகளை அழிக்கும் பில்லிசூனியம் முதலிய திறமைகளைப் பெற்றவன் குறும்பர் பழங்குடியினராகவும் மாறினர்.

கோத்தர்களின் பூர்வீகம் குறித்தச் செய்திகள் அதிகமாகக் காண முடிவதில்லை. கர்நாடக மாநிலத்தில் உள்ள லிங்கயாத்களும், கட்டுக்காரர்களும் கோத்தர்கள் என அழைக்கப்படுகின்றனர். நீலகிரி கோத்தப் பழங்குடியினரும் மேலே கூறப்பட்ட கர்நாடகப் பழங்குடியினரும் சைவ சமயத்தைச் சார்ந்தவர்கள் என பிருக்ஸ் கூறுகிறார். கோத்தர்கள் முதலில் மைசூரிலுள்ள கொல்லிமலையில் வந்து வாழ்ந்ததாக தர்ஸ்டன்*(2003,*VI*:43)* குறிப்பிடுகிறார். இவ்வாறு இவர்களைக் குறித்து மானிடவியலார்களும், இனவரைவியலளார் களும் பல்வேறு கருத்துக்களை முன் வைக்கின்றனர். இவர்கள் தங்களுக்கென்று தனி மொழியினைக் கொண்டுள்ளனர். இதனை 'கோமொழி' அல்லது கோத்தமொழி என்று கூறுவர். பழங்குடிகளில் அதிகளவில் மரபு அறிவினைக் கொண்டவர்கள் கோத்தர்களே ஆவர். ஏனெனில் அவர்களே அறிவு சார்ந்த பல்வேறு கலைகளைச் செய்துள்ளமை - செய்து வருகின்றமை காணமுடிகின்றது.

தொழில்கள்

பழங்குடி மக்கள் பொதுவாகக் காட்டுப் பொருட்களைச் சேகரித்தல், வேளாண்மை செய்தல், தேனெடுத்தல், கலைத் தொழில்கள் செய்தல், ஆடுமாடுகள் மேய்த்தல், வேட்டையாடுதல் முதலிய தொழில்களையே செய்கின்றனர். கோத்தர்கள் கைவினைக் கலைஞர்களாக விளங்குவதினால் பல்வேறு விதமான தொழில்களைச் செய்கின்றனர். இவர்கள் மிகவும் கடுமையான உழைப்பாளிகளாக உள்ளனர். எனவே ஆண்கள், பெண்கள் எல்லோரும் பயிர்த்தொழில் செய்கின்றனர். மேலும் கைவினைத் தொழில்களான மண்பாண்டம் செய்தல், கொல்லுத்தொழில், தச்சுத்தொழில் முதலிய கலைத் தொழில்களைச் செய்கின்றனர்.

கட்டடக்கலை அறிவு

கோத்தர்கள் குடியிருக்கும் ஊரினை கோக்கால் என்று கூறுகின்றனர். இவர்கள் ஏழு இடங்களில் தங்கள் குடியிருப்புகளை அமைத்துள்ளனர். அவை கோத்தகிரி (போர்காட் கோக்கால்), கீழ்

கோத்தகிரி (கிளார்ட் கோக்கால்), திருச்சிக்கடி (திச்காட் கோக்கால்) கொல்லிமலை (கொல்மேல் கோக்கால்), சேலூர் கோக்கால் (குர்கோஜ் கோக்கால்), குந்தா கோக்கால் (மேக்னாட் கோக்கால்), கூடலூர் கோக்கால் (கல்காச் கோக்கால்) என்பனவாகும். இவர்கள் ஊரினை மூன்றாகப் பாகுபடுத்தியுள்ளனர். அவை மேகேர், நட்கேர், கீகேர் என்பனவாகும். கேர் என்பது தெருவினைக் குறிப்பிடுவதாகும். எனவே மேல் தெருவை மேகேர் என்றும், நடுத்தெருவை நட்கேர் என்றும், கீழ்த்தெருவை கீகேர் என்றும் கூறுகின்றனர். ஒவ்வொரு ஊரிலும் இப்பகுப்புமுறை காணப்படுகிறது.

இவர்கள் வீட்டினை 'பய்' என்று கூறுகின்றனர். வீடுகள் இடைவெளிகள் இன்றி நேர்வரிசையாகக் காணப்படுகின்றன. முன்பு இயற்கையாக அவர்களின் சுற்றுப்புறச் சூழலில் கிடைத்த காட்டு கம்புகளையும் புற்களையும் கொண்டு வீடுகளை கட்டி வாழ்ந்தனர். பின்னர் வீட்டின் சுற்றுப்புறச் சுவர்களை மண்ணால் அமைத்து அதன் மீது மாட்டு சாணத்தினால் அழகுபடுத்திக் கொண்டனர். ஆனால் இச்சுவர்களில் குறுகிய காலத்தில் விரிசல்கள் ஏற்பட்டமையால் காட்டுக் கம்புகளை வரிசையாக அடுக்கி கட்டி (தற்போது நவீன கட்டடக் கலையில் கம்பிகளைக் கட்டுவது போல) அதனுள் மண்ணை வைத்துப் பூசி சுவர்களை எழுப்பினர். அதன்பிறகு மண்ணை நெருப்பில் வேக வைத்தால் அவை எளிதில் உடையாமல் உறுதியாக இருப்பதை அறிந்த பிறகு, அவர்களே செய்த செங்கற்களையும், ஓடுகளையும் கொண்டு ஓட்டு வீடுகளைக் கட்டிக் கொண்டனர். இவர்களின் வீடுகளின் முன்னால் திண்ணை போன்ற அமைப்பு உள்ளது. இஃது மக்கள் வந்து அமர்வதற்கு வசதியாக அமைக்கப் பட்டுள்ளது. இத்திண்ணையானது ஓய்வு எடுப்பதற்கும், புகைப் பிடிப்பதற்கும், படுத்து தூங்கவும் பயன்படுத்துகின்றனர்.

தற்போது நாகரீக மாற்றத்தால் பலவீடுகளின் முன் இருந்த திண்ணைகளில் சுவர் எழுப்பப்பட்டு உள்ளன. இவர்களின் குடியிருப்புகள் விலங்குகள் மற்றும் இயற்கை சீற்றங்களினால் இடையூறுகள் வராத மேட்டுப்பகுதிகளில் அமைக்கப்பட்டுள்ளன. இதன் மூலம் இவர்களின் கட்டடக்கலை மரபும், அதற்கு அவர்கள் பின்பற்றிய நவீன தொழில்நுட்பம் நமக்கு புலனாகிறது. இவர்களுக்கு தற்போது அரசாங்கம் வீடுகளைக் கட்டிக் கொடுத்துள்ளது. ஆனால் அவ்வீடுகளும் இவர்களின் விருப்பம் போன்று ஒன்றோடொன்று இணைந்து வரிசையாகக் காணப்படுகின்றமை குறிப்பிடத்தக்கதாகும். இவைகள் இவர்களின் மரபு அறிவினைப் பறைச்சாற்றுவதாக உள்ளது. இவர்களின் வீடுகளை அவர்களே கட்டிக்கொள்வதாகக் கூறுகின்றனர்.

இவர்கள் கட்டடப்பணி செய்யப் போகாமல் இருந்தாலும் அவர்கள் வீட்டினை செங்கல், மண் கொண்டு வரிசையாகக் கட்டும் கலைத் தன்மை உடையவராக உள்ளனர்.

வேளாண்மை அறிவு

கோத்தர்கள் முற்காலத்தில் காடுகளை அழித்து சாமை, இராகி ஆகியவற்றைப் பயிரிட்டு வந்தனர். பின்னர் நீலகிரி மலையில் தேயிலை, காபி முதலிய பணப்பயிர்களின் வருகையால் இத்தகைய விவசாயம் காணாமல் போயிற்று. தற்போது கிழங்குகள், அவரை, கேரட் முதலியவற்றை பயிரிட்டு வருகின்றனர். இவர்கள் பயிர் செய்வதற்கு மண்ணைப் பதப்படுத்துகின்றனர். அதற்கு மண்வெட்டி (கைகௌட்), கொட்டு (குதாய்), கடப்பாறை (பார்) முதலியவற்றைப் பயன்படுத்துகின்றனர். பயிர்களுக்கு இடையே வளருகின்ற களைகளை அகற்றுவதற்கு சிறிய அளவிலான களைக்கொட்டியினைப் (கல்குதாய்) பயன்படுத்துகின்றனர்.

அறுவடை செய்வதற்கு அரிவாள் (குடுகில்) மற்றும் புல்கத்தி (கண்கத்தி) முதலியவற்றை பயன்படுத்துகின்றனர். பயிர்கள் செழித்து வளர்வதற்கு இவர்கள் மாட்டின் எருவினையும் காட்டுத் தளைகளையும் பயன்படுத்துகின்றனர். இவர்கள் விளைநிலங்களில் காலை முதல் மாலை வரை வேலை செய்கின்றமை காணமுடி கின்றது. இவர்களின் குடியிருப்புகளுக்கு சென்றால் வயதானவர்களைத் தவிர பிற ஆண்களையும் பெண்களையும் வேலை நாட்களில் காணமுடிவதில்லை. இவர்கள் பழைய மரபுத் தன்மையுடன் நவீன தொழில் நுட்பத்தையும் சேர்த்து விவசாயம் செய்கின்றனர்.

மரத்தின் பயன்பாடு குறித்த அறிவு

கோத்தர்கள் மரத்தின் பயன்பாட்டினை நன்கு தெரிந்து வைத்துள்ளனர். எனவே மரங்களைப் பயன்படுத்தி தங்கள் வீடுகளுக்குத் தேவையான பொருட்களைச் செய்வதிலும் தேர்ச்சி பெற்றவர்களாக உள்ளனர். பிற பழங்குடி மக்களின் வீடுகளை விட இவர்களின் வீடுகளில் காணப்படும் நிலை (தாருகம்), கதவு (வால்) முதலியவை அழகிய நவீன வேலைப்பாடுகளுடன் காணப்படுவது குறிப்பிடத்தக்க தாகும். இவர்களில் சிலர் மரவேலை செய்வதினைத் தொழிலாகக் கொண்டுள்ளனர். இவர்கள் மரத்தை அறுப்பதற்கு வாள் (ஏர்வாள்), மரப்பலகையினை மட்டமாக அறுப்புத்தடம் தெரியாமல் பளப்பளப் பாக ஆக்குவதற்கு சீவுளி (எள்புள்ப்) பயன்படுத்துகின்றனர். இது இரும்பினால் செய்யப்பட்டதாகும். இதில் ஒரு சிறிய சில் (நால்கு) காணப்படும். மரங்களை ஒன்றொன்று இணைப்பதற்கு துளைகள்

இட்டு அதனுள் சேருமாறு கழுத்தடித்து மரஆணிகள் மூலம் இணைக்கின்றனர்.

இதற்கு உளி (மள்வ்), சுத்தியல் (மிட்க்) முதலிய கருவிகளைப் பயன்படுத்துகின்றனர். இவர்களின் வீடுகளில் சமவெளிப் பகுதியில் உள்ள வீடுகளில் காணப்படுவது போன்ற மாடிகள் காணப்படுகின்றன. இம்மாடிகளுக்கு ஏறிச்செல்வதற்கு மரத்தினால் செய்யப்பட்ட ஏணி (மெட்டன்) யைப் பயன்படுத்துகின்றனர். மேலும் இவர்கள் வீடுகளில் மரத்தினால் செய்யப்பட்ட அழகிய வேலைப்பாடுகளுடன் கூடிய இருக்கைகள் (குக்குஸ்குடு) பல்வேறு வடிவங்களில் தற்போது காணப்படுகிறது. இஃது அவர்களின் மரத்தொழில் செய்யும் தொழில்நுட்பத்தைப் பறைசாற்றுவதாக உள்ளது. முன்பு காடுகளி லிருந்து மரங்களை வெட்டிவந்தனர். மரங்களை வெட்டுவதற்கு அரசு தடை விதித்தமையால் தற்போது சமவெளிப் பகுதியிலிருந்து மரங்களை வெட்டிவருகின்றமை குறிப்பிடத்தக்கதாகும்.

மரங்களை அறுப்பதற்கு முன்பு இரண்டு பாறைகளுக்கு இடையே மரத்தினை வைத்து ஏர்வாளினைப் பயன்படுத்தி ஒருவர் மேலிருந்தும் மற்றொருவர் கீழிருந்தும் அறுத்து பயன்படுத்தியுள்ளனர். இத் தொழில் நுட்பத்தினை தற்போது இவர்கள் பயன்படுத்துவது இல்லை. இவர்கள் வீடுகளில் பெரும்பாலும் மாடிகள் காணப்படுகின்றன. மரப்பலகை களைக் கொண்டு மாடிகளை அமைக்கின்றனர். தற்போது பிளைவுட் வகைப் பலகையை விலைக்கு வாங்கி வந்து மரத்திற்குப் பதிலாக பயன்படுத்துகின்றமையைக் காணமுடிகிறது.

இரும்பின் பயன்பாடு குறித்த அறிவு

கோத்தர்கள் மரத்தின் பயன்பாட்டை அறிந்து இருந்தது போன்று இரும்பின் பயன்பாட்டினையும் நன்கு அறிந்திருந்தனர். இவர்கள் தான் தோடர், படகர், இருளர், குறும்பர் முதலிய மலைவாழ் பழங்குடி மக்களுக்குத் தேவையான கைக்கோடாரி, புல்லரிவாள், கத்தி முதலியவற்றைச் செய்து கொடுத்துள்ளனர். இவர்கள் சமவெளிப் பகுதியிலிருந்து இரும்பு தாதுக்களை வாங்கி வந்து அதனை உலையில் இட்டு பழுக்க காய்ச்சி கருவி பொருட்களைத் தயார் செய்துள்ளனர். தற்போது கடைத்தெருக்களில் கிடைக்கும் பழைய இரும்பினை வாங்கி வந்து கருவிகளைச் செய்கின்றனர்.

இவர்கள் இரும்பினைத் தீயில் பழுக்கக் காய்ச்சி அதனை அடித்துக் கருவியாக வடிவமைக்கும் தொழில் நுட்பத்தையும் தெரிந்து வைத்துள்ளனர். இவர்கள் இரும்பு தொழில் செய்யும் கொல்லப் பட்டறையை கோலேல் என்று கூறுகின்றனர். இவர்கள்

இரும்புத்தொழிற் கருவிகளாக கூடம்(தபட்க்), சுத்தியல் (மிட்க்) முதலியவற்றைப் பயன்படுத்துகின்றனர். நெருப்பில் பழுக்க காய்ச்சிய இரும்பினை வைத்து அடிப்பதற்கு பெரிய இரும்புத்துண்டினைப் பயன்படுத்துகின்றனர். இதனை 'பண்' என்று கூறுகின்றனர். உலையில் தீயினை ஊதுவதற்குத் துருத்தி(திக்)யைப் பயன்படுத்துகின்றனர். இது தோலினால் செய்யப்பட்டுள்ளது. துருத்திக்கும் நெருப்புக்கும் இடையில் காணப்படும் துளையிட்ட கம்பியினை மூக்கு என்று கூறுகின்றனர். பழுத்த இரும்பினைப் பிடிக்கும் இடுக்கியினை இக்கிள் என்றும், தீயினை நன்கு எரியுமாறு கரியினைத் தள்ளுவதற்குப் பயன்படும் வளைந்த நீளமான கம்பியினை கொலேல்கொக்கி என்றும், கரியினை கயீர்ர் என்றும் கூறுகின்றனர்.

இரும்பினைப் பழுக்க காய்ச்சும் போது தேவையற்ற கழிவு இரும்புகள் உலையில் காணப்படும். இதனை தினமும் எடுத்து மாற்றுவர். இக்கழிவு இரும்பினை கொலேல்பீப் என்று கூறுவர். கொல்லப்பட்டறையில் பழுக்க காய்ச்சிய இரும்பினைக் குளிர் விப்பதற்கு தண்ணீர் பயன்படுத்துகின்றனர். இதற்கு கல்தொட்டியில் நீர் காணப்படுகிறது. இதனை கோலேல் நிர்குய் என்று கூறுகின்றனர். தற்போது இவர்கள் தோலினால் ஆன துருத்தியினைப் பயன்படுத்துவது இல்லை. மாறாக நவீன கருவியான புளோர் (ராட்டு) என்ற கருவியினைப் பயன்படுத்துகின்றமை காணமுடிகிறது. இவர்கள் முன்னோர்கள் ஆரம்பகாலத்தில் சில பாறை கற்களை உலையில் இட்டு இரும்புத் தாதுக்களைத் தயார் செய்துள்ளதாகக் கூறுகின்றனர். இத்தொழில்நுட்பம் தற்போது யாருக்கும் தெரியவில்லை என்று கூறுகின்றனர்.

மண்பாண்டங்கள் குறித்த அறிவு

கோத்தரினப் பெண்களில் சிலர் மண்பாண்டங்களைச் செய்வதைத் தொழிலாகக் கொண்டுள்ளனர். ஒவ்வொரு குடியிருப்புகளிலும் இரண்டு மூன்று குடும்பங்கள் மண்பாண்டத்தொழில் செய்வதைக் காணமுடிகிறது. இவர்கள் பானைகளை உருவாக்கும் சக்கரம் இரும்பாலான ஆரங்களைக் கொண்டதாக இருக்கின்றது. இஃது வீட்டின் முன் பாவப்பட்டிருக்கும். கல்லில் பொருத்திச் சுழற்றிப் பானையினை உருவாக்குவர். இவ்வாறு பாவப்பட்ட கல்லை கதிரடிக்கும் களமாகவும் பயன்படுத்துவர். தற்போது இத்தகைய கல்லை காண முடிவதில்லை. மாறாக இரும்பு இராட்டினை (தையிர்கள்) கையால் சுற்றி தேவையான பானையினைத் தயார் செய்கின்றனர்.

இவர்கள் மண்பாண்டங்கள் செய்வதற்கு கருப்புநிற மண்ணான களிமண் (பெலிஷ் மண்), வெள்ளைநிற மண் (ஜயிர் மண்), ஆற்று மணல் இவை மூன்றையும் சேர்த்து நீர் விட்டு குழைத்துப் பானை செய்வதற்குப் பயன்படுத்துகின்றனர். இராட்டில் வைத்து பானை செய்தபின் அறுத்து எடுத்து சிறிது உலர்ந்த பின் அடிப்பகுதியை சரிசெய்கின்றனர். அடிப்பகுதியினைச் சரிசெய்ய உள்பகுதியில் கல்வைத்து வெளிப்பகுதியினைப் பலகை(பெய்)யினால் அடித்து வடிவமைக்கின்றனர். இவ்வாறு இவர்கள் சட்டி (குங்க்), பானை (ஆராட்டு), உலை மூடி (முச்சன்) முதலிய பல்வேறு வகையான மண்பாண்டப்பொருட்களையும் செய்கின்றனர். தற்போது அழகியல் வேலைப்பாடுகளான மனித உருவங்கள் பொம்மைவடிவ பல்வேறு பொருட்களையும் செய்கின்றமை காணமுடிகிறது.

இவர்கள் தங்களுக்கு மட்டும் இப்பானைகளைச் செய்து பயன்படுத்துவது இல்லை. பிற மலைவாழ் பழங்குடி மக்களுக்கும் இப்பானைகளை விற்பனை செய்கின்றனர். இவர்கள் செய்த மண்பானைகளை புற்கள், இலைதளைகள் முதலியவற்றைக் கொண்டு வேகவைத்துக் கொடுக்கின்றனர். இவர்கள் செய்யும் பானைகள் சமவெளிப் பகுதி மக்கள் செய்யும் பானைகளை விட உறுதியானதாக இருப்பதாகத் தகவலாளிகள் கூறுகின்றனர்.

இரும்பு, பொன், வெள்ளி ஆகிய உலோகங்களில் தொழில் செய்வதோடு தோல் பதனிடுதல், கயிறு திரித்தல், பானை வனைதல், துணி துவைத்தல், பயிர்த்தொழில் ஆகிய தொழில்களையும் கோத்தர் மேற்கொள்கின்றனர் *(2003* iv*: 9)* என்று தர்ஸ்டன் குறிப்பிடுகிறார்.

தோடர் தங்களுக்குப் பணி செய்வதற்காகச் சமவெளியிலிருந்து அழைத்து வரப்பட்ட கைத்தொழில் வினைஞரே கோத்தர் எனக் கூறுகின்றனர். தோடர், படகர், இருளர், குறும்பர், குடியிருப்புகள் ஒவ்வொன்றுக்கும் உரியதான முட்டுக்கோத்தர் உள்ளனர். அக்குடி யிருப்புக்குத் தேவையான எல்லாக் கைவினைப் பொருட்களையும் வழங்கும் பணி இவர்களுடையது. இதற்கு ஈடாகக் கோத்தர் இறந்து போன எருமைகள், கால்நடைகள், நெய், தானியம், வாழைத்தார் முதலியவற்றைப் பெறுவர். தாங்கள் பெறும் கால்நடைகளின் இறைச்சியினை உண்டபின் அவற்றின் கொம்புகளை லப்பைகளுக்கு விற்பர். சமவெளியிலிருந்து வரும் சக்கிலியர் எலும்பு, தோல் ஆகியவற்றை வாங்கிச் செல்வர். தோல்களை கோத்தர்களே சுண்ணாம்பு, ஆவாரம்பட்டை ஆகியன கொண்டு ஓரளவு பதப்படுத்தி வெயிலில் உலரவைப்பர். *(2003,*iv*: 10)* என்று தர்ஸ்டன் குறிப்பிடுகிறார்.

வாழ்வியல் சார்ந்த அறிவு

கோத்தரினத்தில் பெண் வயதுக்கு வந்தவுடன் தலைமுடியினை முடிந்து கொண்டை கட்டும் வழக்கம் உள்ளது. கொண்டைக் கட்டுதல் என்பது பெண் பருவம் அடைந்து விட்டாள் என்பதை அறிவிக்கும் குறியீடாகப் பயன்படுகிறது. திருமணமான பெண்கள் தலையில் 'மண்டுக்' என்னும் கொண்டை வளையினைப் பயன்படுத்து கின்ற வழக்கம் உள்ளது. இதனை நறுமணம் மிக்க ஒருவகை தாவரத்தின் இலையினை 'ட' வடிவில் துணியினால் வளைத்து சுற்றித் தயார் செய்கின்றனர். இதனை அணியாமல் கணவனுக்கு தண்ணீர் கூட கொடுக்கக் கூடாது என்ற கட்டுப்பாடு உள்ளது. பெண்கள் வீட்டிற்கு விலக்காகும் காலங்களில் பெண்கள் மண்டுக்கை தலையில் அணிவதில்லை. உடனே அவர்களுக்காக அமைக்கப்பட்டிருக்கும் தனி வீட்டிற்கு சென்று விட வேண்டும் என்பது நியதியாக உள்ளது. மண்டுக்கில் இருக்கும் தாவரத்தின் வாசனை ஆண்களை வசப்படுத்தும் தன்மை கொண்டது என்று கூறுகின்றனர்.

கோத்தரினப் பழங்குடி மக்களின் பண்பாட்டில் நவீன வளர்ச்சியை விட மரபு சார்ந்த அறிவு அதிக பயன்பாட்டினைப் பெற்று விளங்குகின்றது. ஆனால் சமவெளிப் பகுதி மக்களிடம் கொண்ட தொடர்பின் காரணமாக மரபு சார்ந்து அவர்கள் செய்து வந்த செயல்கள் அனைத்தும் மறைந்து வருகின்றமை குறிப்பிடத்தக்கதாகும்.

பயன்பட்ட நூற்கள்

அருணாச்சலம்., நாட்டுப்புறவியல் ஆய்வு, மணிவாசகர் பதிப்பகம், சென்னை, 1992.

அரவிந்தன், மு.வை., தமிழக நாட்டுப்பாடல்கள், மணிவாசகர் பதிப்பகம், சென்னை, 1998.

அரசு, வி., வாய்மொழி வரலாறு, தன்னானே பதிப்பகம், பெங்களூர், 2001.

அவினாசிலிங்கம், தி.க., கலைக்களஞ்சியம், (தொகுதிகள் 1-8) தமிழ் வளர்ச்சிக் கழகம், சென்னை, 1982

அழகப்பன், ஆறு., நாட்டுப்புறப் பாடல்கள் திறனாய்வு, சைவ சித்தாந்த நூற்பதிப்புக் கழகம், சென்னை, 1973.

அழகப்பன், ஆறு.,நாட்டுப்புறப் பாடல்கள், சைவ சித்தாந்த நூற்பதிப்புக் கழகம், சென்னை, 1980.

ஆண்டியப்பன், தே., சித்த மருத்துவம், முத்துப் பதிப்பகம், மதுரை, 1983.

ஆறுமுகம், அ. நாட்டுப்புற இலக்கியமும் பண்பாடும், தேன் தமிழ்ப் பதிப்பகம், சேலம், 1988..

இரத்தின நாயகர், பி., பதினெண் சித்தர்கள் அருளிச் செய்த நாடிசாஸ்திரம், சென்னை, 1985.

இராமநாதன், ஆறு., நாட்டுப்புற இயல் ஆய்வுகள் மணிவாசகர் பதிப்பகம், சென்னை, 1997.

இராமநாதன், ஆறு., நாட்டுப்புறப் பாடல்கள் காட்டும் தமிழர் வாழ்வியல், மணிவாசகர் பதிப்பகம், சென்னை, 1982.

இராமநாதன், ஆறு., நாட்டுப்புறக் கலைகள், (நிகழ்த்து கலைகள்), மெய்யப்பன் தமிழ் ஆய்வகம், சிதம்பரம், 2001.

இராமநாதன், ஆறு.,தமிழர் கலை இலக்கிய மரபுகள்,மெய்யப்பன் பதிப்பகம்,புதுத்தெரு,சிதம்பரம், 2007.

இராமநாதன், ஆறு, சேவியர் அந்தோணி, சே.ச.,வாழும் மரபுகள் தன்னானே பதிப்பகம், இந்திரா நகர், பெங்களூர், 2001.

எட்கர் தர்ஸ்டன்.,தென்னிந்தியக் குலங்களும் குடிகளும், தமிழாக்கம், க.ரத்னம், தொகுதி 1-7, தமிழ் பல்கலைக்கழகம், தஞ்சாவூர், 1986.

கணேசன், ந., கொல்லிமலையில் சித்த மருத்துவத்தின் பயன்பாடுகள், நியூ செஞ்சுரி புக் ஹவுஸ்(பி) லிட், செனனை, 2009.

கழனியூரன்., நாட்டுப்புற வழக்காறுகள், ரிஷபம் பதிப்பகம், இராணி அண்ணாநகர், சென்னை, 2001.

காந்தி, க., தமிழர் பழக்க வழக்கங்களும், நம்பிக்கைகளும், உலக தமிழாராய்ச்சி நிறுவனம், தரமணி, சென்னை 1980.

காரியாசன், சிறுபஞ்சமூலம், திருநெல்வேலி தென்னிந்திய சைவசித்தாந்த நூற்பதிப்புக் கழகம், திருநெல்வேலி, 1961.

கனகசபை, த., நாட்டுப்புற ஆட்டக்கலைகள்: அன்றும் அன்றும், பாரதிதாசன் பல்கலைக்கழகம், திருச்சி, 2009.

குணசேகரன், கே.ஏ., நாட்டுப்புற நடனங்களும் பாடல்களும், நியூ செஞ்சுரி புக் ஹவுஸ்(பி) லிட், சென்னை, 1992.

குணசேகரன், கே.ஏ.,நாட்டுப்புற நிகழ் கலைகள், நியூ செஞ்சுரி புக் ஹவுஸ், சென்னை, 1993.

கோபாலகிருஷ்ணமாசாரியர், வை. மு., கம்பராமாயணம் (உரை), திருவல்லிக்கேணி, சென்னை, 1963.

சக்திவேல், சு., நாட்டுப்புற மருத்துவம், இந்தியத் தமிழ் நாட்டுப்புறவியல் கழகத்தின் காலாண்டு இதழ், தொகுதி-5, 1988.

சக்திவேல், சு., நாட்டுப்புற இயல் ஆய்வு, மணிவாசகர் பதிப்பகம், சென்னை, 1992.

சக்திவேல், சு., நாட்டுப்புறவியல் ஓர் அறிமுகம், தமிழ் பல்கலைக் கழகம், தஞ்சாவூர், 1996.

சக்திவேல், சு., தமிழ் பழமொழிகள் ஓர் ஆய்வு, தமிழ் பல்கலைக் கழகம், தஞ்சாவூர், 2004.

சண்முகசுந்தரம், சு., நாட்டுப்புற இயல், மணிவாசகர் பதிப்பகம், சென்னை, 1989.

சண்முகசுந்தரம், சு., தமிழில் நாட்டுப்புறப் பாடல்கள், மணிவாசகர் பதிப்பகம், சென்னை, 1995.

சண்முகசுந்தரம், சு., நாட்டுப்புற இயல் ஓர் அறிமுகம், இலக்கிய மாணவர் வெளியீடு, சென்னை, 1975.

சண்முகசுந்தரம், சு., நாட்டுப்புற இலக்கியத்தின் செல்வாக்கு, இலக்கிய மாணவர் வெளியீடு, சென்னை, 1976.

சந்திரன், ந., நாட்டு மருத்துவம், விஜயா பதிப்பகம், கோவை, 1998

சரசுவதி வி., நாட்டுப்புறப் பாடல்கள் - சமூக ஒப்பாய்வு, மதுரை காமராசர் பல்கலைக்கழகம், மதுரை, 1982.

சரசுவதி வேணுகோபால்., தமிழக நாட்டுப்புறவியல், தாமரை வெளியீடு, மதுரை, 1981.

சிதம்பரனார், சாமி. எட்டுத் தொகையும்- தமிழர் பண்பாடும், அறிவு பதிப்பகம், சென்னை-2003

சிவ சுப்பிரமணியன், ஆ. மந்திரம் சடங்குகள், நியூ செஞ்சுரி புக் ஹவுஸ்,சென்னை, 1988.

சுரேந்திரன், இரா., நாட்டுப்புற இலக்கியம் நலம் தரும் விளக்கம், தேன் தமிழ்ப் பதிப்பகம், சேலம் 1979.

சுப்பிரமணியம், பா.ரா. நாட்டுப்புற இலக்கியப் பார்வைகள், தமிழ்ப் பண்பாட்டு மன்ற வெளியீடு, சென்னை, 1966.

சோமலே., தமிழ் நாட்டு மக்களின் மரபும், பண்பாடும், நேஷனல் புக் டிரஸ்ட், புது தில்லி, 1981.

ஞானசேகரன், தே., மக்கள் வாழ்வில் மந்திரச் சடங்குகள், பார்த்திபன் பதிப்பகம், மதுரை, 1987.

தமிழவன், நாட்டுப்புற நம்பிக்கைகள், சர்வோதய இலக்கியப் பண்ணை, மதுரை 1976.

தமிழண்ணல், தாலாட்டு, பாவை நிலையம், காரைக்குடி, 1966.

தேவ நேயப்பாவனம், ஞா., தமிழ்நாட்டு விளையாட்டுகள், பூம்புகார் பதிப்பகம், சென்னை, 2006.

நாராயணசாமி, ச., ஸ்ரீமத் பகவத்கீதை, புவனசுந்தர- இராதாதேவி பதிப்பகம், வேலூர், 1987.

பக்தவத்சலபாரதி, பண்பாட்டு மானிடவியல், மணிவாசகர் பதிப்பகம், சென்னை, 1999.

பசுமலையரசு, மு., செந்தமிழும் சித்தமருத்துவமும், கிரிசா பதிப்பகம், பெங்களூர், 1998.

பாரதிதாசன், பாரதிதாசன் கவிதைகள், செந்தமிழ் நிலையம், புதுக்கோட்டை, 1978.

பாலசுந்தரம், இ., இலக்கியத்தில் மருத்துவக் கருத்துகள், நாட்டார் வழக்காற்றியல் கழகம், யாழ்ப்பாணம், 1990.

புஷ்பம், பி., தாலாட்டும் ஒப்பாரியும், தன்னானே பதிப்பகம், பெங்களூர், 1999.

பெருமாள், அ.நா., தமிழில் கதைப்பாடல், உலகத் தமிழாராய்ச்சி நிறுவனம் சென்னை, 1987.

பெருமாள், ஏ. என். தமிழக நாட்டுப்புறக் கலைகள், உலகத் தமிழாராய்ச்சி நிறுவனம்,சென்னை, 1980.

மாற்கு., அருந்ததியர் வாழும் வரலாறு, நாட்டார் வழக்காற்றியல், ஆய்வுமையம், பாளையங்கோட்டை, 2001.

மாதவன், வே. இரா., குழந்தைகள் மகளிர் மருத்துவம், பாவை வெளியீட்டகம், சென்னை, 2003.

முத்தையா, இ., நாட்டுப்புற மருத்துவ மந்திரச் சடங்குகள், அன்னம் பதிப்பகம், சிவகங்கை, *1986*.

முருகேசன், கு. தமிழக நாட்டுப்புற ஆட்டக் கலைகள், தேவி பதிப்பகம், திருவொற்றியூர், சென்னை, *1989*.

ரெஜித்குமார் த., புழங்கு பொருள் பண்பாடு, காவ்யா பதிப்பகம், சென்னை- *2011*.

ரெஜித்குமார், த., மருத்துவர் வரலாறும் வழக்காறுகளும், மணிவாசகர் பதிப்பகம், சென்னை, *2012*.

ரெஜித்குமார், த., நாட்டுப்புறப் பெண்கள் மருத்துவம், மணிவாசகர் பதிப்பகம், சென்னை, *2013*.

லாட்வின் லாரன்ஸ், இயற்கை மருத்துவம், பாவை பப்ளிகேஷன்ஸ், சென்னை, *2009*.

லூர்து, தே., நாட்டார் வழக்காற்றியல் சில அடிப்படைகள், நாட்டார் வழக்காற்றியல் ஆய்வு மையம், பாளையங்கோட்டை, *1997*.

வானமாமலை, நா., தமிழர் நாட்டுப் பாடல்கள், நியூ செஞ்சுரி புக் ஹவுஸ், சென்னை, *1964*.

வானமாமலை, நா., தமிழர் வரலாறும் பண்பாடும், நியூ செஞ்சுரி புக் ஹவுஸ், சென்னை, *1992*.

வெங்கடேசன், க., ஆய்வு நோக்கில் நாட்டுப்புற மருத்துவம், சித்தர் கோட்டம், சென்னை, *1976*.

வையாபுரிப் பிள்ளை, எஸ்.,(பதி) தமிழ்ப் பேரகராதி, சென்னைப் பல்கலைக்கழகம், சென்னை-*1956*.

Abrahams, Roger and Alan Dandes., **'Riddltes'Folk lore and Folk life an Introduction,**Ed. Richard M. Dorson,Chicago University Press, 1972.

Bhagwat, Durga., **An out line of Indian Folk lore,**Popular prakashan,Mumbai, 1958.

Don Yoder, **Folk medicine, Folklore and Folk life - An introduction,** University of Chicago, 1972.

Jan Harold Brunvand., **The Study of American Folklore – An Introduction,** W.W. Morton & Company,INC, New York, 1968.

Richard M. Darson, **Folklore and Folklife and Introduction,** University of Chicago Press, Chicago, 1972.

Santhi, G.**Folk-Customs in Tamil Nadu** CSSR post Doctorial Research of Indian,Annamalai University,Chithambaram, 1984.

ஆசிரியர் குறிப்பு

டாக்டர் த. ரெஜித்குமார் கன்னியாகுமரி மாவட்டத்தில் அம்பலத்தடிவிளை என்ற ஊரில் பிறந்தவர். நாகர்கோவில் ஸ்காட் கிறிஸ்தவக் கல்லூரியில் இளங்கலை மற்றும் முதுகலைத் தமிழ் இலக்கியம் பயின்றவர். இவர் நாட்டுப்புறவியல் பேராசிரியரான முனைவர் யோ. தர்மராஜ் (முதல்வர் மனோன்மணியம் சுந்தரனார் பல்கலைக்கழக உறுப்புக் கல்லூரி, கன்னியாகுமரி) அவர்களின் மேற்பார்வையில் மருத்துவர்களின் வழக்காறுகள் என்னும் தலைப்பில் ஆய்வு மேற்கொண்டு, திருநெல்வேலி மனோன்மணியம் சுந்தரனார் பல்கலைக்கழகத்தில் முனைவர் பட்டம் பெற்றுள்ளார்.

இவர் நாட்டுப்புறவியல் மற்றும் இலக்கியத்திலும் அதிக ஈடுபாடு கொண்டு பல தேசிய, பன்னாட்டு கருத்தரங்குகளில் கலந்து கொண்டு 70-க்கும் மேற்பட்ட ஆய்வுக்கட்டுரைகளை ஆய்வுலகத்திற்கு அளித்துள்ளார். தற்போது பாரதிதாசன் பல்கலைக்கழக மாதிரிக் கல்லூரி வேதாரண்யத்தில் உதவிப் பேராசிரியராகப் பணிபுரிந்து வருகிறார். இவர் நாட்டுப்புறவியல் சார்ந்தும் இலக்கியம் சார்ந்தும் இதுவரை ஏழு நூல்களை வெளியிட்டுள்ளார். இவருடைய நூல்களாக மரபுவழித் தொழில்கள், புழங்குபொருள் பண்பாடு, மருத்துவர் வரலாறும் வழக்காறுகளும், நாட்டுப்புறப் பெண்கள் மருத்துவம், தகவல்தொடர்பும் இதழியலும், மொழியும் மொழிபெயர்ப்பும், ஊடகவியல் என்பனவாகும்.